மதுவிலக்கு

நேற்று இன்று நாளை

D1763496

கோ.செங்குட்டுவன்

விழுப்புரத்தில் பிறந்து வளர்ந்து வசித்து வருபவர். தினகரன், தினமலர், தினமணி நாளிதழ்களிலும் குமுதம் வார இதழிலும் சன் டிவியிலுமாக ஊடகத் துறையில் 20 ஆண்டுகாலம் செய்தியாளராகப் பணியாற்றியவர். கலை, இலக்கியம், பண்பாடு மற்றும் வரலாற்று அமைப்புகளில் பங்கேற்று இயங்கி வருபவர்.

மதுவிலக்கு

நேற்று இன்று நாளை

கோ.செங்குட்டுவன்

கிழக்கு

மதுவிலக்கு: நேற்று இன்று நாளை
MadhuVilakku: Netru Indru Naalai
Ko. Senguttuvan ©

First Edition: December 2016
176 Pages
Printed in India.

ISBN 978-81-8493-660-5
Kizhakku - 951

Kizhakku Pathippagam
177/103, First Floor,
Ambal's Building, Lloyds Road,
Royapettah, Chennai - 600 014.
Ph: +91-44-4200-9603

Email : support@nhm.in
Website : www.nhm.in

◼ kizhakkupathippagam
◼ kizhakku_nhm

Author's Email: ko.senguttuvan@gmail.com

Kizhakku Pathippagam is an imprint of New Horizon Media Private Limited.

This book is sold subject to the condition that it shall not, by way of trade or otherwise, be lent, resold, hired out, or otherwise circulated without the publisher's prior written consent in any form of binding or cover other than that in which it is published and without a similar condition including this the rights under copyright reserved above, no part of this publication may be reproduced, stored in or introduced into a retrieval system, or transmitted in any form or by any means (electronic, mechanical, photocopying, recording or otherwise), without the prior written permission of both the copyright owner and the above-mentioned publisher of this book.

என்னை இந்த மண்ணுக்கு அறிமுகப்படுத்தி ஆளாக்கி
மறைந்துவிட்ட என் அம்மாவுக்கு...

பொருளடக்கம்

	திறப்பதற்கு முன்...	/ 09
1.	மது அல்லது கள்	
	ரிக் வேதத்தில்	/ 13
	சங்க இலக்கியங்களில்	/ 17
	வரலாற்றில்	/ 23
	பண்பாட்டுத் தளத்தில்	/ 27
2.	கள்ளுக்கு எதிரான குரல்கள்	/ 31
3.	பின்வந்த காலங்களில்	/ 34
4.	20 ஆம் நூற்றாண்டில்	
	நூதன விவேக லாகிரிச் சிந்து (1903)	/ 37
	தமிழன் (1913)	/ 39
	நாடார் குல மித்திரன் (1924)	/ 42
	குடி அரசு (1925)	/ 46
	க்ஷத்திரியன் (1931)	/ 49
	விமோசனம் (1947)	/ 52
5.	களத்தில்...	
	ராஜாஜி	/ 62
	பெரியார்	/ 65
	ம.பொ.சி.	/ 67
6.	முன்னோட்டம்	/ 70
7.	முதல் மதுவிலக்கு	/ 72
8.	அமலாக்கம்	/ 75
9.	மதுவிலக்கு ஆதரவும் எதிர்ப்பும்	/ 78
10.	கள் சாராயக் கடைகள் திறப்பு	/ 84

11.	பூரண மதுவிலக்கு 1947 முதல் 1967 வரை	/ 87
12.	அண்ணாவின் உறுதி	/ 92
13.	மீண்டும் கடைகள் திறக்கப்படுமா?	/ 95
14.	கடைகள் திறக்கப்பட்டன	/ 100
15.	கடுமையான எதிர்ப்பும் கடைகள் மீண்டும் மூடப்பட்டதும்	/ 102
16.	தள்ளாடிய மதுவிலக்கு	/ 107
17.	மலிவு விலை மது	/ 113
18.	கள் சாராயத்துக்கு எதிரான போர்	/ 116
19.	விஷச் சாராயச் சாவுகள்	/ 120
20.	21 ஆம் நூற்றாண்டில்	
	டாஸ்மாக் வரவும் வளர்ச்சியும்	/ 122
	டாஸ்மாக்கிற்கு எதிரான போராட்டங்கள்	/ 126
	மதுவிலக்கு வருமா? வராதா?	/ 129
	படிப்படியாக மதுவிலக்கு	/ 131
	500 கடைகள் மூடப்பட்டன	/ 134
21.	பட்டை சாராயமும் எரி சாராயமும்	/ 136
22.	கள் உணவுப் பொருளா? போதைப் பொருளா?	/ 141
23.	திரைப்படங்களும் மதுவும்	/ 145
24.	படைப்பாளிகளும் மதுவும்	/ 151
25.	பக்கத்து வீடு	/ 157
	மூடுவதற்கு முன்	/ 162
	சைடு டிஷ்	/ 167

திறப்பதற்கு முன்...

*1993*இல் வெளிவந்த திரைப்படம் ஏழை ஜாதி. இதில் நடிகர் விஜயகாந்த் பேசும் ஒரு வசனம் 'நாட்டில் படிக்காத மாப்பிள்ளையைக் கூடப் பார்த்துவிடலாம். ஆனால் குடிக்காத மாப்பிள்ளையைப் பார்க்க முடியாது.' இப்போது நிலவரம் ரொம்பவும் மாறிவிட்டது. குடிக்காத மாணவர்களைப் பார்க்க முடியாது எனும் அவலம்.

'நீரின்றி அமையாது உலகு என்றது அந்தக் காலம். பீர் இன்றி அமையாது உலகு என்பது இந்தக் காலம்.' 1998 டிசம்பரில் விழுப்புரம் பெரியார் படிப்பகத்தின் சார்பில் நடந்த விழாவொன்றில் அப்போதைய மாவட்ட எஸ்.பி. மு.இரவியின் பேச்சில் வெளிப்பட்ட ஆதங்கம் இது.

கல்லூரி மாணவர் பேரவைத் தேர்தல்களிலும் மாணவர்களிடையேயான மோதல்களிலும் பீர் பாட்டில்கள் உரசிக் கொண்ட காலம் அது. இந்தக் குடி கலாசாரம் இன்று, நாடாளுமன்றத் தேர்தல் வரை வந்துவிட்டது. பொதுக்கூட்டங்கள் என்றால் பிரியாணியும் குவார்ட்டரும் கொடுக்கப்பட வேண்டும் என்பது இன்றைய கட்சிகளின் எழுதப்படாத விதிகளில் ஒன்று.

மதுவிலக்கு என அறிவித்த பல மாநிலங்கள், பின்னர் இதிலிருந்து பின்வாங்கிக் கொண்டன. இப்போது குஜராத்தில் மட்டும் 40 ஆண்டுகளுக்கும் மேலாகப் பூரண மதுவிலக்கு அமலில் இருந்து வருகிறது. 2016 ஏப்ரலில் இருந்து பிகாரிலும்கூட மதுவிலக்கு அமலுக்கு வந்திருக்கிறது (இதற்கு

பாட்னா உயர் நீதிமன்றம் இந்த ஆண்டு செப்டெம்பர் 30இல் தடை விதித்தது. பின்னர் மீண்டும் புதிய மதுவிலக்குச் சட்டத்தை அமல் படுத்தியது மாநில அரசு). 2023இல் பூரண மதுவிலக்கு எனும் இலக்கினை நோக்கி அடியெடுத்து வைக்கிறது கேரளா. அருகிலுள்ள புதுச்சேரியோ, இங்கு மதுவிலக்குக்குச் சாத்தியமே இல்லை என அடித்துச் சொல்லிவிட்டது.

தமிழ்நாட்டில் படிப்படியாக மதுவிலக்கு என்று சொன்ன அதிமுக அரசு, தற்போது முதற்கட்டமாக 500 டாஸ்மாக் கடைகளை மூடியிருக்கிறது. கடைகள் திறந்திருக்கும் நேரத்திலும் 2 மணி நேரம் குறைக்கப் பட்டுள்ளது. பூரண மதுவிலக்கு என அறிவிப்பதில் என்ன தயக்கம்?

1942 வாக்கில் நாட்டுச் சாராயம், சீமைச் சாராயம், கள், அபினி, கஞ்சா ஆகியவற்றின் மூலமாக இந்திய அரசுக்கு வருமானம் ரூ.20 கோடி. சென்னை மாகாண சர்க்காருக்கு மட்டும் ரூ.39 லட்சம் வருமானம் வரப்பெற்றது.

2014-2015 ஒரே ஆண்டில் மட்டும் தமிழ்நாட்டுக்கு டாஸ்மாக் மூலமான வருமானம் ரூ.26,188 கோடி.

1925இல் வெளியான நாடார் குலமித்திரன் இதழின் தலையங்கமானது ‘மதுபானத்தை ஒழித்துவிட்டால் வருமானம் போய்விடுமேயென்று கவர்மெண்டார் கவலைப்படத் தேவையில்லை. மதுபான விலக்கால் வரும், வருமானக்குறைக்கு மற்றொரு வகையில் ஈடுபண்ணிக் கொள்ள வேண்டும்’ என இந்திய அரசாங்கத்துக்கு யோசனை சொன்னது.

1937இல் சென்னை மாகாணத்தில் காங்கிரஸ் அரசு கொண்டு வந்த மதுவிலக்கினை, 1944இல் அதிகாரபூர்வமாக நீக்கியது ஆளுநர் நிர்வாகம். அப்போதும் அரசாங்கத்துக்கு யோசனை சொன்ன ராஜாஜி, ‘இப்போது சர்க்கார் கஜானாவில் செலுத்தப்படும் கள்ளு, சாராய வருமானத்தைவிட மதுவிலக்கு ஏற்பட்டால் ஐந்து மடங்கு அதிகமாக மக்கள் வீடுகளில் பணம் மிஞ்சும். கள்ளினால் விருத்தியாகும் கொலை முதலிய குற்றங்களும் நடைபெறாமல் இருக்கும். ஆகையால் கலால் வருமானத்தை இழந்து விடுவது லாபகரமான விஷயமாகும். ஏழைக் குடும்பங்களைக் கெடுக்கும் ஒரு வியாபாரத்தை வைத்துக் கொண்டு மற்றவர்கள் அதிலிருந்து வரும் லாபத்தில் ஒரு பங்கை எடுத்துக் கொண்டு சுகம் பெறுவது தருமமல்ல. ராஜ நீதியுமல்ல’ என்றார்.

இப்போதும் அந்த ‘தர்மம், ராஜநீதி’யை நமது அரசாங்கங்கள் தொடர்ந்து கடைபிடித்து வரத்தான் செய்கின்றன.

உன்னால் முடியும் தம்பி திரைப்படத்தில் கவிஞர் முத்துலிங்கத்தின் பாடல் வரிகள் இப்போது நம் நினைவுக்கு வருகின்றன. ‘ஆகாய கங்கை

காய்ந்தாலும் காயும் சாராய கங்கை காயாதடா, கள்ளுக்கடைக் காசுலேதாண்டா கட்சிக் கொடி ஏறுது போடா'. நிதர்சனமான உண்மை. சாராய கங்கை இன்னமும் காயவில்லை. இந்தக் காசில் கட்சிக் கொடிகள் மட்டுமல்ல அரசாங்க கஜானாக்களும் நிரம்பி வருகின்றன.

குடி ஒரு சமூக நோய். இதைச் சுட்டிக்காட்டுவது மட்டுமல்ல, தமிழ்ச் சூழலில், சங்க காலம் முதல் இதுநாள் வரை மதுவும் மதுவிலக்கும் பயணித்த பாதையை உங்களுக்குத் தெரியப்படுத்துவதும் இந்நூலின் நோக்கம். இதனை ஓரளவு நிறைவு செய்திருப்பதாகக் கருதுகிறேன்.

1937இல் முதன் முதலாக சேலம் ஜில்லாவில் மதுவிலக்கு அமலாக்கப்பட்ட போது டிக்ஸன், தாம்சன் ஆகிய ஆங்கிலேய ஐ.சி.எஸ். அதிகாரிகளுடன் தமிழரான டி.எல்.ஆர்.சந்திரன் எனும் ஐ.சி.எஸ். அதிகாரியும் இருந்தார். மதுவிலக்கு அமலாக்கத்துக்கென நியமிக்கப்பட்ட முதல் சிறப்பு அதிகாரியான இவர் குறித்த குறிப்புகளுடன், மதுவிலக்கை விலக்க வேண்டும் என்பதில் இறுதி வரை பெரியார் உறுதியாக இருந்தது, மது விற்பனையை அரசே ஏற்று நடத்த வேண்டும் என கருணாநிதி சொன்ன யோசனையை எம்.ஜி.ஆர். ஏற்றுக் கொண்டது போன்ற தகவல்களும் இந்நூலின் ஊடாகப் பதிவு செய்யப்பட்டுள்ளன.

ஜெயகாந்தனின் எழுத்துகளில் இருந்தும் நாஞ்சில் நாடனின் கட்டுரைகளிலிருந்தும் தகவல்கள் கொடுக்கப்பட்டுள்ளன. எப்படி குடிப்பது? எவ்வளவு குடிப்பது? என்றெல்லாம் தமிழர்களுக்குக் கற்றுக் கொடுக்கவேண்டும் என்கிறார்கள் இவர்கள். இது எந்தளவுக்குச் சாத்தியம்? தெளிந்தவர்கள்தான் சொல்ல வேண்டும்.

மது என்பது எளிதில் தீர்ந்துவிடக்கூடிய பிரச்னையல்ல. மதுவிலக்கு குறித்த விவாதங்களும் இப்போதைக்கு முடிவடைவதாகத் தெரிய வில்லை. எனவே மது பற்றிய அடிப்படைகளைத் தெரிந்து வைத்திருக்க வேண்டியது அவசியமாகிறது. அதன் அரசியலையும் வரலாறையும் விரிவாக ஆராயவேண்டியது அதைவிடவும் அவசியமாகிவிட்டது. அந்த வகையில் இந்த நூலை நீங்கள் வரவேற்பீர்கள் எனும் நம்பிக்கை எனக்கிருக்கிறது.

இதற்கான தரவுகளை அவ்வப்போது வழங்கி என்னை எழுதத் தூண்டிய திரு.மருதன் (சென்னை), பேராசிரியர் த.பழமலய் (விழுப்புரம்), முனைவர் நா.இளங்கோ (புதுவை), திரு.இரா.இராமமூர்த்தி (விழுப்புரம்), நிழல் ப.திருநாவுக்கரசு (சென்னை), முனைவர் மா.சற்குணம் (விழுப்புரம்), திரு.ஏ.வி.வீரராகவன் (புதுவை), திரு.ஜே.பர்னபாஸ் (சேலம்), திரு.மு.மேகநாதன் (புதுவை), திரு.பச்சையாபிள்ளை (கள்ளக்குறிச்சி), திரு.கோ.பாபு (விழுப்புரம்),

திரு.ந.குப்பன் (புதுவை), திரு.கா.இராசேந்திரன் (சென்னை), திரு.எழில்.இளங்கோ (விழுப்புரம்), திரு.கே.ஆர்.இராதாகிருஷ்ணன் (விழுப்புரம்) நூலகர், மாவட்ட மைய நூலகம், விழுப்புரம், நூலகர், ஊர்ப்புற நூலகம் (மந்தக்கரை), விழுப்புரம் ஆகியோருக்கும்...

என் மீதும் என் எழுத்துக்களின் மீதும் அக்கறைக் கொண்டிருக்கும் என் மனைவி இராணி, மகள் புனிதவதி, மகன் சித்தார்த்தன் ஆகியோருக்கும்...

இந்நூலைப் பரந்துபட்ட மக்களிடம் கொண்டு செல்லும் மகத்தான பணியை மேற்கொண்டு நல்ல முறையில் பதிப்பித்து வெளியிட்டுள்ள கிழக்கு பதிப்பகத்தாருக்கும் என் நன்றிகள்.

அன்புடன், விழுப்புரம்.
கோ.செங்குட்டுவன் 07.10.2016

I
மது அல்லது கள்

ரிக் வேதத்தில்

வேதங்களில் மிகவும் பழமையானது ரிக் வேதம் ஆகும். சமஸ்கிருத மொழியில் அமைந்த சுலோகங்களின் தொகுப்பு இது. ரிக் வேதத்தின் காலம் கி.மு.1500-கி.மு.1100 என்று சொல்லப்படுகிறது.

இந்த வேதத்தில் பெரிதும் பேசப்படுவது சோம பானம் ஆகும். ரிக் வேதகால மக்கள் (ஆரியர்கள்) இந்தப் பானத்தைப் பெரிதும் பயன்படுத்தினர். நடத்தப்பட்ட வேள்விகளில் முக்கிய இடத்தைப் பிடித்தது சோம பானம்.

சோம பானம் குறித்த விரிவான குறிப்புகளை ரிக்வேதம் பேசுகிறது. ஒரு செடியின் தழையிலிருந்து தயாரிக்கப்படும் இப்பானம், மிகுந்த போதையைத் தருவதாகக் குறிக்கப்படுகிறது. இது அனைத்துக் கடவுள்களுக்கும் விருப்பமானது. வேள்விகளில் அவசியம் இடம்பெறுவது.

சோம பானம் எனப்படும் சோம ரசமானது நிலவுத் தாவரம் எனக் கூறப்படும் செடியிலிருந்து பெறப் படுவதாகும். நிலவொளியில் சில மலைகளிலிருந்து இச்செடிகளின் இலைகள் பறிக்கப்பட்டு வேள்விகள் நடைபெறும் இடத்துக்கு எடுத்துச் செல்லப்படுகின்றன. அங்கு இவை புரோகிதர்களால் நசுக்கிப் பிழியப்பட்டு கிடைக்கும் ரசம் நீருடன் கலக்கப்பட்டுச் சல்லடைகளில் வடிகட்டப் படுகிறது.

இந்த ரசம் துரோணா எனப்படும் பாத்திரங்களில் சேகரிக்கப்படுகிறது. பின்னர் சில மாவுடன் கலக்கப்பட்டு கடவுளருக்கு வழங்கப்படுகிறது. பிராமணர்களும் இதை அருந்துவர். இந்த ரசம் மிகவும் மதிக்கப்படுகிறது.

புகழ்வாய்ந்த இச்செடி இன்னமும் கண்டுபிடிக்கப்படவில்லை. அண்மையில் அட்சிசன் என்பவர் இது ஹரிருத் பள்ளத்தாக்கில் உள்ள ஹம், ஹ¯மா, யஹமா என்று அழைக்கப்படும் செடியாக இருக்கலாம் எனக் கூறினார்.

கெர்மன் என்ற நகரில் வாழ்ந்த ஜோசப் பார்ன் முல்லர் என்பவர் இதை உறுதி செய்தார். சைபீரியா மற்றும் ஐபீரியா பகுதிகளில் காணப்படும் எப்ரடா என்ற செடி வகையாகக் கூட இருக்கலாம் என்று இவர் கருத்து தெரிவித்திருந்தார். இதன் காரணமாக ஆரியர்களின் பூர்வீக இருப் பிடத்தைக் கண்டுபிடிக்கும் முயற்சியில் ஏமாற்றமே மிஞ்சும் என்றும் இவர் கருதுகிறார்.

சோம பானம் பருந்து போன்ற ஒருவகை பறவையால் சொர்க்கத்தில் இருந்து கொண்டு வரப்பட்டது எனும் நம்பிக்கை வேதகால மக்களிடம் இருந்தது. இந்திரனுக்குச் சோம பானத்தை அளிக்காதவர்கள் விரதமற்றவர்கள் எனப்பட்டனர். காடுகளில் சோம ரசத்தைப் பிழிவதற்காக செடிகளைச் சேகரிக்கும்போது அதைத் தடுப்பவர்கள் சோமனுக்குத் துன்பத்தை அளிப்பவர்களாகக் கருதப்பட்டனர். நேற்று பொழியப்பட்டது எனும் வார்த்தை ரிக் வேதத்தில் பரவலாகப் பயன்படுத்தப்படுகிறது. இது, புளிப்பதற்கு வசதியாக இரண்டு நாட்களுக்கு முன்பாகவே தயாரிக்கப் பட்ட சோமரசமாக இருக்கலாம்.

மலைகளிடையே நதிகள் பாய்ந்து வரும் நிகழ்வானது, வேள்விகளில் பயன்படுத்தப்படும் சோம ரசத்தைத் தயாரிப்பதற்கு, அதற்கான கற்களைத் தேடி, இவை ஓடி வருவதாக உருவகப்படுத்தப்பட்டுள்ளது. மத என்ற சொல் மகிழ்ச்சி, சந்தோஷம், குதூகலம் ஆகியவற்றை அளிப்பதாக நம்பினர்.

சோமன்- சோம பானத்தை வழங்கும் செடியின் தேவதை (கடவுள்). டயோனிசஸ் அல்லது பசஸ் என்ற கிரேக்கக் கடவுளின் இந்தியப் பதிப்பு எனலாம். விட்னி என்பவர் கூறுகிறார், ‘ஆரியர்களின் மதம் இயற்கையை ஆதரிப்பதே. சோமபானம் கிளர்ச்சியூட்டும் ஒரு தாற்காலிக மயக்கத்தை தரவல்லது என்பதைக் கண்டனர். இதை அருந்துவதன் காரணமாகத் தாங்கள் இயற்கைக்கு மாறான செயல்களைச் செய்யக்கூடிய திறமையை இப்பானம் கொடுப்பதாகக் கருதினர். ஆகவே இதை ஒரு தெய்வீக பானமாகவே கருதத் தொடங்கினர். ஒருவருடைய உடலினுள் சென்றவுடன் இப்பானம் தெய்வீக சக்தியைத் தருவதாக ஆரியர்கள் கருதினர். அப்பானத்தை அளிக்கும் செடியைச் செடிகளின் அரசனாக மதித்தனர்.’

ரிக் வேதத்தில் இடம்பெற்றுள்ள சோமபானம் குறித்த பாடல்களில் இரண்டை மட்டும் பார்க்கலாம்.

ரிஷி கனச்சேபன், இந்திரன் மற்றும் பிறவனவற்றை நோக்கிக் கூறுவது: (சோம பானம் தயாரிக்கும்போது பாடப்படும் பாடல்)

1. இந்திரனே! சோம ரசத்தை அழுத்த, பரந்த அடிப்பாகமுள்ள கல் உயர்த்தப்படுகிறது. மர உரலில் ரசத்தைப் பருகவும்.
2. இந்திரனே! சோம ரசத்தை ஏந்த, இரு பரந்த தாங்கிகள், இரு சனங்கள் போல பயன்படுத்தப்படுகின்றன. உரலில் ரசத்தை அறிந்து பருகவும்.
3. வேள்விச் சாலையும், வருபவளும், செல்பவளுமான மனைவி போல் நீ வேள்வியிலே உரலில் சோம ரசத்தை அறிந்து பருகவும்.
4. இந்திரனே! தொழுபவர்கள், மந்தைக் குதிரையைக் கடிவாளங்களால் பிணைப்பது போல், கயிற்றால் இணைக்குங்கால் நீ உரலில் சோமரசத்தை அறிந்து பருகவும்.
5. உரலே! நீ இருக்கும் ஒவ்வொரு மனையிலும் வெற்றியுள்ள படையின் முரசுபோல் உரத்த நாதத்தை எழுப்பவும்.
6. வனஸ்பதியே! உரலே! உன் முகப்பிலே காற்று வீசுங்கால் இந்திரனுடைய பானத்துக்காக சோமத்தை சித்தப்படுத்தவும்.
7. யக்ஞத்தின் கருவிகளும் உணவைத் தருபவையும் மிக்க சப்திப்பவையுமான - உரலும் உலக்கையும் - இந்திரனுடைய தானியத்தைப் புசிக்கும் குதிரைகள் போல விளையாடுகின்றன.
8. இனிய வடிவங்களுள்ள வனஸ்பதிகளான நீங்கள் இருவரும் இந்திரனுக்கு இனிய தாரைகளோடு இனிப்பான சோமரசத்தைப் பொழியுங்கள்.
9. ஹரிச்சந்திரனே! மிகுதியாயிருக்கும் சோம ரசத்தைத் தட்டுகளில் ஏந்தவும். பவித்திரத்தில் தெளிக்கவும். இன்னும் மீதமிருப்பவற்றை கோ சருமத்தின் மீது வைக்கவும்.

ரிஷி கிருத்சமதன், இந்திரனை நோக்கிக் கூறுவது: (சோமத்தைச் சிறப்பித்துக் கூறும் பாடல்)

1. அத்வர்யுக்களே! இந்திரனுக்காக சோமத்தை எடுத்து வாருங்கள். மதமளிக்கும் சோமத்தைத் துடுப்புகளால் அக்கினியில் பொழியுங்கள். வீரன் எப்பொழுதும் சோம ரசத்தை விரும்புகிறான். வர்ஷிக்கும் இந்திரனுக்கு சோமத்தை அளியுங்கள். அவன் அதை விரும்புகிறான்.

2. அத்வர்யுக்களே! அவன் தன் இடியால் மரத்தைத் தகிப்பதுபோல் மழையைத் தடுத்த விருத்திரனைக் கொன்ற இந்திரனுக்கு சோமத்தை அளியுங்கள். அவன் அதை விரும்புகிறான். இந்திரன் சோமபானத்துக்கருகன்.

3. அத்வர்யுக்களே! திரிபீகனைக் கொன்றவனும், வலனை அழித்தவனும், பசுக்களை விடுவித்தவனுமான இந்திரனுக்கு வானிலே காற்றைப் போல் மழையைத் தரும் இந்த சோமத்தை அளியுங்கள். ஆடைகளால் முதியவனைப்போல் இந்திரனை சோமங்களால் போர்த்துங்கள்.

4. அத்வர்யுக்களே! தொண்ணூற்றொன்பது கைகளைப் புலப்படுத்திய உரணனைக் கொன்றவனும், தலைகீழாக அற்புதனைக் கீழே தள்ளிய இந்திரனுக்கு சோமத்தை அளித்துப் போற்றுங்கள்.

5. அத்வர்யுக்களே! கவசனனையும், வெப்பத்தால் கவரப்படாமல் இருந்த சுஷ்ணனையும், வியம்சனையும் கொன்றவனும், பிப்ருவையும், நமுசியையும், ருதிக்காரனையும் அழித்தவனுமான இந்திரனுக்கு சோமத்தை அளியுங்கள்.

6. அத்வர்யுக்களே! வைரமான வச்சிரத்தால், சம்பரனின் நூறு பழைய கோட்டைகளை இடித்தவனும், வரிசினின் நூறாயிரம் மக்களை வீழ்த்தியவனுமான இந்திரனுக்கு சோமத்தை அளியுங்கள்.

7. அத்வர்யுக்களே! நூற்றுக்கணக்கிலும், ஆயிரக்கணக்கிலும் அசுரர்களைக் கொன்று, அவற்றைப் புவியின் அங்கத்தின் மீது எறிந்தவனும், குத்சனுடைய, ஆயுவினுடைய, அதிதித்வனுடைய பகைவர்களை அழித்தவனுமான இந்திரனுக்கு சோமத்தை அளியுங்கள்.

8. அத்வர்யுக்களே! தலைவர்களே! இந்திரனுக்கு சோமத்தை அளித்து, நீங்கள் விரும்புவதைப் பெற்றுக் கொள்ளுங்கள். புகழ்பெற்ற இந்திரனுக்குக் கைகளால் சுத்தப்படுத்தப்பட்ட சோமத்தை எடுத்து வாருங்கள். வேள்வியை நடத்தும் நீங்கள் அதை இந்திரனுக்கு அளியுங்கள்.

9. அத்வர்யுக்களே! நீங்கள் துரிதமான சுகப்படுத்தும் சோமத்தை அவனுக்களியுங்கள். சலத்தால் சுத்தமானதும், துடுப்பிலிருப்பதுமான சோமத்தை உயர்த்துங்கள். அவன் இன்பமாகி உங்கள் கைகளிலிருந்து பெற விரும்புகிறான். மதமளிக்கும் சோமரசத்தை இந்திரனுக்கு அளியுங்கள்.

10. அத்வர்யுக்களே! பாலால் நிறைந்துள்ள பசுவின் ஆபினத்தைப் போல் வள்ளலான இந்திரனை சோமத்தால் நிரப்புங்கள். யக்ஞாருகனான இந்திரன், சோமத்தையளிக்க விரும்புபவனை நன்கறிந்து அவனிடம் தானே இந்த சோமத்தின் ரகசியத்தை அறிகிறேன் எனக்கூறினான்.

11. அத்வர்யுக்களே! சோதியின், வானின், புவியின், செல்வங்களின் அரசனான இந்திரனை சோமங்களால் களஞ்சியத்தை யவத்தால் (பார்லி) நிரப்புங்கள். இது உங்கள் செயலாகுக.

(நன்றி: ரிக் வேதம், செவ்விதாக்கம் வீ.அரசு, அலைகள் வெளியீட்டகம்)

●

சங்க இலக்கியங்களில்

புறநானூறு.

பழந்தமிழ் இலக்கியங்களான எட்டுத் தொகையுள் எட்டாவதானது 400 பாடல்களைக் கொண்டது. இதனைப் பதிப்பித்த உ.வே.சாமிநாதையர் சொல்லுவார், 'தமிழ்ப் புலவர் வரலாறுகளையும், தமிழ்ப் பேரரசர், சிற்றரசர், உபகாரிகள் போன்றோரின் சரித்திரங்களையும், பண்டைத் தமிழருடைய ஒழுக்க வழக்கங்களையும் இதில் காணலாம்.'

ஆமாம். சங்ககாலத் தமிழர்களுடைய வரலாற்றை, அவர்தம் வாழ்க்கை முறையை அறிந்து கொள்ள புறநானூறு நமக்கு ஓரளவு உதவுகிறது. குறிப்பாக உணவு முறையைப் பற்றி இவ்விலக்கியம் சொல்லும் தகவல்கள் நமக்கு மிகவும் பயனுள்ளவையாகும்.

இவற்றினூடாக அரியல், தேறல், நறவு, தோப்பி, பிழி, மட்டு, வேரி, கள் போன்ற சொற்கள் புறநானூறு முழுக்க விரவியுள்ளன. இவை யெல்லாம் என்ன என்கிறீர்களா? சங்க காலத் தமிழர்கள் பயன்படுத்திய, மயக்கத்தைத் தரக்கூடிய மது வகைகள்.

வேதகாலத்தில் பயன்படுத்தப்பட்ட சோம பானத்தைத் தமிழர்கள் பயன்படுத்தியதாகத் தெரியவில்லை. ஆனால் மதுவைப் பயன்படுத்தி யிருக்கிறார்கள். இன்புற்று வாழும் கலையைத் தெரிந்து வைத்திருக் கிறார்கள். அந்த வகையில் புறநானூற்றில் இடம் பெற்றுள்ள பாடல்களில் ஒருசிலவற்றை இப்போது நாம் பார்க்கலாம்.

புகழ்பெற்ற பாடல். அனைவரும் அறிந்ததுதான். அதியமான் இறந்த நிலையில் ஔவையார் பாடியது.

'சிறியகட் பெறினே, எமக்கீயும் மன்னே
பெரியகட் பெறினே
யாம்பாடத் தான்மகிழ்ந்து உண்ணும் மன்னே!' (புறம் 235)

இவ்வரிகளுக்குச் 'சிறிய அளவினை உடைய கள்ளைப் பெறின் எங்களுக்குத் தருவான். அது கழிந்தது. பெரிய அளவினையுடைய

கள்ளைப் பெற்றானாயின் அதனை யாமுண்டு பாட எஞ்சிய மதுவைத் தான் விரும்பி நுகர்வான். அது கழிந்தது' என விளக்கமளிப்பார் உ.வே.சா.

இன்னொரு சமயத்தில் சேரமான் மாவெண்கோவும் பாண்டியன் கானப் பேரெயில் கடந்த உக்கிரப் பெருவழுதியும் இராசசூயம் வேட்ட பெருங்கிள்ளியும் ஒன்றாக இருந்ததைப் பார்த்த ஔவையார்,

'பாசிழை மகளிர் பொலங்கலத் தேந்திய
நாரரி தேறன் மாந்தி மகிழ்சிறந்து'
இரவலர்க்கு அருங்கலம் அருகாது வீசி
வாழ்தல் வேண்டும். இவண் வரைந்த வைகல் (புறம் 367)

என்று வாழ்த்துகிறார். மன்னர்கள் மது அருந்தியதுகூட இங்கு பெரிதில்லை. அவர்களுக்கு அதை எடுத்துக் கொடுப்பவர்கள் யார் தெரியுமா? பொன்னால் செய்யப்பட்ட அழகிய அணிகலன்களை அணிந்த பெண்கள். இதே போல் மதுரைக் காஞ்சியிலும் ஒரு காட்சி வருகிறது. பின்னர் பார்க்கலாம்.

இதற்கிடையே பாரி இறந்த நிலையில் அவனது மகள்களை அழைத்துக் கொண்டு புறப்படும் கபிலர், அந்தப் பறம்பு மலையைக் கொஞ்சம் திரும்பிப் பார்க்கிறார்.

'ஈண்டுநின் றோர்க்கும் தோன்றும் சிறுவரை
சென்றுநின் றோர்க்கும் தோன்றும் மன்ற;
களிறுமென்று இட்ட கவளம் போல
நறவுப்பிழிந்து இட்ட கோதுஉடைச் சிதறல்
வார்அசும்பு ஒழுகு முன்றில்
தேர்வீசு இருக்கை நெடியோன் குன்றே.' (புறம் 114)

அந்த மலை, வளர்ந்த மதுச் சேறொழுகும் முற்றத்தையுடையதாக இருந்ததாம். பின்னர் காரி தலைமையேற்றிருந்த முள்ளூர் மலைக்கு வரும் கபிலர், அவனது வள்ளல் தன்மையை இவ்வாறு புகழ்கிறார்:

'நாட்கள் ளுண்டு நாண்மகிழ் மகிழின்
யார்க்கு மெளிதே தேரீ தல்லே
தொலையா நல்லிசை விளங்கு மலையன்
மகிழா தீத்த விழையணி நெடுந்தேர்' (புறம் 123)

அதாவது மன்னன் கள்ளுண்டு உற்சாகத்தில் இருக்கும்போது அவனைப் பாடும் புலவர்களுக்கு, தேர்களை வாரி வழங்குவது இயற்கை. ஏனெனில், அது அவனுள் சென்றிருக்கும் கள் செய்யும் வேலை. எனவே அந்தக் கொடையானது செயற்கையானதுதான் ஆனால்,

நம்முடைய காரியோ, அப்படி கள் எதுவும் அருந்தாமல் புலவர்களுக்கு வாரி வழங்குகிறானே, அந்தத் தேர்கள், அவனது முள்ளூர் மலையில் விழும் மழைத்துளிகளைவிட அதிகமாகுமாம்.

இப்படித்தான் ஆவூர் மூலங்கிழார் எனும் புலவர் மல்லிகிழான் காரியாதி என்பவனைச் சந்தித்துப் பாடி, பரிசில் பெறுவதற்காகச் செல்கிறார். அங்கே இம்மல்லிகிழான் தந்த கள்ளைப் பல ஊர்களில் இருந்து வந்த ஆண்கள் குடித்து மகிழ்ச்சியாக இருக்கின்றனர்.

கள்ளின் புளிப்புக்கு மேலும் புளிப்பு ஏற வேண்டுமே? களாப் பழம், துடரிப்பழம், நாவற் பழங்களையும் அவர்கள் பறித்துச் சாப்பிடு கிறார்களாம். தொடர்ந்து, எய்ப் பன்றியின் இறைச்சி கலந்து சமைத்த சோற்றைப் பனையோலையில் வைத்து ஒரு கட்டு கட்டுகிறார்கள். அதுவும் விடியற்காலையில் என்பதுதான் இங்கு விசேஷம்.

‘விடியற்காலத்துச் சீருக்கு நிகரேது’ என கீழ்க்கண்டவாறு வியக்கிறார் ஆவூர் மூலங்கிழார்.

‘திங்களு நுழையா வெந்திரப் படுபுழைக்
கண்மாறு நீட்ட நணிநணி யிருந்த
குறும்பல் குறும்பிற் றதும்ப வைகிப்
புளிச்சுவை வேட்ட செங்க ணாடவர்
தீம்புளிக் களாவொடு துடரி முனையின்
மட்டறல் னல்யாற் றெக்க ரேறிக்
கருங்கனி நாவ லிருந்துகொய் துண்ணும்
பெரும்பெய ராதி பிணங்கரிற் குடநாட்
டெயினர் தந்த வெய்ம்மா னெறிதசைப்
பைஞ்ஞிணம் பொருத்த பசுவெள் ளமலை
வருநர்க்கு வரையாது தருவனர் சொரிய
இரும்பனங் குடையின் மிசையும்
பெரும்புலவர் வைகறைச் சீர்சா லாதே.’ (புறம் 177)

நம்பி நெடுஞ்செழியனைப் பாடிய பேரெயில் முறுவலாரோ, ‘தீஞ்செறி தசும்பு தொலைச்சினன்’ (புறம் 239) என்கிறார். அதாவது, இனிய செறிவையுடைத்தாகிய மதுவையுடைய குடங்களைப் பலருக்கும் வழங்கித் தீர்த்தவனாம். இன்னொரு புலவர் ஆவியார் இவரும் தன்னுடைய தலைவனை இப்படிப் பாடுகிறார், ‘எமக்கே கலங்கல் தருமே, தானே தேறல் உண்ணும் மன்னே.’ (புறம் 298) கலங்கிய கள், மரத்திலிருந்து இறக்கிய கள்ளை அப்படியே இவருக்குத் தருவானாம். இறக்கித் தெளிந்த கள்ளை அவன் குடிப்பானாம். இறக்கியவுடன் குடிக்கும் கள்ளில்தான் போதை அதிகம் என்பதைக் குடித்தார் சொல்வாராக. வடமவண்ணக்கன் எனும் புலவர், ‘ஏற்றுக வுலையே

யாக்குக சோறே கள்ளுங் குறைபட லோம்புக' (புறம் 172) என அறைகூவல் விடுக்கிறார்.

புறநானூற்றைத் தொடர்ந்து அகநானூறு, பட்டினப்பாலை, பதிற்றுப் பத்து, பரிபாடல், மதுரைக்காஞ்சி போன்ற சங்க இலக்கிய நூல்களிலும் காணப்படும் மது குறித்த தகவல்களை நாம் பார்க்கலாம்.

தலையாலங்கானத்துச் செருவென்ற பாண்டியன் நெடுஞ்செழியனை மாங்குடி மருதனார் பின்வருமாறு வாழ்த்துகிறார்.

'இலங்கிழை மகளிர் பொலங்கலத் தேந்திய
மணங்கமழ் தேறன் மடுப்ப நாளும்
மகிழ்ந்தினி துறைமதி பெரும
வரைந்துநீ பெற்ற நல்லூ ழியையே.' (மதுரைக் காஞ்சி 779)

இங்கும் ஊற்றிக் கொடுப்பவர்கள் மகளிர் என்பது குறிப்பிடத்தக்கது.

அக்காலத்துப் பெண்களும் மது அருந்தினர் என்பதை பட்டினப் பாலையின் கீழ்க்காணும் வரிகள் மூலம் உணரலாம்,

'பொய்யா மரபிற் பூமலி பெருந்துறைத்
துணைப்புணர்ந்த மடமங்கையர்
பட்டுநீக்கித் துகிலுடுத்தும்
மட்டுநீக்கி மதுமகிழ்ந்தும்' (பட்டினப்பாலை 105-108)

கள் உண்ட தந்தைக்கு மகள் மீன் ஊட்டும் காட்சி அகநானூற்றில் இப்படி பாடப்படுகிறது.

நாண்கொள் நுண்கோலின் மீன்கொள் பாண்மகள் தாளபுனல்
அடைகரைப் படுத்த வராஅல்,
நாரரி நறவுண்டு இருந்த தந்தைக்கு,
வஞ்சி விறகின் சுட்டு, வாய் உறுக்கும் (216)

வையையின் (வைகை ஆற்றின்) புதுநீர் வரவு இப்படி இருப்பதாகப் பரிபாடலில் நல்லந்துவனார் பின்வருமாறு பாடுகிறார்.

நாமமார் ஊடலும் நட்பும் தணப்பும்
காமமும் கள்ளும் கலந்துடன் பாராட்டத்
தாமமர் காதலரொ டாடப் புணர்வித்தல்
பூமலி வையைக்கு இயல்பு!

அதாவது, ஊடுதலும், கூடுதலும், அச்சந்தரும் சிறுபிரிவும் ஆகிய இம்மூன்றுடனும் சேர்ந்த காமத்தையும் கள்ளையும் ஒன்றாகக் கலந்து அனைவரும் பாராட்டுமாறு அளிப்பது வையையின் புதுநீர் வரவாம்!

வையையில் நீராடிய பெண் ஒருத்தியின் நிலை எப்படி இருந்தது தெரியுமா? இதோ பரிபாடலில், மையோடக்கோவனார் சொல்வதைக் கேளுங்கள்.

விரும்பிய ஈரணி மெய் ஈரம் தீர
சுரும்பு ஆர்க்கும் சூர் நறா ஏந்தினாள் கண் நெய்தல்
பேர் மகிழ் செய்யும் பெரு நறாப் பேணியவே
கூர்நறா ஆர்ந்தவள் கண்.

'விரும்பத் தகுந்த ஈரமான அணிகளைக் கொண்ட உடலினது ஈரமானது தீரும் பொருட்டு ஒருத்தி, வண்டு மொய்க்கும் போதை கொண்ட கள்ளைத் தன் கையில் ஏந்தி நின்றாள். அவ்வேளையில் அவள் கண்கள் கரிய நெய்தல் மலரைப் போலத் தோன்றின. அவள் பெருமகிழ்ச்சியை உண்டாக்கும் போதை மிக்க கள்ளைக் குடித்தாள். குடித்ததும் அவளுடைய கருநிறக் கண்கள், பெரிய நறவம் பூவைப் போலச் செந்நிறத்தை அடைந்தன.' (விளக்கம்: புலியூர் கேசிகன்)

காந்தட் பூவால் தொடுக்கப்பட்ட கண்ணியினைத் தலையில் அணிந்து, கொலை புரியும் வில்லினைக் கையிலே ஏந்தி வரும் வேட்டுவர், செவ்விய ஆமாவின் இறைச்சி, யானையின் தந்தத்துடன் கடைத் தெருவில் புகுவர். அங்கு தாம் கொண்டு வந்தவற்றைக் கொடுத்து அதற்கு ஈடாகப் பொன்னைப் பெறாமல், கள்ளை வாங்கி உண்பார் களாம். இக்காட்சியினை பதிற்றுப் பத்தில் (30: 9-13) காணலாம்.

காந்தளங் கண்ணிக் கொலைவில் வேட்டுவர்
செங்கோட டாமா னூனொடு காட்ட
மதனுடை வேழத்து வெண்கோடு கொண்டு
பொன்னுடை நியமத்துப் பிழிநொடை கொடுக்கும்
குன்றுதலை மணந்த புன்புல வைப்பும்.

நிலத்தில் விளைந்த வெண் வரகு, கொள்ளு போன்றவற்றைக் கள்ளுக்குரிய பொருளாகக் (பண்டமாற்று) கொடுத்துள்ளனர்.

வன்புலந் தழீஇய மென்பா றோறும்
மருபுல வினைஞர் புலவிகல் படுத்துக்
கள்ளுடை நியமத் தொள்விலை கொடுக்கும்
வெள்வர குழுத கொள்ளுடைக் கரம்பை (பதிற்றுப்பத்து 75: 8-11)

பொங்கல் பானையை அலங்கரிப்பது போல் கள் குடமும் அலங்கரிக்கப்பட்டது. அதன் கழுத்தில் இஞ்சியையும் நறுமலர் வீசும் பூக்களையும் கலந்து தொடுக்கப்பட்ட மாலை அணிவிக்கப் பட்டதாம். கள் குடித்தபின் முகர்வதற்கும் இந்த இஞ்சியும் பூக்களும் பயன்பட்டன.

இப்படி அலங்கரிக்கப்பட்ட கள் குடங்கள் வண்டிகளில் ஏற்றப்பட்டன. கள் குடித்தவர் களிப்பு மிகுதியால் ஆடுவதுபோல் இந்தக் குடங்களும் அசைந்தன. அவை உருளாமல் இருப்பதற்கான இருக்கைகளும் அமைக்கப்பட்டனவாம். இத்தகைய இன்பம் தரும் கள்ளினைத் தனக்கென வைத்துக் கொள்ளாமல் தன்னுடைய படை வீரர்களுக்கும் பாணர்க்கும் கடல்பிறக்கோட்டிய செங்குட்டுவன் வழங்கி மகிழ்ந்தான் என்பதை பரணரின் பின்வரும் பாடல் இப்படி வருணிக்கிறது.

இஞ்சிவீ விராய பைந்தார் பூட்டிச்
சாந்துபுறத் தெறிந்த தசும்புதுளங் கிருக்கைத்
தீஞ்சேறு விளைந்த மணிநிற மட்டம்
ஓம்பா வீகையின் வண்மகிழ் சுரந்து (ப.பத்து 42:10-13)

மேற்காணும் இலக்கியங்களில் கள் எனப்படுவது தென்னங்கள், பனைமரக் கள் ஆகியவற்றைக் குறிக்கும். நெல், தினை போன்ற தானியங்களில் இருந்தும் மது வகைகள் உருவாக்கப்பட்டன. வீடுகளில் காய்ச்சப்பட்ட இவ்வகைக் கள், தோப்பிக்கள் எனப்பட்டது.

மது வகைகளைக் குறிப்பிடும் சங்க இலக்கியங்கள் அவற்றைத் தயாரிக்கும் முறைகளையும் விளக்கியுள்ளன. பழச்சாறு, அரிசிக் கஞ்சி, தேன் ஆகியவற்றைப் புளிக்க வைத்துள்ளனர். இவ்வாறு இரு பகல், இரண்டு இரவு புளிக்க வைத்தால் அந்த மதுவுக்கு சுள்ளாப்பு (கிக்) மிகுதியாகுமாம். இப்படிப் புளிக்கவைக்கப்பட்ட கள்ளைக் குடிக்கும்போது அதன் சுவை நாக்கில் எப்படி இருக்கும் தெரியுமா? 'தேட்கடுப்பு அன்ன நாட்படு தேறல்'- தேள் கொட்டியது போல் சுள்ளென்று ஏறுமாம். இதை விளக்கி யிருப்பவர் நம்முடைய ஔவை பெருமாட்டியார்தான். *(புறம் 392)*

மலைநாடுகளில் உள்ள குறவர் அங்கு கிடைக்கும் பொருட்களைக் கொண்டு மதுவை உண்டாக்கினார்கள். மலைப்பாறைகளில் மலைத்தேன், பலாப் பழங்கள் கிடைத்தன. மூங்கில் மரங்களும் அடர்ந்திருந்தன. பலாச் சுளையில் இருந்து உருவாக்கப்படும் மதுவானது, மலைத் தேனுடன் கலக்கப்பட்டு, மூங்கில் குழாய்களில் ஊற்றி, அதன் வாய் அடைக்கப்பட்டு, மண்ணில் புதைக்கப்பட்டது. பின்னர் புளிப்புச் சுவை ஏறியவுடன் அவை மண்ணில் இருந்து எடுக்கப்பட்டு அருந்தப்பட்டன. இத்தகைய மது வகையை 'நிலம் புதைப் பழுனிய மட்டின் தேறல்' என்கிறார் கபிலர்.

அரசர், வீரர், புலவர், மாலுமிகள், உழவர் முதலான அனைவரும் அக்காலத்தில் மது அருந்தினார்கள் என்று சொல்லும் ஆய்வாளர் மயிலை சீனி.வேங்கடசாமி, 'இவ்வகை மது தமிழ்நாட்டிலேயே தயாரிக்கப்பட்டு, தமிழ்நாட்டிலேயே விற்கப்பட்டன' என்கிறார்.

சங்க காலத்தில் மது என்பது உணவில் முக்கிய இடத்தைப் பிடித்திருந்தது. ஏன் உணவாகவே மாறியிருந்தது என்றும் சொல்லாம். அரசன் முதல் ஆண்டிவரை அனைவரும் குடித்தனர். பரிசு வழங்கிய வள்ளலும் குடித்தான். பரிசு வாங்கிய புலவனும் குடித்தான். பெண்களும் குடித்தார்கள். ஓயாமல் போர்செய்து கொண்டிருந்த அந்தச் சமூகம்தான், மகிழ்ச்சியையும் விரும்பியது. அந்த விருப்பங்களின் வெளிப்பாடுதான் மேலே நாம் தொட்டுக்காட்டிய சில பாடல்கள்.

குறிப்பாக, அதியமான் இறந்தபின் ஔவையார் பாடிய பாடலைச் சுட்டிக்காட்டும் பெருமாள் முருகன், 'துயரத்தை யாப்பிலக்கணக் கட்டுப்பாடுகளை எல்லாம் மீறி மனம் கொள்ளும் வகையில் புலம்பித் தவிக்கும் பாடல். சங்க கால விருந்தோம்பல், கொடை மரபு, கலைஞர் நிலை ஆகியவற்றை மட்டுமல்லாது அரசனுக்கும் புலவருக்கும் இருந்த நெருக்கத்தையும் வெளிப்படுத்தும் பாடல்' என வருணிக்கிறார். பின்னர் சொல்கிறார், 'தமிழர் வாழ்வின் பிரிக்க இயலாத அம்சம் மது.'

•

வரலாற்றில்

'தமிழ் இலக்கியங்களில் சொல்லப்பட்ட விஷயங்களுக்கு வரலாற்று ஆதாரம் இருக்கிறதா?' -இயல்பாகவே இப்படியொரு கேள்வி நம்முன் எழும். ஆதாரம் இருக்கிறது என்கிறார்கள் ஆய்வாளர்கள். உதாரணத்துக்கு மீண்டும் புறப்பாடலை நாம் பார்க்கலாம். இலவந்திகைப் பள்ளித்துஞ்சிய பாண்டியன் நன்மாறனை, புலவர் நக்கீரர் இவ்வாறு வாழ்த்துகிறார்.

யவனர் நன்கலந் தந்த தண்கமழ் தேறல்
பொன்செய் புனைகலத் தேந்தி நாளும்
ஒண்டொடி மகளிர் மடுப்ப மகிழ்சிறந்
தாங்கினி தொழுகுமதி யோங்குவாண் மாற.' (புறம் 56)

இதில் சொல்லப்படும் யவனர் நன்கலந் தந்த தண்கமழ் தேறல் என்பது, யவனர்களால், ரோமானியர்களால் இங்கு கொண்டு வரப்பட்ட மது வகைகளாகும்.

தமிழ்நாட்டில் அரிக்கமேடு, வசவ சமுத்திரம், காஞ்சிபுரம், அழகன்குளம் உள்ளிட்ட இடங்களில் நடந்த அகழ்வாய்வுகளில் 'ஆம்போரா' எனப்படும் மதுச்சாடிகள் கிடைத்துள்ளன. இவை 'கி.மு.100-லிருந்து கி.பி.100 வரையிலான காலப்பகுதியில்

இந்தியாவில் இறக்குமதி செய்யப்பட்டிருக்க வேண்டும்' எனத் தெரிவிக்கும் முனைவர் சு.தில்லைவனம் 'இத்தகைய சாடிகளில் வந்த மதுவைத்தான் புறப்பாடல்கள் புகழ்வதாகவும்' தெரிவித்துள்ளார்.

இதே போன்ற மதுச்சாடிகளை தமிழ்நாட்டுக் குயவர்கள் வனைந்திருக் கிறார்கள். ஆம்போரா சாடிகளில் உள்ளதைவிடச் சற்றே மாறுபட்ட கூர்முனைகள் இந்தச் சாடிகளுக்கு இருக்கிறது. காஞ்சிபுரத்தில் நடைபெற்ற அகழாய்வில் ஆம்ஃபோரா சாடிகளுடன் இத்தகைய உள்நாட்டு மதுச்சாடிகள் வரிசை வரிசையாக பூமியில் புதைத்து வைக்கப்பட்டிருந்தது கண்டுபிடிக்கப்பட்டது.

இதேபோல், புதுவை அருகே உள்ள அரிக்கமேட்டிலும் உள்நாட்டில் உருவாக்கப்பட்ட கூர்முனையுள்ள 8 மதுச்சாடிகள் ஒரே இடத்தில் புதைத்து வைக்கப்பட்டிருந்தது வீலரின் அகழாய்வில் கண்டறியப்பட்டது.

வடஇந்திய அரசர்களும் இத்தகைய யவனமதுவை வாங்கி அருந்தியுள்ளனர். அசோக சக்கரவர்த்தியின் தந்தையான பிந்துசார மன்னன் இந்த மதுவை அருந்தியிருக்கலாம் எனக் கூறப்படுவதைச் சுட்டிக்காட்டுகிறார் மயிலை சீனி.வேங்கடசாமி. மதுவைப் புளிக்க வைத்துச் சுவைத்துக் குடிக்க வேண்டும் என்பதற்காக இவை பூமிக்கடியில் புதைத்து வைக்கப்பட்டனவாம்.

தமிழ்நாட்டின் பிற்கால வரலாற்றில் சோமயாஜி பிராமணர்கள் தென்படுகின்றனர். குறிப்பாக பக்தி இயக்கக் காலத்தில் சோம பானத்தைக் கொண்டு இத்தகைய பிராமணர்கள் யாகம் நடத்தியுள்ளனர் என்று சொல்லும் ஆய்வாளர் மயிலை சீனி.வேங்கடசாமி, 'சோமயாஜி பார்ப்பனன் ஒருவன் சோம பானத்தைக் குடித்துக் குடித்துத் தம்முடைய மனத்தைச் சுத்தப்படுத்திக் கொண்டதாகச் சொல்லும் தளவாய்ப்புர செப்பேட்டினை' மேற்கோள் காட்டுகிறார்.

இந்த இடத்தில், கி.பி.7ஆம் நூற்றாண்டில் பல்லவ மன்னன் மகேந்திரவர்மப் பல்லவன் எழுதிய 'மத்தவிலாசப் பிரஹசனம்' எனும் நாடக நூல் நம் நினைவுக்கு வருகின்றது. சத்திய சோமன் எனும் காபாலிகன் மது அருந்துவதற்குப் பயன்படுத்திய கபால ஓடு காணாமல் போய் விடுகிறது. அதைத் தேடிக் கண்டுபிடிப்பதுதான் இந்நாடகம்.

சத்திய சோமனும் அவனது மனைவி தேவசோமையும் குடித்துவிட்டு பேசியபடி வருகின்றனர். அப்போது ஆருகதர் (ஜைனர்) குறித்தும் பேச்சு வருகிறது. அவர்களது பெயரை உச்சரித்ததால் தன்னுடைய நாக்கு குற்றப்பட்டுவிட்டது என்றும், அதைக் கள்ளினால் கழுவிச் சுத்தப்படுத்த வேண்டும் என்றும் காபாலி சொல்கிறான். இருவரும் இன்னொரு கள்ளுக்கடையைத் தேடுகின்றனர்.

அதோ, மற்றொரு கள்ளுக்கடை சத்தியசோமனின் பார்வையில் படுகிறது. 'அந்தக் கள்ளுக் கடையைப் பார். அது யாக சாலையைப் போன்று எவ்வளவு அழகாகக் காணப்படுகிறது! கடையின் பெயரைத் தாங்கி நிற்கும் கம்பம், யாகசாலையில் உள்ள யூபஸ்தம்பம் போலக் காணப்படுகிறது. மதுபானம் சோமபானம் போலக் காணப்படுகிறது. கள் குடிப்போர் யாகசாலையில் உள்ள பிராமணர் போலக் காணப்படு கின்றனர். கள் கலயங்கள் சோம பானத்தை வைக்கும் பாத்திரங்கள் போல் இருக்கின்றன. அங்கு விற்கப்படும் சுவையுள்ள மச்சா மாமி சங்கள், யாகத்தில் இடப்படும் ஆகுதிகள் போலக் காணப்படுகின்றன. குடிகாரர்களின் வெறிப்பேச்சு யஜுர் வேதத்தின் யஜுஸைப்போல் இருக்கிறது. அவர்கள் பாடும் பாட்டுக்கள் சாமகானத்தை ஒத்திருக் கின்றன. கள்ளை முகர்ந்து எடுக்கும் அகப்பை, யாகத் தீயில் நெய் சொரியும் கரண்டிபோல இருக்கிறது. குடிவேட்கையே யாகாக்கினி போலும். கள்ளுக் கடைக்காரன், யாகத்தை நடத்தும் யஜமானன் போலக் காணப்படுகிறான்' என்பதாக வர்ணிக்கிறான்.

பின்னர் இருவரும் அந்தக் கள்ளுக்கடைக்குள் போகின்றனர். அப்போது தான் சத்தியசோமன் பார்க்கிறான், தன்னிடம் இருந்த கபால ஓட்டைக் காணவில்லை. தானமாகக் கொடுக்கப்படும் கள்ளை எதில் வாங்குவது? ஆனால் அன்போடு வழங்கும் பிச்சையை வாங்காமல் இருப்பது முறையல்லவே. எனவே, தேவசோமையிடமிருந்த மாட்டுக் கொம்பில் கள்ளை வாங்கிக் கொள்கின்றனர்.

பின்னர் இருவரும் காணாமல் கபால ஓட்டைத்தேடி, முன்னர் குடித்த கள்ளுக் கடைக்கு வருகின்றனர். அங்கும் இல்லை. யார் எடுத்திருப் பார்கள்? கபாலவோட்டில் கொஞ்சம் பொறித்த கறி இருந்ததால் அதை ஒரு நாய் அல்லது புத்த துறவிதான் எடுத்திருக்கவேண்டும் எனும் முடிவுக்கு சத்தியசோமன் வருகிறான். காஞ்சி நகரம் முழுவதும் அவர்கள் தேடத் தொடங்குகின்றனர்.

அப்போது அங்கு புத்த பிக்கு ஒருவர் வருகிறார். அவர் தனது மண்டையை (தானம் வாங்கும் ஓடு) ஆடையில் மறைத்து வருகிறார். அப்போது அவர் தனக்குள் இவ்வாறு பேசிக்கொள்கிறார், 'பகவான் புத்தருடைய கருணையே கருணை. என்னைப் போன்ற பௌத்த சங்கத்தைச் சேர்ந்த பிக்குகள் வசிக்க நல்ல விகாரைகளையும், படுத்துத் தூங்க நல்ல படுக்கைகளையும் அனுமதித்து இருப்பதோடு, முற்பகலில் வயிறாரச் சாப்பிடவும், பிற்பகலில் சுவையும் மணமும் உள்ள தாம்பூலங்களைத் தரிக்கவும், மெல்லிய ஆடைகளையுடுத்தவும் அவர் அனுமதித்துள்ளார். ஆனால், பெண் மகளிரையும் மதுபானங்களையும், கூடாது என்று அவர் ஏன் விலக்கி வைத்தார்? எல்லாம் அறிந்த பகவான் இவை இரண்டையும் தள்ளிவைத்திருப்பாரா? என் போன்ற வாலிப

பிக்குகள் பெண்ணையும் கள்ளையும் உபயோகிக்கலாம் என்று பகவான் எழுதி வைத்ததை மறைத்துவிட்டார்கள் என்று நினைக்கிறேன். மாற்றி எழுதப்படாத, திரிபிடகத்தின் மூலநூல் எங்கே கிடைக்கும்?'

இந்த புத்தபிக்குதான் கபால ஓட்டை எடுத்திருப்பார் எனும் முடிவுக்கு வந்த சோமனும் சோமையும் அவருடன் வாக்குவாதத்தில் ஈடுபடுகின்றனர். ஒருகட்டத்தில் இது கைகலப்பாகவும் மாறுகிறது. அப்போது அங்குவரும் பாசுபதன் என்ற பெயர் கொண்ட துறவி மத்தியஸ்தராக மாறுகிறார். வாதம் தொடர்கிறது. ஒருகட்டத்தில் சோர்வடைந்த புத்தபிக்கு தனது கபாலவோட்டை ஒப்படைக்கத் தயாராகிறான்.

அந்த நேரம் அங்குவரும் பைத்தியக்காரன் ஒருவன், உண்மையான கபாலவோட்டை ஒரு நாயிடமிருந்து பறிக்கிறான். இறுதியில் கபாலவோடு சோமனிடம் ஒப்படைக்கப்படுகிறது. முடிவில் எல்லோரும் மகிழ்ச்சியுடன் பிரிந்து செல்கிறார்கள்.

இதுதான் மத்தவிலாச பிரஹசனம் கதையின் சுருக்கம். (விரிவாக்கத்தை, மயிலை சீனி.வேங்கடசாமியின் 'மகேந்திரவர்மன்' நூலில் காணலாம்). இப்படியாக அன்றைய சமூகத்தின் நிலவரத்தை நமக்கு விளக்குகிறது, மகேந்திரவர்ம பல்லவனின் மேற்கண்ட நாடகம்.

வள்ளுவர் கள்ளுண்ணாமையை வேண்டினும் சமூகத்தில் ஆணும் பெண்ணும் கள் அருந்தி வந்துள்ளனர் என்பதே நிஜமாகும். பல்லவர் காலத்தில் மிகவும் அதிகமானதால் மகேந்திரவர்மன் நாடக வாயிலாகவும் சிற்ப வாயிலாகவும் இதனைப் படம் பிடித்துக் காட்டியுள்ளதாகத் தெரிவிக்கிறார் ஆய்வாளர் ச.கிருஷ்ணமூர்த்தி.

இக்காட்சிகளை விளக்கும் வகையிலான சிற்பங்கள் காஞ்சிபுரம் தான்தோன்றீசுவரர் மற்றும் ஸ்ரீபஞ்ச சந்தி விநாயகர் கோயில்களில் காணப்படுகின்றனவாம்.

•

பண்பாட்டுத் தளத்தில்

வழிபாடு

நடுகல். போரில் இறந்துபட்ட வீரனுக்காக எடுக்கப்பட்ட நினைவுக்கல். நடுகற்களின் சிறப்பினை தொல்காப்பியம், திருக்குறள், புறப்பொருள் வெண்பாமாலை, மலைபடு கடாம், சிலப்பதிகாரம் உள்ளிட்ட இலக்கியங்கள் போற்றிப் புகழ்கின்றன.

அந்த நடுகல்லுக்கு குறிப்பிட்ட நாளில் வழிபாடு நடத்தப்படுகிறது. பூ மாலை சூட்டப்பட்டு, தீப தூபங்கள் ஏற்றப்படுகின்றன. பலியும் கொடுக்கப்படுகிறது. இப்படையலில் தோப்பிக் கள்ளை (வீட்டிலேயே செய்யப்படும் கள்) வைப்பதற்கும் சங்க கால மனிதர்கள் தவறவில்லை. இதனை அகநானூற்றின் கீழ்க்காணும் வரிகள் நமக்கு விளக்குகின்றன.

முனையாத் தந்து முரம்பின் வீழ்த்த
வில்லேர் வாழ்க்கை விழுத்தொடை மறவர்
வல்லாண் பதுக்கைக் கடவுட் பேண்மார்
நடுகற் பீலி சூட்டித் துடிப்படுத்துத்
தோப்பிக் கள்ளொடு துரூஉப்பலி கொடுக்கும். (35)

அதியமான் காலத்து நெடுமான் அஞ்சிக்கு நடுகல் நடப்பட்டதை ஔவையார் கண்ணீர் ததும்ப இப்படிப் பாடுகிறார்.

நடுகற் பீலி சூட்டி நார் அரி
சிறுகலத் துகுப்பவுங் கொள்வன் கொல்லோ (புறம் 232)

நடுகற்கள் குறித்து ஆய்வுசெய்த செ.கிருஷ்ணமூர்த்தி, பல்லவர் காலம் தொடங்கி 53 நடுகற்களில் வீரனின் காலடியில் காட்டப்பட்டுள்ள கலயம் போன்ற வடிவத்தைச் சுட்டிக்காட்டுகிறார். இது கள்குடம் அல்லது மதுக்குடம் என்பது அவரது கருத்தாக இருக்கிறது.

மனிதன் தெய்வமாகிறான். நடுகற்கள் தெய்வச் சிலைகளாக, கோயில் களாக உருவெடுக்கின்றன. இப்போதும் 'கள் வைத்து வழிபடும்' அவ்வழக்கம் தொடர்கிறது. கிராமங்களில் எல்லைக் காக்கும் வீரர்களாக நிற்கும் சுடலைமாடன், முனியன், வீரன், வேடியப்பன் உள்ளிட்டவர்களுக்கு பீடி, சுருட்டு, சாராயம், பிராந்தி ஆகியவற்றை வைத்து படைக்கும் வழக்கம் இன்றும் தொடர்கிறது.

இதற்குக் குறிப்பிடத்தக்க உதாரணமாக இருப்பது தேனி மாவட்ட குச்சனூரில் அமைந்துள்ள சனீஸ்வரன் கோயிலாகும். இங்குள்ள சோணை கருப்பசாமிக்கு வித்தியாசமான படையல் நடந்து வருகிறது. ஆண்டுதோறும் ஆடி சனிவார திருவிழா நடக்கும். அப்போது பக்தர்கள் தங்கள் நேர்த்திக் கடனுக்கான காணிக்கையாக மது பாட்டில்களை வழங்குகின்றனர். 2016 ஆடி மாதத்தில் நடந்த விழாவின்போது இரண்டாயிரத்துக்கும் மேற்பட்ட பிராந்தி பாட்டில்கள் வழங்கப் பட்டுள்ளனவாம்.

இதுபற்றி அர்ச்சகர் ரகுராம், 'நினைக்கும் காரியங்கள் நிறைவேறினால் மது பாட்டில் வழங்குவதாக பக்தர்கள் வேண்டிக்கொள்வர். அவர்கள்

வழங்கும் பாட்டில்களில் உள்ள மதுவை சுவாமியின் வலது பாதம் அருகில் உள்ள கலயத்தில் ஊற்றுவோம். ஒரு படி (1.5 லிட்டர்) கொள்ளளவு கொண்ட மண் கலயம் எவ்வளவு மது ஊற்றினாலும் நிறையாது. குடிப்பது போன்ற ஒலியெழுந்தவாறு மது உறிஞ்சப்படும். சன்னதிக்குள் மது பாட்டில்களைத் திறந்து ஊற்றும் போது வாடை வராது. வெளிநாடுகளில் இருந்தும் பக்தர்கள் மது பாட்டில்களை அனுப்புகிறார்கள்' என்கிறார். (தகவல்: தினமலர் 9.8.2016).

நெல்லை மாவட்டம் திசையன்விளை அருகே இட்டமொழி கிராமத்தில் வெள்ளக்கார துரை ஒருவர் சிலையாக நிற்கிறார். அவருக்கு 'துரை மாடன்' எனப் பெயரிட்டுள்ள அப்பகுதி மக்கள், ஆண்டு தோறும் கார்த்திகை மாதத் திருவிழாவின்போது பீர், பிராந்தி, விஸ்கி, ரம் வகைகளை வைத்து படையல் நடத்துகிறார்கள்.

நோயைக் கொடுக்கும் கெட்ட ஆவிகள் ஊரில் நுழையக்கூடாது என்பதற்காக வீடுகளின் வாசலில் வேப்பிலையைச் செருகி வைப்பார்கள். சில வீடுகளில் கள்ளை ஊற்றிச் சிறு கலயத்தைத் தொங்க விடுவார்கள். இதனைப் பார்த்து, கள்ளைக் குடிக்கும் மனிதர்கள் இருந்தால் கள் இருக்காது. ஆகவே இங்கு மனிதர்கள் இல்லை போலும் என்று நினைத்துக் கெட்ட ஆவிகள் திரும்பிவிடும் என்று நம்பப்படுகிறது. சில சமயம் கள்ளைக் குடித்துவிட்டுக் கெட்ட ஆவிகள் திரும்பிவிடும். அதற்காக இவ்வாறு செய்கிறார்கள் என்கிறார் டாக்டர் துளசி.ராமசாமி.

2015 மார்ச் மாதத்தில் விழுப்புரம் இடுகாட்டில் நடந்த மயானக் கொள்ளைத் திருவிழாவில் நான் கண்ட காட்சி. மரணமடைந்த தம் உறவுகளின் சமாதிகளில் வழக்கமான படையல்கள் நடந்து கொண்டிருந்தன. அப்போது முதிய பெண்மணி ஒருவர் தன் உறவினரின் சமாதியின் மீது சாராயப் பாக்கெட்டைப் பிரித்துக் கொட்டினார். இன்னும் சிலர் சமாதிகளின் முன்பு பிராந்தி, விஸ்கி போன்றவற்றை வைத்துப் படைத்தனர்.

நடுகல் வழிபாடு இன்னும் தொடர்கிறது!

சடங்குகள்

ஒரியாவைச் சேர்ந்த ஒரு சமூகம் பெண்டியர். இவர்களது திருமணச் சடங்கு இப்படியாக இருக்கிறது. மணமகன் வீட்டைச் சேர்ந்தவர்கள் மணமகனோடு புறப்பட்டு மணமகள் ஊரினை அடைந்து வேறு ஒரு வீட்டில் தங்குவார்களாம். பின் அவர்கள் மணமகளின் தாயாருக்காக மூன்று துணிகளையும் மணமகள் தந்தைக்கு மூன்று ரூபாய்களையும் மணமகள் உடன் பிறந்தவர்களுக்கு ஆளுக்கு ஒரு வேட்டியும், இரண்டனா வினையும் அரிசி, சாராயம் முதலிய பொருள்களையும்

உடன்கொண்டு சென்று மணமகள் வீட்டில் அன்பளிப்பாகத் தந்து வருவார்களாம்.

கஞ்சம் மலைப்பகுதியில் வசிக்கும் ஒரிய மொழி பேசும் பெரோசர் என்பவர்களிடம் பின்வரும் வழக்கம் இருந்து வருகிறது.

ஒரு குடும்பத்தோடு மணஉறவு கொள்ள விரும்பும் இளைஞனின் பெற்றோர் இரண்டு பானைகளில் சாராயம், கொஞ்சம் அரிசி ஆகியவற்றைப் பெண் கேட்க விரும்பும் வீட்டிற்கு எடுத்துச் செல்வார்களாம். இவ்வாறு வருபவர்களுக்கு பெண் வீட்டார் பெண் கொடுக்க விரும்புவார்களாயின் அவர்கள் கொண்டுவரும் பொருள்களை ஏற்றுக்கொள்வார்கள்.

அவ்வாறு ஏற்றுக்கொள்ளப்பட்டால் மணமகன் வீட்டார் ஓராண்டுக்குப் பிறகு மீண்டும் ஐந்து குஞ்சம், அரிசி, ஒரு சேலை, ஏழு உத்தர சாராயம், பதினைந்து ரூபாய் முதல் ஐம்பது ரூபாய் வரையான தொகை ஆகியனவற்றைக் கொண்டு சென்று மீண்டும் தங்கள் விருப்பத்தை வெளியிடுவர். பின்னர் நிகழும் திருமணத்தின்போது மணமகளின் பெற்றோருக்கு ஒரு ஜோடி எருதுகளும் வேட்டி சேலையும் ஒரு பானை லண்டவும் (கூந்தல் பனையில் இருந்து வடித்த கள்) கொடுக்கவேண்டும்.

சவரர், கஞ்சம் பகுதிகளில் வாழும் மலைச்சாதியினர். இவர்களின் மொழி முண்டா இனத்தைச் சேர்ந்தது. சவர இளைஞன் ஒருவன் மணம் செய்து கொள்ள விரும்பினால் அவன் ஒரு குடத்தில் கள்ளை எடுத்துக் கொண்டு தனது சுற்றத்துடன் பெண்ணின் தந்தை வீட்டுக்குச் செல்வான். பெண்ணின் தந்தை கள்ளை ஏற்றுக் கொண்டால் அது பெண்ணைக் கொடுப்பதற்கான சம்மதமாக கருதப்படும். ஏதோ அந்தப் பகுதிகளில்தான் இந்த வழக்கம் என்றில்லை. தமிழ்நாட்டிலும்கூட இப்படிப்பட்ட வழக்கங்கள் இருக்கின்றன. குறிப்பாக, திருவண்ணாமலை மாவட்டம் செங்கம் பகுதியில் வசித்துவரும் லம்பாடி பழங்குடியினரிடம் இப்படியான ஒரு சடங்கு இன்றும் நிகழ்த்தப்படுவதை டி.சுபாஷினி (ஜெர்மன்) பதிவுசெய்துள்ளார்.

பெண் பார்க்கச் செல்லும் மாப்பிள்ளை வீட்டார் ஐந்து கிலோ வெல்லம், சாராயம் மற்றும் வெற்றிலை பாக்கு எடுத்துச் செல்வார்களாம். வெல்லம், சாராயம், வெற்றிலை பாக்கு இவற்றை மணமகள் வீட்டார் பெற்றுக் கொண்டார்கள் எனில், அந்தக் குடும்பத்துடன் மண உறவு நிச்சயிக்கப்பட்டது என்பது உறுதியாகும்.

மேலும் தமிழ்நாட்டில் உள்ள மலைவாழ் மக்கள் மற்றும் நரிக்குறவர் போன்றோரின் திருமணம் மற்றும் சாவுச் சடங்குகளில் சாராயம் அல்லது கள் முக்கிய இடத்தைப் பிடித்துள்ளது.

ஓவியக் கலை குறித்து ஆய்வுசெய்தவர் ஐ.ஜோப் தாமஸ். இந்தியாவில் பல்வேறு இடங்களில் குறிப்பாக தமிழ்நாட்டின் கொணவக்கரை, கரிக்கியூர், கீழ்வாலை, மாவடைப்பு ஆகிய இடங்களில் உள்ள பழங்காலப் பாறை ஓவியங்களில் காணப்படும் பிம்பங்கள் குறித்து இப்படிச் சொல்கிறார்:

பழங்குடியினரின் கலைகள் குறித்த ஆய்வில் பயிற்சி பெற்றவர்கள், மிகைப்படுத்தப்பட்ட மனித உருவங்கள், விலங்கு உருவங்கள் போன்றவை ஓவியன் தெளிவற்ற அரை மயக்கத்தில் இருக்கும் போது வரையப்பட்டவையாக இருக்கலாம் என்று கருதுகின்றனர். ஆதிவாசி மக்களின் கலாச்சார, சமய விழாக்களின் போது ஆண்களும் பெண்களும் இத்தகைய தெளிவற்ற மனநிலையை அடைகின்றனர். அதுசமயம் அவர்கள் சில மாயத்தோற்றங்களைக் காண்கின்றனர். இத்தகைய அரை மயக்க நிலையை ஆவியினால் ஆட்கொள்ளப் பட்டிருக்கும் நிலையாகக் கருதுகின்றனர். அந்நிலையில் இருக்கும் போது பொருள்கள் இயல்பான அளவைக் காட்டிலும் அவர்கள் அசாதாரணமான உயர்ந்த திறமைகளைப் பெறுவதாக நம்புகின்றனர்.

...அமெரிக்காவிலும் அரிசோனா மாநிலத்தில் பழங்குடி மக்கள் வாழும் பகுதிகளில் எண்ணற்ற ஓவியங்கள் வரையப்பட்ட மலைக்குகைகள் உள்ளன. அங்கு வாழ்ந்த மக்கள் தாத்தூரா (Dhatura) என்னும் பயிரை போதை மயக்கத்திற்காக உபயோகித்தனர்.

அதேபோல ஊமத்தை (Daturastramonium) என்று தமிழில் குறிப்பிடும் தாவரமும் மாயத்தோற்றங்களைத் தூண்டுவதற்குப் பல பகுதிகளிலும் பயன்படுத்தப்பட்டு வருகிறது. இந்தியாவின் பல இடங்களிலும் ஊமத்தை, அதன் மருத்துவ குணங்களுக்காகவும் மாய பிம்பங்களைத் தோற்றுவிக்கும் பண்பிற்காகவும் பயன் படுத்தப்பட்டு வருகிறது. இத்தகைய போதை தரும் தாவரங்களை உண்டு, அப்போது தோன்றும் மயக்கத்தில் இந்த (பாறை) ஓவியங் களைத் தீட்டினார்களா என்ற கேள்வி எழுகிறது.

2

கள்ளுக்கு எதிரான குரல்கள்

இன்பம், மயக்கம், போதை ஆகியவற்றைத் தருகின்ற மதுவைத் தமிழ்ச் சமூகம் கொண்டாடிய சூழலில், மதுவுக்கு எதிரான குரல்களும் எழத் தொடங்கின. இப்படியான குரல்களில் முதல் குரல், திருவள்ளுவருடைய திருக்குறளாகத்தான் இருக்கிறது. இதற்காக ஒரு அதிகாரத்தையே ஒதுக்கினார் திருவள்ளுவர். வரைவின் மகளிர், சூது இவ்விரு அதிகாரங்களுக்கும் இடைப்பட்டதுதான், கள்ளுண்ணாமை.

'சங்க காலத்தின் இறுதியில் தமிழ் மக்களிடையே குடிப்பழக்கம் அளவுக்கு மீறி காணப்பட்டது. காவிரிபட்டினம், மதுரை போன்ற பெரிய நகரங்களில் வாழ்ந்திருந்த குடிமக்கள் இத்தீய பழக்கத்தில் மூழ்கிக் கிடந்தனர். வரையற்ற சிற்றின்பமும், கட்குடியும் ஒருநாட்டின் மக்களை இழிந்த நிலைக்கு ஈர்த்துவிடும் என்பது வரலாறு காட்டும் உண்மையாகும். தமிழரிடையே தம்காலத்தில் இத்தீய பழக்கம் வேரூன்றிவிட்டதைக் கண்டு திருவள்ளுவர் பெரிதும் கவன்றார் போலும். குடிப் பழக்கத்தை வன்மையாகக் கடிந்து இயற்றிய குறட் பாக்களைத் திருக்குறளில் காணலாம். அவர் கள்ளை நஞ்சு என்றே கூறுகின்றார். ஒழுக்கத்துக்கு முரணான சிற்றின்ப விழைவும், கட்குடியும் எத்துணைத் தீய பழக்கங்கள் என்பதைக் காட்டவும், இவ்விரண்டும் தம் காலத்தில் தமிழ் மக்களைப் பெரிதும் ஈர்த்து விட்டதை கடியவுமே வள்ளுவர் 'வரைவின் மகளிர்', 'கள்ளுண்ணாமை' என்னும் அதிகாரங் களைத் திருக்குறளில் அடுத்தடுத்து வைத்திருக் கின்றார்' என்பார் டாக்டர் கே.கே.பிள்ளை.

கள்ளுண்ணாமையில் இடம்பெற்றுள்ள பத்துப் பாடல்கள் குறித்த சுருக்கமான விளக்கத்தினை திருக்குறளார் வீ.முனிசாமி வாயிலாகக் கேட்போம்:

'ஒழுக்கத்தினையும், உணர்வினையும், மனிதத் தன்மையினையும் அழிப்பதாகும். அதனை உண்ணாமையினது சிறப்பு கூறப்பட்டது. கள் குடித்தல் என்பது இயல்பாகக் கூறப்படும் வழக்கமாகும். கள் 'உண்ணாமை' என்று கூறினார். 'பருகாமை' என்பதாக இல்லை. உண்ணாமை என்றதால், தனது மதியினையும் அறிவினையும், உள்ளத்தினையும் ஆக அனைத்தையும் கெடுத்து- கள்ளுதல்- செய்கின்ற பொருள் அனைத்தையும் குறித்தார் என்று கொள்ளுதல் வேண்டும். கள்வார் என்பது கள் வினைப்பயில்வார் என்று கூறுவது போன்றதாகும்.

பகைவரால் அஞ்சப்படாமை- புகழினை இழத்தல் ஆகிய இரண்டும் கள்ளின் மேல் காதல் கொண்டு நடப்பவருக்கு உண்டு என்று முதற் குறட்பா தெளிவாகக் கூறுகின்றது. சான்றோர்கள் ஒருபோதும் இவர்களை மனிதர்களாகவே கருத மாட்டார்கள் என்று இரண்டாம் பாடல் கூறுகிறது. 'எண்ணப்பட வேண்டாதார்' என்று குறட்பா குறித்துக் காட்டுகிறது. தன் மகன் செய்யும் குற்றம் அனைத்தையும் பொறுத்துக் கொள்ளுகின்ற தாயும் மிகுந்த துன்பமடைவார் என்று 'ஈன்றார் முகத்தேயும் இன்னாதால்' என்பதாக மூன்றாம் குறட்பா குறித்துக் காட்டுகிறது. நாண் என்கின்ற பெண் கள்ளுண்பார்களை விட்டு நீங்கி விடுவாள் என்று நான்காம் குறட்பா விளக்கம் தருகிறது. நாணமில்லாதவன் மனிதனேயல்ல என்பதாகும். 'நாணுடைமை' என்ற அதிகாரம் கருதற்பாலதாகும். ஒருவன் விலை கொடுத்து கள் குடித்து தனது மதியினையும் மெய்யினையும் மறக்கின்ற நிலை அடைகின்றானே என்று ஐந்தாம் குறட்பா விளக்கம் தருகிறது.

குடிப்பவர்களும் நஞ்சுண்பவர்களும் ஒன்றுதான் என்று ஆறாம் குறட்பா தெளிவுபடுத்துகிறது. 'செத்தாரின் வேறல்லர்' என்று கூறும் கருத்து ஆழ்ந்த பொருளினைக் கொண்டதாகும். ஊரார் எக்காலத்திலும் இழிவாகப் பேசி நகுவர் என்று ஏழாம் பாடல் குறிக்கின்றது. மனத்தில் மறைவாக இருந்ததெல்லாம் வெளிப்பட்டுவிடுவதாகும் என்று எட்டாம் குறள் கூறுகிறது. அவனுக்கு புத்திமதி கூறுவதும் முடியாததாகும். 'கீழ்நீர்க் குளித்தானை' என்று கூறும் ஒன்பதாம் குறட்பா சிறப்பாகக் கருத்தினை உணர்த்துகிறது. கள்ளுண்ணாதபோது, கள் உண்டவன் அடைகின்ற நிலையினைக் காண மாட்டானா என்று பத்தாம் பாடல் அறிவுறுத்துகின்றது. கள்ளுண்ணாத போது கண்டால் உண்மை அறிவு தெளிவுபடுத்தும் என்பது புலப்படுத்தப்பட்டுள்ளது.'

திருக்குறளைத் தொடர்ந்து கள்ளுக்கு எதிரான அறச்சிந்தனையுடைய இலக்கியமாகத் திகழ்கிறது சீத்தலைச் சாத்தனாரின் மணிமேகலை. 'கள், பொய், களவு, கொலை, காமம்' ஆகிய ஐந்தையும் நீக்குபவர்கள் நிறைதவமுடைய நெஞ்சினர் என்றும், நீக்காதவர்களை நரகத்தில் உழலுபவராகவும் சொல்கிறது இந்நூல். இதே கருத்தினைச் சொல்லும் பெருவாயின் முள்ளியாரின் ஆசாரக் கோவை, 'இவற்றை மனத்தாலும் நினைக்கக் கூடாது' என்கிறது. 'கள்ளுண்பான் கூறுங் கருமப் பொருளின்னா' என்கிறது கபிலரின் இன்னா நாற்பது.

தமிழின் பெருங்காவியங்களுள் ஒன்றான கம்ப ராமாயணமும் மது அருந்திய பின் தாய்க்கும் தாரத்துக்கும் வித்தியாசம் தெரியாது. கள்ளுண்பது ஐந்து வகையான பாவங்களுள் ஒன்று. மிகுந்த இழிசெயல் என்பதைக் கீழ்க்காணும் பாடல் மூலம் தெரிவிக்கிறது.

ஏயின இது அலால், மற்று ஏழைமைப் பாலது என்னோ?
தாய் இவள், மனைவி என்னும் தெளிவின்றேல் தருமம் என் ஆம்?
தீவினை ஐந்தின் ஒன்று ஆம் அன்றியும், திருக்கு நீங்கா
மாயையின் மயங்குகின்றாம் மயக்கின்மேல் மயக்கும் வைத்தாம்!
                            (கிட்கிந்தை படலம், பாடல் 90)

இவற்றுக்குப் பின் வந்த பெரும்பாலான இலக்கிய நூல்கள் கள்ளுண்ணாமையை வலியுறுத்துவனவாகவே இருக்கின்றன.

3

பின் வந்த காலங்களில்

தமிழின் அற இலக்கியங்கள் கொலை, களவுக்கு ஈடான பாதகமாகக் கள்ளுண்பதை வர்ணித்தாலும், இவை வெகுமக்களைச் சென்றடைந்தனவா? என்பது இன்றளவும் சந்தேகம்தான். ஆனாலும் தமிழ்மண்ணில் சமண, பௌத்த மதங்கள் ஏற்படுத்தியிருந்த தாக்கத்தினை இதன் மூலம் உணர முடிகின்றது.

வரலாற்றுக் காலத்தில் மூவேந்தர் ஆட்சியிலும், குறுநில மன்னர்களது ஆட்சியிலும் 'கள்ளுண்ணாமை' கொள்கை அளவில் அமல்படுத்தப்பட்டதாகத் தெரிய வில்லை.

பல்லவர் காலத்திலும் 'குடி' இருந்ததை மகேந்திரவர் மனின் மத்தவிலாசப் பிரஹஸனத்தில் பார்த்தோம். சோமபானத் தயாரிப்பில் சிறந்து விளங்கிய காடக சோமாஜியார் என்பவருக்கு சோமாசிக்குறிச்சி எனும் ஊர் தானமாக வழங்கப்பட்டதைத் தெரிவிக்கிறது, வீரபாண்டியனின் (கி.பி.11ஆம் நூற்றாண்டு) தளவாய்ப்புரச் செப்பேடு.

பிற்காலச் சோழர் ஆட்சியின் நிர்வாக நடைமுறை குறித்து விரிவான ஆய்வுகள் மேற்கொள்ளப்பட்டு, தெளிவான ஆவணங்கள் கிடைத்துள்ளன. இவற்றில் கள் தொடர்பான அறச்சிந்தனைகள் எதுவும் நமக்குப் புலப்படவில்லை.

சங்க இலக்கியங்களில் நாம் பார்த்த கள் இறக்குவது, விற்பது மற்றும் உண்பது ஆகியவை பிற்காலத்திலும் எவ்விதத் தடையுமின்றித் தொடர்ந்து வந்திருக்கிறது என்பதை நம்மால் ஊகிக்க முடிகிறது. இந்நிலை ஆங்கிலேயர் ஆட்சிக்காலம் வரை தொடர்ந்தது எனலாம்.

இதுவரை தென்னை, பனை, ஈச்ச மரங்களில் இருந்து வடித்தெடுக்கப் பட்ட கள் மற்றும் அரிசி, பழங்களில் இருந்து அவரவர் சுவைக்கேற்ப தயாரிக்கப்பட்ட சாராயத்தை மக்கள் அருந்தி வந்தனர்.

இதற்கிடையே 16ஆம் நூற்றாண்டில் ஐரோப்பாவில் அறிமுகமான வேதிப் பொருட்கள் கலக்கப்பட்ட சாராயம் 18ஆம் நூற்றாண்டில் உலகம் முழுவதும் பரவலாக்கப்பட்டது. இப்பரவலாக்கம் இந்தியாவுக்குள்ளும் நிகழ்ந்தது. இங்கிருப்பவர்களை அந்த மதுவும் அடிமைப்படுத்தியது.

உதாரணத்துக்கு தாவூத்கானைச் சொல்லலாம். கி.பி.1700இன் தொடக்கத்தில் ஆற்காடு நவாபாக பொறுப்பேற்றவர். மிகுந்த மதுப்பிரியர். ஒருமுறை இவர், தனக்குப் பலவிதமான அந்நிய மதுபானங்களை அனுப்பி வைக்கும்படி ஆங்கிலேய அதிகாரிகளைக் கேட்டுக் கொண்டார். இதனைத் தொடர்ந்து நிக்கோலோ மனுச்சி எனும் வெனிஸ் நகரத்தைச் சேர்ந்தவர் மூலம் மதுபானங்கள் அனுப்பி வைக்கப்பட்டன. ஆனால் இந்த வெகுமதிகள் போதுமானவையல்ல என மனுச்சியை அச்சுறுத்திய தாவூத்கான் அவற்றைத் திருப்பியனுப்பியுள்ளார்.

சில மாதங்களுக்குப் பின் சண்டை போடும் எண்ணத்துடன் பத்தாயிரம் வீரர்களுடன் சாந்தோமுக்கு வந்த நவாப் தாவூத்கான், திடீரென தனது எண்ணத்தை மாற்றிக்கொண்டார். முன்பு வாங்க மறுத்த பொருட்களை இப்போது வாங்கிக் கொள்வதாகவும், ஆளுநருடன் விருந்தில் பங்கேற்க விரும்புவதாகவும் தகவல் தெரிவித்தார்.

இதனைத் தொடர்ந்து அவருக்கு மதராஸ் ஆளுநர் பிட், மிகப்பெரிய விருந்தளித்தார். அப்போது நவாபுக்கு பல வகையான மதுபானங்களும் ஏராளமான வெகுமதிகளும் வழங்கப்பட்டன. மறுநாள் ஆங்கிலேயக் கப்பல் ஒன்றைப் பார்வையிட வேண்டும். அளவுக்கு மீறிய மது அருந்தியதால் தாவூத்கான் அந்தக் கப்பலைப் பார்வையிடவில்லை.

இதற்கிடையே ஊருக்குத் திரும்பிய நவாப் தாவூத்கான், தனக்கு கோல்கொண்டாவில் இருந்து 1000 மது பாட்டில்களை வாங்கி அனுப்பும்படி மதராஸ் ஆளுநருக்குக் கடிதம் எழுதினார். ஆனால் 250 மதுபாட்டில்கள் மற்றும் ஐரோப்பாவில் இருந்து வரவழைக்கப்பட்ட இரண்டு உயர்சாதி நாய்களையும் மட்டுமே அனுப்பிவைக்க மதராஸ் ஆட்சிக்குழு முடிவு செய்ததாம்.

இங்கு, 1740 மேயில் நடந்த இன்னொரு சம்பவத்தையும் குறிப்பிடலாம் எனக் கருதுகிறேன். ஆற்காடு நவாபாக இருந்த சந்தாசாகிபின் குடும்பத்தினர் பிரெஞ்சு அரசாங்கத்திடம் தஞ்சம் புகுந்திருந்தனர். அவர்களைத் தங்களிடம் ஒப்படைக்க வேண்டும், இல்லாவிட்டால் எங்கள் படைகள் புதுச்சேரிக்குள் நுழையும் என மிரட்டும் வகையில் மராட்டியப் படைத்தலைவர் ரகோஜி போஸ்லே, புதுவை கவர்னர் துய்மாவுக்குக் கடிதம் எழுதினார். கவர்னரோ, ‘புதுவையில் கடைசி

பிரெஞ்சுக்காரன் இருக்கும்வரை அடைக்கல மனிதர்களை விட்டுக் கொடுக்க மாட்டோம்' எனத் தைரியத்துடன் பதில் எழுதினார்.

இதனால் வெகுண்ட மராட்டியத் தளபதி, பிரெஞ்சு அரசுக்கு ஆறு கோடி ரூபாய் அபராதம் விதித்து தூதுவர் ஒருவரை புதுச்சேரிக்கு அனுப்பியும் விட்டான். வந்த மராட்டியத் தூதருக்கு நல்ல வரவேற்பு. விருந்து உபசரிப்புகள். அவர் புறப்படும்போது, ரகோஜி போஸ்லேவுக்கு என்று சொல்லி, 10 ஐரோப்பிய மதுபாட்டில்களும் கொடுத்து அனுப்பப்பட்டன.

மதுபாட்டில்களை அன்போடு பெற்றுக்கொண்ட மராட்டியத் தளபதி அதனைத் தன் மனைவியுடன் பகிர்ந்து கொண்டான். அவை சீக்கிரமே தீர்ந்துவிட்டன. இன்னும் வேண்டும் என்னும் மனைவியின் நச்சரிப்பு ரகோஜியால் தாங்க முடியவில்லை. அபராதம் விதித்தவனிடமே கேட்கவேண்டுமே? கொஞ்சம் தயங்கினாலும் வெட்கத்தைவிட்டுக் கேட்டுவிட்டான். அதனால் என்ன, இதோ தருகிறேன் என்று சொல்லி, மேலும் 30 மது பாட்டில்களை அனுப்பி வைத்திருக்கிறார் புதுச்சேரி கவர்னர். 1740 மே-யில் நடந்த இச்சம்பவத்தினை வேடிக்கையுடன் சொல்லும் எழுத்தாளர் பிரபஞ்சன், 'யுத்தங்களை மனிதர்கள் உருவாக்கு கிறார்கள். அதனை பாட்டில்கள் தீர்த்து வைக்கின்றன' என்பார்.

இதற்கிடையே 18ஆம் நூற்றாண்டின் இறுதியில் இங்கு தனது அதிகாரத்தைப் பலப்படுத்தியிருந்த ஆங்கிலேய அரசு மையப்படுத்தப் பட்ட சாராய ஆலைகளைத் தொடங்க மாகாண அரசுகளுக்கு உத்தர விட்டது. சென்னை மாகாணத்திலும் சாராய ஆலைகள் தொடங்கப் பட்டு வேதிப்பொருட்கள் கலந்த சாராயம் உற்பத்தி செய்யப் பட்டது. இதன் மூலம் கலயம் கலயமாகக் கள்ளைக் குடிக்கும் மிகக் குடியர்கள், கொஞ்சம் கொஞ்சமாக சாராயத்தை அருந்தும் மிதக்குடியர்கள் என 'குடி வர்க்கம்' இரண்டானது.

சாராய ஆலைகளையும் அதன் முதலாளிகளையும் ஊக்குவிக்கவும், உள்ளூர் தயாரிப்புகளான கள்ளின் ஆதிக்கத்தைக் கட்டுப்படுத்தவும் பல்வேறு உபாயங்கள் மேற்கொள்ளப்பட்டன. கள் மரங்களுக்கும் கள் இறக்குவதற்கும் கள் விற்பதற்கும் கடுமையான வரிவிதிப்புகள் தொடர்ந்தன. தீவிர குடியர்களுக்கு டஜன் கணக்கில் கசையடி தண்டனை களும் அளிக்கப்பட்டன. ஒரு கட்டத்தில் கள் என்பது கள்ளச் சாராயம் எனுமளவுக்குச் சென்றது என்றால் பார்த்துக்கொள்ளுங்களேன்! ஆண்டுக்கு ஒருமுறை சாராயக் கடைகள் ஏலம் விடப்பட்டன. இதன் மூலம் அரசுக்கு வருமானம் ஏற்படுத்தும் வழிவகையும் காணப்பட்டன. பிரிட்டிஷ் அரசாங்கத்தின் இந்நடவடிக்கைகளை 'அடித்தள மக்களின் ஆயிரமாயிரமாண்டுகால உணவுப் பழக்கம் ஒன்று குற்றமாக மாற்றப் பட்ட கதை' என்பார் அ.மார்க்ஸ்.

ஆனாலும் இந்தக் குற்றம் – கள் அருந்துதல் – தமிழ் மண்ணில் தொடர்ந்து கொண்டுதான் இருந்தது, இருக்கிறது!

4

20ஆம் நூற்றாண்டில்

தமிழ்நாட்டில் கள், சாராயத்தின் மீதான மோகம் இப்போது அதிகரித்திருந்தது. கூடவே கஞ்சா, அபின், ராமரசம், பூரணாதி, மன்மத சிந்தாமணி போன்ற போதை தரும் லாகிரி வஸ்துக்களும் சேர்ந்து கொண்டன.

இதனால் இரண்டாயிரம் ஆண்டுகளுக்கு முன்பு பேசப்பட்ட 'கள்ளுண்ணாமை' எனும் அறச் சிந்தனைக்கு வடிவம் கொடுக்கும் நேரம் வந்துவிட்டது. இது தொடர்பான கருத்துப் பரவல், இலக்கியங்களில் மீண்டும் இடம்பெறத் தொடங்கின.

இவற்றில், கூடலூர் கூ.பெ.வீரபத்திர படையாக்ஷி இயற்றிய நூதன விவேக லாகிரிச் சிந்து (1903), அயோத்திதாச பண்டிதர் தமிழன் இதழில் எழுதிய கட்டுரை (1913), நாடார் குல மித்திரன் தலையங்கம் (1923), பெரியாரின் குடிஅரசு தலையங்கம் (1925), ராஜாஜி நடத்திய விமோசனம் பத்திரிகை (1929), அர்த்தநாரீச வர்மாவின் மதுவிலக்குச் சிந்து (1931) ஆகியவற்றைக் குறிப்பிட்டுச் சொல்லலாம்.

இவற்றினை மீண்டும் ஒருமுறை இப்போது நாம் வாசிக்கலாமே!

•

நூதன விவேக லாகிரிச் சிந்து

மஞ்சக்குப்பம் ஜில்லா ஒல்டு டவுன் கூடலூர் கூ.பெ.வீரபத்திர படையாக்ஷி சிங்கை மாநகர்

வாட்டலூர் ஸ்திரீட்டில் இயற்றப்பட்டதை சிறுமணவூர் முனிசாமி முதலியார் அவர்களால் பார்வையிடப்பட்டு, சென்னை சூளை சிவகாமி விலாச அச்சுக்கூடத்தில் 1903இல் பதிப்பிக்கப்பட்டது. இதன் விலை ஒரு அணா.

விநாயகர் துதி வெண்பாவுடன் தொடங்குகிறது நூதன விவேக லாசிரிச் சிந்து.

வேண்டாமையா குடி வேண்டாமையா கள்ளு
வேண்டாமையா குடிக்க வேண்டாமையா
ஆண்டவனைத்துதி செய்யுமையா கெட்ட
அற்ப சுகத்திற்கிச்சை வையாதையா
சாராயமுங்க உளுங் குடியாதையா அதைச்
சாப்பிட்டாலே வெகு தொல்லையையா
பூநாயமாய் வார்த்தைப் பேசிடுவாய் அய்யா
போனவிடத்தில் புத்தி மாறிடுவாய்
மாஜின மபினியைத் தின்னாதையா பெரு
மயக்கத்தால் கஞ்சா குடியாதையா
யோசனை செய்து நீ பாருமையா யுன்னை
உலகோர் நகைக்காமற் றேடுமையா
சீமைச்சாராயக் கடை செல்லாதையா பணம்
சிலவுமதிகமாக நேருமையா
பூர்விகத்திலுள்ளோர் புகன்றதையா பல
புராணங்களிலே நன்றாய்ப் பாருமையா
போதை தரும் வஸ்து நீக்குமையா வுன்றன்
புத்தியைச் சீர்திருத்த நாடுமையா
தீதாகப் பிறன்மனை செல்லாதையா மேலுந்
திருட்டுத்தனமாய் பெண்ணை சேராதையா
சூதாட்டமொருக்காலுஞ் செய்யாதையா பொருள்
தோற்றாலதிக துன்பம் காட்டுமையா
வேதனையாய் கடன் கேட்குமையா புத்தி
வீட்டிலுள்ளதை விற்கச் செய்யுமையா
கன்னங்களவு செய்ய நாடுமையா அப்போ
கண்டார் பிடித்து டாணாவிடம் சேர்ப்பாரய்யா
பின்னப்படவுனைப் பேசியையா சகலப்
பேர்களுங்கூடி நன்றாய்க் கொல்வாரையா
ஜென்ம்மெலிய அடிபட்டுமையா பின்னுஞ்
ஜெயிலுக்குள்ளே கவுமாகுமையா
கன்மவினையோ வென்று யெண்ணுமையா அங்கே
கல்லையுடைக்கும்படி சொல்வாரையா

சூதின் நடவடிக்கை கண்டீரையா கெட்டச்
சுகத்தைத் தருவதும் பார்த்தீரையா
காதல் கொண்டே நீ திரியாதையா பெருங்
கஷ்டமெடுக்கும்படிக் கொள்ளுமையா ...

●

தமிழன்

அயோத்திதாசப் பண்டிதரை பத்திராதிபராகக் கொண்டு நடத்தப்பட்ட இதழ் தமிழன். 13ஆகஸ்டு 1913 இதழில் வெளியான ஒரு கட்டுரை இது:

குடியாலும் கூத்துக்களாலும் உண்டாகுங் கேடுகள்

குடி என்பது சாராயக் குடி, கள் குடி என்பவைகளேயாம். இக்குடியால் இராஜாங்கத் தோருக்கு அதிக வருமானமுண்டு அதனால் அதை விருத்தி செய்கிறார்கள் என்று பேசுகிறார்கள். அம்மொழி வீண் மொழியேயாம். பிரிட்டிஷ் ஆளுகைக்கு முன்பே கள்ளும் சாராயமும் இத்தேசத்தில் வழங்கிவந்ததாக விளங்குகின்றது. அது மேலும் மேலும் பெருகி மக்கள் கெடுவதையுணர்ந்த ராஜாங்கத்தார் அவைகளுக்கு வரிகளையு யர்த்திக் குறைக்கும் வழிவகைகளைத் தேடினார்கள். அக்கடைக் காரர்களோ உருசிகண்ட பூனை உரியை தாவுதல் போல் ஒருவருக் கொருவர் போட்டியினால் தொகைகளை யதிகப்படுத்தி நூறு குடிகள் கெடவும் ஒரு குடி பிழைக்கவுமான வியாபாரத்திலிருக்கின்றார்கள்.

இராஜாங்கத்தார் மேலும் மேலும் வரிகளை அதிகரிக்கச் செய்து கள்ளுக்கடை சாராயக் கடைகளை ஒடுக்க முயலினும் அக்கடை விற்போல் முயற்சிகள் குன்றுவதைக் காணோம்.

இராஜாங்கத்தோர் கள் சாராயத்தை விருத்திச் செய்ய முயன்றவர்கள் அல்ல என்பது எலியட் துரையவர்களின் நீதியே போதுஞ்சான்றாம். அஃது யாதெனில் ஒரு மனிதன் கள்ளையேனும் சாராயத்தை ஏனுங்குடித்து வெரித்து வீதிகளில் சண்டையிட்ட போதிலும், விழுந்து கிடந்த போதினும் அவனைத் தலையாரிகள் கொண்டுபோய் விட்டவுடன் அதிகாரிகள் விசாரித்து பனிரெண்டாறென்னும் ஒன்றரை டசன் அடியடித்து விடுவது வழக்கமாயிருந்தது என்பதை நாளது வரையில் வழங்கியும் வருகின்றார்கள். அத்தகைய எலியட் துரையவர்களின் காலத்தில் ஓர் மனிதன் நன்றாய் குடித்து வெறித்தும் சட்டத்திற்குப் பயந்து வீட்டிற்போய் சேருமளவும் எலியட் துரை பெயரையும் பனிரண்டாறடி பயத்தையும் மனதிலுன்னி அவற்றைச் சொல்லிக் கொண்டே சென்றதும் மறுநாள் அவனையழைத்துவரச்

செய்து பனிரண்டாறு வேஷ்டி வாங்கி கொடுத்தனுப்பியதுமாய சரித்திரத்தார் நன்கு விளங்குகின்றது. அதனால் கள்ளுக்கடை, சாராயக்கடை விற்குங் கடைக்காரர்களாலும் அவற்றைக் குடிக்குங் கூட்டத்தோர் பெருகுவதினாலுமே அவை பெருகி மக்கள் பாழடை கின்றார்கள்.

அவற்றுள் சாராயக் கடைக்காரர்களோ அவைகளை விற்பனைச் செய்யத்தக்க வழிவகைகளை சொல்லத்தரமன்று. கள்ளுக்கடைக் காரர்கள் செயல்களோ அதினும் விசேடமெயாம். இவற்றுள் வருஷக்குடியர் மாதக்குடியர், வாரக் குடியர், தினக்குடியர் பெருகி அவர்கள் மற்றோரால் இகழப்பெற்று சீரழிவதுடன் இல்லாட்களாகிய பெண்களையும் குடிக்க கற்பித்தது போதாமல் தங்கள் பிள்ளைகளுக்கு சுரங்கண்டால் கொஞ்சம் பிராந்தி வாங்கிக் கொடு, பிள்ளைகளுக்கு சளி பிடித்தால் பத்தாய் வாங்கிக் கொடுவென்னும் பெருவழக்கத்தால் சிறுவர்கள் முதல் பெரியோர்கள் வரையில் குடியர்களாகி சீரழிந்து சிந்தைநைந்து குலமரபின் பேரழிந்து பாழாகிப் போகின்றார்கள்.

கல்வியற்றவர்களும் இழிதொழில் செய்வோருமானோர் தங்கள் தொழிலுக்குத் தக்க புத்தியென்பது போல தங்கள் பிள்ளைகளை கள்ளுக்கடை சாராயக் கடைகளுக்குக் கொண்டு போய் குடிக்கப் பழக்குகின்றார்கள். படித்தவர்களும் உத்தியோகஸ்தர்களும் பிள்ளை களுக்கு வியாதி வந்தால் குடிக்கப் பழக்குகின்றார்கள். இஃது ‘தொட்டிலாட்டம் சுடுகாடு செல்லுமளவு முண்டு’ எனும் பழமொழி போல் சிறுவயதில் பழக்குஞ் செயல் பெரியோர்களாகியும் விடாது தொடர்ந்து குடிகேடராகின்றார்கள்.

மற்றுஞ் சிலர் தங்களை மிக்கப் பரமயோக்கியர்களெனக் காட்டிக் கொண்டு தங்கள் சுபாசுப காலங்களில் காலன்காலனாக சாராயங்களை வாங்கி வைத்துக் கொண்டு, வருவோர்களுக்கெல்லாம் வார்த்துக் குடிக்க வைத்துக் கெடுப்பதுடன் இந்தப் பரம யோக்கியர் செயல்களை மற்றோரும் அநுசரித்துப் பாழ்படும் கெடுவழிகளையும் திறக்கின்றார்கள்.

இத்தகைய குடியை விருத்தி செய்வோரும் குடித்துப் பாழடைந்த வருமான எத்தனையோ குடும்பங்கள் உடுக்கவுடைக்கும் உண்ண சோற்றுக்குமில்லாமல் வீடுவீடாய் அலைவதையும் வீதிவீதியாய்த் திரிவதையுங் கண்டுமுள்ள உத்தியோகஸ்தரும் வாசித்தவர்களும் அக்கொடிய துற்பழக்கத்தையே மேலும் மேலுங் கொண்டு உழல் வார்களாயின் கல்வியற்ற இழிதொழிலாளர் விடுவரோ.

அறிவாளிகள் என்றுங், கல்வி கற்றவர்கள் என்னும் உத்தியோகதஸ்தர்கள் என்னும் முன்னுக்கு வந்துள்ளவர்கள் தங்கள் விவேகத்தைக்

கையாடாது தாங்கள் குடித்து மதிகெடுவதுடன் தங்கள் பெண்களையுங் குடித்து கெடுக்க வைத்துக் கொள்வதால் அத்தகையாயக் குடியனுங் குடிகாரியுஞ் சேர்ந்து வாழும் வாழ்க்கையும் ஓர் வாழ்க்கையாமோ அவர்கள் பெற்றுள்ள பிள்ளைகளும் சீர்பெறுமோ. சிறுவயதிலேயே அப்பிள்ளைகள் கூசாமற் குடித்துக் கெடுவார்களேயன்றி மனிதனென்னும் சிறப்பை அடைய மாட்டார்கள். இத்தகைய செயல்களை ஒவ்வோர் குடியர்கள் வீடுகளில் அநுபவமுங் காட்சியுமாகக் காணலாம்.

ஈதன்றி சகல சாதியோர்களுங் குடிக்கிறார்களன்றி ஒரு சாதியார் குடிப்பதில்லை யென்று கூறுவதற்காதாரமில்லை. ஆனால் தங்கள் சாதி வேஷத்தைக் கார்த்துக் கொள்ளும் அந்தரங்கக் குடியர்கள் அனந்தம் பேரிருக்கின்றார்கள். ஆயினும் சகல சாதியோராலும் பறையர்களென்று தாழ்த்தப்பட்டுள்ள கூட்டத்தோர்களே பெரும்பாலுங் குடிக்கிறார்களென (ரிப்போர்ட்) என்னும் சில அறிக்கைகளால் காணப்படுகின்றதை யோசிக்கில் சாதிவேஷத் தலைவர்கள் பொறாமெயுமிருக்கலாம். கரையாரென்னும் வகுப்பாருள் மீன்விற்கும் பெண்டுகளையும் புருஷர் களையும் மந்தை மந்தையாகக் கள்ளுக்கடைகளில் வாயிலில் அந்திய வேளையில் சந்ததங் குடித்து உலாவுவது ரிப்போர்ட்டிற்கு செல்லு வதில்லை போலும். மற்றும் சாதி வைத்துள்ளக் கூலித் தொழில் செய்வோர்களில் நூற்றுக்கு தொண்ணூறு பெயர் குடியர்களைக் காணலாம். அவர்களும் ரிப்போர்டிற்கு வருவதில்லைபோலும். சாதி வேஷத்தில் அந்தஸ்தும் உத்தியோகமும் செல்வமும் உள்ளவர்களில் நூற்றிற்கு ஐம்பது பெயரேனும் இருக்கலாம். ஆட்களகப்படா விட்டாலும் புட்டிகள் மட்டும் அகப்படும்.

இத்தியாதிபலரிலுங் குடியர்களென்று பறையர்கள் மட்டிலும் பெருந் தொகையானக் குடியர்களென்று தோன்றியது, அவர்களைத் தாழ்ந்த சாதியோரென்றுத் தாழ்த்தி சகலவற்றிலும் முன்னேறவிடாமற் செய்யும் படுபாவிகளின் செயல்களே அதற்குப் பீடமாகும். காரணமோ வென்னில் பத்து பெயர்க்கூடி ஒரு மனிதனை இவன் தாழ்ந்த சாதியன், கொடியன், மிலேச்சனெனச் சொல்லிக் கொண்டே வருவதுடன் அவனை நெருங்கவிடாதுந், தீண்டவிடாதும் இழிவுபடுத்தி வருவார் களாயின் அவன் மனங்குன்றி நாணடைந்து நாளுக்கு நாள் சீர் கெடுவா னொழிய சீர்பெறமாட்டான்.

அவற்றுள் சில விவேகிகள் மட்டிலும், அடடா இவனென்ன நம்மெ ஒத்தமனிதன் கேவலப் புசிப்புடையவன், கேவல உடையுடையவன், கலை நூல் கல்லாதவன், பொய், வஞ்சினம் திருடு, விபச்சாரங் கொலைப் பாதகம் கள்ளருந்துதல் முதலிய பஞ்சபாதகங்கள் நிறைந்தவன், நம்மெய்க்கண்டு தாழ்ந்த சாதியோன் என நடிப்பதும் இழிவு கூறுவது மாயச் செயல் பொறாமெயாலும் மிலேச்ச குணத்தாலும் தூற்றியலக்

கழிக்கின்றான் என்று எண்ணி அவனை சட்டை செய்யாது விலகிப் போய்விடுகின்றார்கள்.

மற்றுமுள்ள அவிவேகிகளோ அவர்கள் தாழ்த்திக்கூறுவது மெய்யென்று கொண்டும் தங்களைத் தாழ்ந்தவர்களென்று எண்ணிக் கொண்டு குடி விஷயத்தில் அஞ்சாது குடித்து அக்குத் தூக்கில்லாத ஆணவம் வெழ்க்கஞ்சிக்கில்லா வீராப்பு கொண்டு வெளியுலாவுவதால் பெருங்குடியர்களென்னும் பிரபலப் பெயருண்டாகி விட்டது.

கருணைத் தங்கிய மிஷனெரி துரைமக்கள் கிருபையால் கல்விகற்று கிஞ்சித்து விவேகமுற்ற பாவியர்களோ சாமிபெயரைச் சொல்லிச் சொல்லி மனிதனைச் சுட்டு தின்று சுராபானமருந்துவோரும், மாடுகளைச் சுட்டுதின்று சுராபானமருந்துவோரும், குதிரைகளைச் சுட்டுத்தின்று சுராபானமருந்துவோரு மானவர்களின் மதங்களிற் சேர்ந்துகொண்டு சத்திய பூசையென்று சாராயம் வைத்துத் திருட்டுக்குடி குடிப்போர்களும், கிருந்தாவன பூசையெனக் கோழியைக் கொன்று பிரட்டித் தின்று சாராயங்குடித்து பயிரங்கக் கூத்தாடுவோரும், சாமி பிறந்தாரெனக் கோழி, வாத்துக்களைக் கொன்று பிரட்டி சாராயங் குடித்து சந்தோஷங் கொண்டாடுவோரு மானோர் பொய்யாகிய சாதி வேஷத்தோரைக் கண்டு குடியைக் கற்று குடும்பங்கேடுற்றோர் நீங்க, சாமி வேஷத்தை நம்பிக் குடித்துக் கெடுவோரும் அனந்த மாயதாக விளங்குகின்றது. இக்குடியாலுண்டாங் கேடுகளையும் இழிவையும் சற்றுவுணர்வானாயின் அன்றே நன்மார்க்கத்தில் நடந்து நற்செயல் புரிந்து நல்ல சுகத்தையடைவான்.

குடியால் அடையுங் கேடுகள் அனந்தமானபோதிலும் கூத்துக் கூத்து என்று சொல்லுவதில் பாலியர்கள் கூத்தி, கூத்தியென்னும் விபச்சாரக் கிருத்தியத்திற்கு ஆளாகும் வழிவகையேயாகும். இவற்றை விரிக்கின் வீணே விரியுமென்று எண்ணி இம்மட்டே விடுகின்றோம்.

●

நாடார் குல மித்திரன்

சூ.ஆ.முத்து நாடார் என்பவரை பத்திராதிபராகக் கொண்டு அருப்புக் கோட்டை நாடார் கல்விப் பிரசங்க சபையில் இருந்து வெளியானது இவ்விதழ். 1923 மார்ச் 21 தேதியிட்ட நாடார் குல மித்திரனின் தலையங்கம் பின்வருமாறு:

முன்மாதிரி

நமது இந்திய சமஸ்தானங்களிலொன்றாகிய போபால் சமஸ்தானத்தில் பீகம் அவர்கள் தமது சமஸ்தானத்திற்குள் இனிமேல் மதுபானம் கூடாதென்று கண்டிப்பாக உத்தரவு செய்துவிட்டாரென்பதாகத் தெரிய வருகிறது. அந்த சமஸ்தானத்துக்கு இந்த வகையில் வருடந்தோறும் 4, 6 லட்சம் ரூபாய் வருமானம் கிடைத்து வந்த போதிலும், அதையொரு பொருட்படுத்தாமல் மதுபானஞ் செய்யும் வழக்கமொழிந்தால், ஜனங்கள் தேகாரோக்கியமும் தொழிலில் ஊக்கமுடையவர் களாவதுடன் பொருளாதார நிலைமை விருத்தியடையு மென்றும், மதுபானத்தில் கிடைத்த வருமானம் 5 லட்ச ரூபாயும் வேறினங்கள் மூலமாய் பெற்றுக் கொள்ளலாமென்பதுவே அவருடைய அபிப்ராயம் போலும்.

மதுபானத்தில் வருந்தீமையை அறிந்து அதனால் தமக்குக் கிடைக்கும் வருமானத்தையுமிழந்து, அவ்வழக்கத் தொலைந்தாலே போதுமென்று மனமிசைந்து அச்சட்டஞ் செய்ய முன்வந்த போபால் பீகம் அவர்களை நமது மனமாற வாழ்த்துகின்றோம்.

இவ்வழக்கத்தை முன்மாதிரியாகக் கொண்டு மற்ற சமஸ்தானங்களும், தங்கள் தங்கள் சமஸ்தானங்களில் மதுவிலக்குச் சட்டங்கள் செய்தால் நலமன்றோ! சிறிய சமஸ்தானங்களும்கூட தங்களுடைய லாபத்தைக் கருதாமல் சமூக முன்னேற்றத்தையும் சன்மார்க்க வழியையுங் கண்டு மதுவிலக்கைக் கண்டிப்பாகக் கையாள முன்வந்தும், நமது கவர்மெண்டார் இது விஷயத்தில் ஏன் காலதாமதம் காட்ட வேண்டும்?

மதுபானத்தினால் மனிதருக்குள்ள இயற்கை அறிவு குன்றி மந்தமதி வலுவுற்று, தேகபலம் குன்றி, தீராத ரோகத்துக்குள்ளாகி, அதனால் பல தீமைகளைச் செய்து சதா துன்பமுடையவர்களாயிருப்பதற்கும், சந்ததி விருத்தியுங்கூடவல்லவோ குறைந்து போயிருப்பதாக பல மேதாவிகள் கூறி வந்திருக்கிறார்கள்.

அமெரிக்கா, ஐரோப்பாவிலுள்ள டாக்டர்களும் தத்துவ சாஸ்திரிகளும் மதுபானத்தினால், 100-க்கு 93-பேர்களுக்கு மூளை கலங்கிப் போகிற தென்றும், ஜனங்களுடைய வறுமைக்கும் சிறுமைக்கும் குடியே காரண மென்றும், பொய் களவு கொலை முதலிய பொல்லாங்குகள் செய்வதற்கும் குடியே காரணமென்றும், குடியென்ற கொடிய வழக்க மொழிந்தால் விவகாரத்துக்களே வேண்டியதில்லை யென்றும் அபிப்ராயப் படுகிறார்கள்.

இவ்வளவு கெடுதலான காரியத்தை ஒழித்து நல்லாசரியத்தைச் செய்ய நமது கவர்மெண்டார் தீவிரமாய் ஏன் முன்வரக் கூடாது?

முற்கால இந்திய மேதாவிகளும் மதுபானம் பஞ்சமா பாதகங்களில் ஒன்றென்றும் பகர்ந்திருக்கிறார்கள். தற்கால இந்திய மேதாவிகளும் மதுபானம் தகாததென்றே சாற்றுகின்றார்கள். மதுபான விலக்குச் செய்ய சர்வ அதிகாரமும் சர்வ ஜன ஆதரவும் பெற்றுள்ள நமது கவர்மெண்டார் இச்சட்டத்தைச் செய்யத் தயங்க வேண்டிய தென்னவோ.

மதுபானத்தை ஒழித்துவிட்டால் வருமானம் போய்விடுமேயென்று கவர்மெண்டார் கவலைப்படத் தேவையில்லை. ஐரோப்பா யுத்தத்தை யாவது, அதனால் வரும் கஷ்ட நஷ்டங்களையாவது இந்தியா எதிர்பார்த்திருந்ததா? அப்படியிருந்தும் யுத்தம் என்ற சத்தங் கேட்டவுடன் தனது படைகளை ரத்தஞ்சிந்த அனுப்பிவைத்து அதனால் நேர்ந்த கஷ்ட நஷ்டங்களுக்கும் உள்ளாகியிருந்தது. பொருளாதார நிலைமை குன்றி நிர்வாகத்துக்குப் பணமில்லாத போதும் ஒவ்வொரு வரியினங்களை உயர்த்துவதற்கு ஒத்திருந்தது.

இன்ன வகைக்கெல்லாம் இணக்கமாயிருக்கும் இந்தியா மதுபான விலக்கால் வரும், வருமானக்குறைக்கு மற்றொரு வகையில் ஈடுபண்ணிக் கொள்ள சம்மதிக்காமலாவது சாத்தியமில்லாமலாவது போகுமென்று நினைக்கஹேதுவில்லை. இந்தியாவில் குடிவழக்க மொழிந்துவிட்டால் ஐரோப்பிய மது வியாபாரிகள் நஷ்டப் படுவார்களென்றாவது பயப்பட வேண்டியதுமில்லை.

ஆகையால் புதிய அரசியல் சீர்திருத்தத்தில் ஏற்பட்ட நன்மையாக விளங்கும் படியேனும் மதுபானத்தையொழிக்க வழிபார்க்கும்படி கவர்மெண்டாரைக் கேட்டுக் கொள்கின்றோம்.

உலகத்திலுள்ள சகலப் பொருட்களும் சர்வஜீவத் பானாகிய ஆண்டவனால் சர்வ ஜீவாத்மாக்களும் ஜீவித்திருப்பதற்கேற்ப சிருஷ்டிக்கப் பெற்றிருக்கிறது. ஈஸ்வரனால் இயற்கையாக சிருஷ்டிக்கப் பெற்ற பொருட்களை அப்படியப்படியே சகல ஜீவராசிகளும் உட்கொண்டு ஒரு காலம் உஜ்ஜீவித்திருந்து வந்திருக்கின்றது. நாளடைவில் நவீன நாகரிகங்கள் தோன்றி இயற்கைப் பொருட்களோடு செயற்கைப் பொருட்களையுங் கலந்து பாகுபாடு செய்து உட்கொள்ளும் வழக்கங்கள் வழக்கத்தில் வந்து கொண்டிருக்கின்றன.

காய்கனிக் கிழங்குகளைச் சாப்பிடும் மிருகங்களேனும் மச்ச மாமிசங் களைத் தின்னும் மிருகங்களேனும் பழங்களையும் புல்லுருவிகளையும் சாப்பிடும் பட்சிகளேனும், எதையாவது சமைத்தேனும் செயற்கை செய்தேனும் சாப்பிடுவதில்லை. அப்படி சாப்பிடுகிற ஜீவசத்துக்களும் உயிரோடு ஜீவிக்கத்தான் செய்கின்றன.

முற்காலத்து முனிபுங்கவர்களும், பட்சிகளும் மிருகங்களும் புசிக்கின்ற இயற்கைப் பொருட்களாகிய காய்கனி கிழங்கு, கொழை தழை முதலிய கந்தமூல பதார்த்தங்களையே உண்டு பல்லாயிர வருஷங்கள் வரையும் ஜீவித்திருந்து வந்திருக்கிறார்கள். தற்போதும் அம்முறையைக் கொண்டிருக்கும் மகான்களுமிருக்கிறார்கள்.

ஆகவே அந்தந்த தேசத்தின் சீதோஷ்ன திதிக்கேற்றவாறு இயற்கைப் பொருட்களை சமைத்து உள்ள விஷத்தைக் குறைத்தும் சில பொருட்களில் செயற்கையான் விஷத்தைக் கூட்டியும் உபயோகப்படுத்திக் கொள்ளும் வழக்கமே பிரதானமாய் விட்டது. நாவுக்கு ருசிகரமாக இயற்கை தப்பிமாணங்களை மாற்றி செயற்கையாக பலி பொருட்களைச் சேர்த்து அதிகமாக உண்டு கொழுப்பதிகரித்து மரித்துப் போகிறவர்களே அதிகம். சிருஷ்டிப் பொருட்களை அப்படியே உண்டு அதிகநாள் ஜீவித்திருப் பவர்களோ சொற்பமாவேனுமிருப்பது அரிதாகத்தானிருக்கிறது.

இப்படி இயற்கையாக மனிதருக்கு கடவுளால் அருளப்பெற்றிருக்கும் உணர்ச்சியுடன் அதிக உணர்ச்சி வேண்டுமென்று வெறிகொள்ளும் செயற்கை வஸ்துக்களை உண்டு கொஞ்சம் வெறிந்துவிட்டு இயற்கையா யிருந்த வெறியுங் குன்றிப் போவதறியாமல் மனித ஜீவியங்குன்றி வருகின்றது.

மனிதர் அறியாமல் அருந்தும் விஷபானங்களிலெல்லாம் மதுபானம் மகா விஷமுள்ளவையேயாம். அன்னியநாட்டு மதுவினங்களும் நம்நாட்டுச் சாராயங்களும் செயற்கைப் பிரமாணத்தால்தான் வெறியுண்டாகக் கூடிய விஷம் ஏற்றப்படுகிறதென்று நாமறிந்திருக் கிறோமல்லவா. அதுபோல் பனை தென்னை முதலிய பல விருட்சங் களிலுள்ள ரசத்தை கொஞ்சம் புளிக்க வைத்து விஷமேற்றுவதாகவும் தெரிகிறது.

மேலும் அவ்விருட்சங்களின் பதனீர்களைக் குடங்களில் அடைத்து சூரிய உஷ்ணம் படக்கூடிய விடங்களில் பூமிக்குள் வைத்து புளிப்பேற்றி வெறிக்கக்கூடிய கொமட்டி விதை, கஞ்சா இலை முதலிய செயற்கைப் பொடிகளைத் தூவி விஷமேற்றப்படு வதாகவுஞ் சொல்லப்படுகிறது. இரங்கூனில் கவுணியரிசியென்னும் ஓர்வகை நெல்லரிசியை ஊறவைத்து நாற்றமெடுக்கும்படி செய்து அதில் புளிப்பேற்றி விஷமுன்ன பானமாயுப யோகப் படுத்துகிறார்கள் என்றும் தெரிகிறது.

தவிர காப்பி, தேயிலை, கோக்கோ முதலிய வஸ்துக்களிலும் விஷமிருப்பதாகச் சொல்லப்படுகிறது. இவ்விஷ வஸ்துக்களையே சகல ஜாதியார்களும் தங்கள் தங்கள் பிழைப்புக்கு வியாபாரத் தொழிலாக ஏற்படுத்திக் கொண்டிருக்கிறார்கள். இவ்விஷமுள்ள பானங்களில் காபி, தேயிலை, கோக்கோ முதலிய விஷ வியாபாரம் தற்கால நாகரீகத்தையொத்ததே என்னலாம்.

இவ் விஷபானங்களைச் செய்வதும், விற்பதும், அருந்துவதும் மகாபாவம் என்றும் தெரிகிறதென்றோ! இவர்களெல்லாம் கடவுளை யுடைய சன்னிதானத்தில் நியாயத் தீர்ப்புக்கு வரும்போது கொடிய நரக வேதனைக்குள்ளாக்கப்படுவார்களென்று சாஸ்திரம் கூறுகிறதென்றோ!

ஆகையால் இதுவிஷயத்திற்காக கவர்ன்மெண்டை ஒரு சட்டம் சிருஷ்டிக்க வேண்டுமென்று கேட்டுக் கொள்வதுடன் இவ்விஷ பானங்களை உற்பத்தி செய்யும் சகல ஜாதியார்களும் விற்பனை செய்யும் எல்லா வகுப்பினர்களும் பானம் பண்ணுகின்ற பல ஜாதிக்காரர்களும் தன்னையுங் கெடுத்து பிறரையும் கெடுத்து வீழ்த்தக் கூடிய ஒரு கொடிய முறையைக் கையாலாகாதென்று தாங்கள் தாங்களே உணர்ந்து கொண்டால் மிகவுஞ்சிலாக்கிய மாகுமென்பதை நாம் அதிகமாயெழுத வேண்டியதில்லை யென்று இம்மட்டோடு நிறுத்துகின்றோம்.

•

குடிஅரசு

பெரியார் நடத்திவந்த குடிஅரசு இதழில் 16.08.1925 அன்று எழுதப்பட்ட தலையங்கம்.

மதுபானம்

1920ல் சென்னை ராஜதானியில் உள்ள கள்ளுக்கடைகள் 11,034. இவைகளில் விற்ற கள்ளு 11 கோடி காலன். 8 திராம் புட்டி 1க்கு 2 அணா வீதம் 66 கோடி புட்டிக்கு கிரயம் ரூ.எட்டரை கோடி ஆகிறது. இதற்கு அனுகூலமாய் செலவாகும் மாமிசம், தோசை, முட்டை, புட்டு முதலிய உப கருவிகள் 2 கோடி ரூபாய் ஆக ரூ.பத்தரை கோடி.

சென்னை ராஜதானியில் உள்ள சாராயக் கடைகள் 6,352. இவைகளில் விற்ற சாராயம் 16,75,000 காலன்கள். காலன் ஒன்றுக்கு 12 ரூ. வீதம் 2 கோடியே 1 லட்சம் ரூபாய். இதற்கு மாமிசம், தோசை, புட்டு முதலிய உப கருவிகள் 25 லட்சம். ஆக இரண்டும் சேர்த்து பனிரெண்டரை கோடி ரூபாய் செலவாகிறது.

இந்தப் பன்னிரண்டரை கோடி ரூபாய் நமது ராஜதானியில் கள், சாராயத்திற்காக மூணரை கோடி ஜனங்களால் சிலவு செய்யப்படுகிறது. இது அல்லாமல் ஏழை மக்களால் குடியின் பொருட்டு களவு-சூது-பொய்-கொலை-கொள்ளை முதலிய காரியங்களுக்கு ஆகும் செலவு எவ்வளவு? கோர்ட்டு, வக்கீல், லஞ்சம், சப்ளை, மாமூல் வகைளில் ஆகும் செலவுகள் எவ்வளவு?

மக்கள் ஒழுக்கம், கற்பு முதலிய குணங்கள் ஒழிந்து தேசத்திலும், நாட்டிலும், குடும்பத்திலும் ஏற்படும் கலகங்கள், ஒற்றுமைக் குறைவுகள் எவ்வளவு? இவற்றிற்கு விலை மதித்தால் எந்தக் கணக்கிலடக்க முடியும்? இவ்வளவு கொடுமைகளையும் செய்வித்து வரும்படிக்காக நமது சர்க்கார் நமது மாகாணத்தில் இதனால் சம்பாதிக்கும் பொருள் எவ்வளவு என்று கணக்குப் பார்த்தால் கள்ளில் 2 கோடியே 31 லட்சமும், சாராயத்தில் பதினெட்டரை லட்சமும் ஆக 3 கோடி ரூபாய் பத்தொன்பதரை லட்சம் ரூபாய்தான். இதல்லாமல், கஞ்சா, அபினி, சீமை சாராயம் விற்கும் கணக்குகள் இதில் சேர்க்கப்பட வில்லை. இதிலிருந்து சர்க்கார் 3 கோடி ரூபாய் சம்பாதிக்க ஜனங்கள் எவ்வளவு கஷ்டமும், நஷ்டமும் அடைய வேண்டி வருகிறது?

இதே மாதிரி இந்தியா முழுமைக்கும் 1923-24ஆம் வருஷத்திற்கு நமது சர்க்காருக்கு மது வியாபாரத்தில் வந்த ஆதாயம் 19,40,51,689 ரூபாய். சர்க்காருக்கு பத்தொன்பதரை கோடி வர வேண்டுமானால் பொது ஜனங்களுக்கு ஷெ கணக்குப்படி கள்ளும் சாராயமும் குறைந்தது 80 கோடி ரூபாய்க்கு குறைவில்லாமல் விற்பனை ஆகியிருக்க வேண்டும். இதற்கேற்ற மற்ற சடங்குகளின் செலவையும் சேர்த்துப் பார்த்தால் எவ்வளவு பெரியதொகை நாட்டின் க்ஷேமத்திற்கல்லாமல் நாட்டினு டையவும், ஒழுக்கத்தினுடையவும் அழிவுக்குச் செலவாகிறது என்பது விளங்கும்.

சட்டசபை மெம்பர்கள் என்று சொல்லிக் கொள்வோரும், மந்திரிகள் என்று சொல்லிக் கொள்வோரும் இதற்காக என்ன செய்திருக்கிறார்கள்? கேள்வி கேட்பதும், பத்திரிகையில் எழுதிக்கொள்ளுவதுமான காரியங் களைச் செய்து பொதுஜனங்களை ஏமாற்றி சர்க்காருக்கு அனுகூலம் செய்துகொண்டு வந்திருக்கிறார்களே அல்லாமல் உண்மையில் யோக்கியமான வேலை எதுவும் செய்திருக்கிறார்களா?

சட்டசபையிலேயே குடிக்கும் மெம்பர்கள் சிலபேர்கள். சாராயக்கடை குத்தகையெடுத்துப் பிழைக்கும் மெம்பர் சிலபேர். கள்ளுக்கு மரம் குத்தகைக்கு விட்டு சம்பாதிக்கும் மெம்பர்கள் சில பேர். குடியினால் ஏற்படும் கொடுமைகளினால் பிழைப்பவர்கள் சிலபேர். குடியை விளம்பரப்படுத்தி 'நல்ல சாராயம்', டாக்டர் சிபார்சு செய்தது, உடம்புக்கு நல்லது என்று ஜனங்களைக் குடிக்கச் சொல்லிப் பிழைக்கும் மெம்பர்கள் சிலபேர். இப்பேர்பட்ட சிகாமணிகளால் பெரும்பாலும் நிரப்பப்பட்ட சட்டசபை (இவைகளில் சம்பந்தப்படாத சிலபேர் இருக்கலாம்) ஜனங்களுடைய பிரதிநிதி சபையென்று இப்படிப் பட்டவர்களே பொதுஜனங்களுக்கு எடுத்துச் சொல்லி, இவைகளை ஒழிப்பதாய் அங்குபோய் உட்கார்ந்து கொண்டு தங்கள் பிள்ளை

குட்டிகளுக்கும், இனத்தாருக்கும் பிழைப்பு உத்தியோகம் சம்பாதிக்க பாடுபடுவதல்லாமல் வேறு என்ன பலனை உண்டாக்குகிறார்கள்?

சட்டசபை ஏற்பட்டு மதுபானத்தை ஒழிக்க நம்மவர்கள் பிரயத்தனப் பட்டதாகச் சொல்லிக் கொள்வதன் பெருமையைக் கீழ்க்கண்ட கணக்குகளால் தெரிந்து கொள்ளலாம். ஜனப்பிரதிநிதிகள் பெரும் பாலும் உள்ள சட்டசபை இல்லாத காலத்தில் நமது சர்க்காருக்கு இந்தியாவில் மொத்தம் கள்ளு சாராயத்தால் வரும்படி அதாவது 1880-81ஆம் வருஷத்தில் மூணறை கோடி

அதற்கு வேண்டிய இலாக்காக்கள் அமைத்து ஒழுங்குபடித்தினப் பிறகும், சட்டசபை ஏற்படுத்தின பிறகும் 6 கோடி.

1910-ல் மின்டோ- மார்லி சீர்திருத்தத்திற்குப் பிறகு 10 கோடி.

1918ஆம் வருஷத்தில் மாண்ட்போர்டு சீர்திருத்தத்திற்குப் பிறகு பதினெட்டரை கோடி.

1924ஆம் வருஷத்தில் பத்தொன்பதரை கோடி.

இப்படியே நாளுக்குநாள் உயர்ந்து கொண்டு வருவதல்லாமல் குறைவு படுவது எங்கே? அதை நிறுத்திட வேண்டுமென்று சொன்னால் நமது சட்டசபை மெம்பர்களும் மந்திரிகளும் கூட இந்த வரும்படி போனால் சர்க்கார் நடைபெறாது என்று விசனப்படுகிறார்களே அல்லாமல், தேசமும் ஜனங்களும் கெட்டுப் போகிறதே என்கிற கவலையே இவர்களுக்கு இல்லை.

தவிரவும் மதுவரும்படி நின்றால் ஜனங்கள் படிக்க பணமில்லையே என்றும் விசனப்படுகிறார்கள். இரண்டு பிள்ளையுள்ள தகப்பனை உன் ஒரு பிள்ளை படிக்க வேண்டுமானால் ஒரு பிள்ளை கள்ளு சாராயம் குடிக்க வேண்டும் சம்மதமா? என்று கேட்டால், தகப்பன் ஒரு பிள்ளை குடித்தாலும் சரி, ஒரு பிள்ளை படிக்கத்தான் வேண்டுமென்று எவனாவது சொல்வானா? ஒருக்காலும் சொல்லமாட்டான். அதுபோலவே நமது மந்திரிகளும், சட்டசபை மெம்பர்களும், ஏழை மக்களும் தாங்களும் ஒருவருக்கொருவர் சகோதரர் என்று உணர்ச்சி இருக்குமானால் வெகு காலத்துக்கு முன்பே இந்த மது வியாபாரத்தை சர்க்காரிலிருந்து ஒழித்திருப்பார்கள் அல்லது சட்டசபையை விட்டு விலகியிருப்பார்கள். மதுவருந்துபவர் பெரும்பாலும் ஏழைகள். சட்டசபைக்குப் போகிறவர்கள் பணக்காரரும் மதுவருந்துபவர்கள் கொடுக்கும் பணத்தால் படித்தவர்களாயுமிருப்பதால் மதுபானமென்பது அவர்களுக்கு ஒரு கவலையற்ற விஷயமாயிருக்கிறது.

சட்டசபை பயித்தியம் இருக்கிறவர்கள் மற்றெல்லா விவகாரங் களையும் விட்டுவிட்டு மதுவிலக்கு என்கிற ஒரு காரியத்தில் மாத்திரம் தாங்கள் எல்லாரும் ஒன்றாயிருந்து ஒரேயடியாய் இதை ஒழிப்பதுதான் தங்கள் வேலைத்திட்டம் என்கிற கொள்கையை வைத்துக் கொண்டு சர்க்காரின் அதிக செலவைக் குறைத்து கள்ளு வரும்படி இல்லாமலே சர்க்கார் நடக்கும்படியாக வரவு செலவுத் திட்டத்தை சரிசெய்து கொண்டு இதை சர்க்காரை ஒப்புக்கொள்ளச் செய்வோம். ஒப்புக் கொள்ளாவிட்டால் இராணுவச் சட்டம் வந்தாலும் சரி, சட்டசபையை வேறு காரியம் பார்க்க விடுவதில்லையென்று பிடிவாதம் செய்வதாக தீர்மானித்துக் கொண்டால் மதுபானம் நமது நாட்டில் ஒழியாமல் இருக்குமா? ஒருக்காலும் இருக்காது என்றுதான் சொல்லுவோம்.

கள் மரம் வளர்ப்பது நாம், சாராயம் காய்ச்சுவது நாம், விற்பது நாம், குடிப்பது ஏழைகள். யார் பேரில் குற்றம் சொல்வது? மரம் வளர்த்துக் குத்தகைக்கு விட்டுக் கடையெடுத்து கள் விற்று, குடிகாரன் போதையில் செய்த காரியத்திற்குக் கோர்ட்டில் ஏற்பட்ட வழக்குக்கு பீசு பெற்று வாழுபவர்கள் சட்டசபைக்குப் போனால் சர்க்கார் பேரில் குற்றம் சொல்லி ஜனங்களை ஏமாற்றுவார்களே அல்லாமல், தங்கள் குற்றங் களை ஒருக்காலும் திருத்திக் கொள்ள மாட்டார்கள்.

ஆகையால் யாராவது சட்டசபைக்குப் போவதற்காக வந்து ஓட்டுக் கேட்பார்களே யானால் அவர்களை சட்டசபையில் நம்பிக்கை உள்ள ஓட்டர்கள் உங்களுக்கு எத்தனை தென்னை மரம்? அதில் எவ்வளவு கள் அடைக்கப்பட்டிருக்கிறது? நீங்கள் எத்தனை குடிகாரர் கேசுக்கு ஆஜராகி எவ்வளவு பணம் சம்பாதித்தீர்கள்? குடி விலக்க நீங்கள் இந்த 6 வருஷ காலமாய் சட்டசபையிலும், வெளியிலும் என்ன செய்தீர்கள்? நீங்கள் சொல்வதை சர்க்கார் கேட்காவிட்டால் என்ன செய்வீர்கள்? என்று இம்மாதிரியான கேள்விகளைக் கேட்டு அதற்கு ஏற்ற உண்மை யோக்கியர்களை ஆராய்ந்துப் பார்த்து ஓட்டர்கள் தங்கள் கடமையைச் சரியாக செய்வார்களானால் மாத்திரம் சட்டசபையால் மதுபானம் ஒழியலாம் என்று ஓட்டர்கள் நம்புவதற்கும், மதுபானம் ஒழியா விட்டால் சர்க்கார் மீது குற்றம் சொல்லுவதற்கும் அர்த்தம் உண்டு.

●

க்ஷத்திரியன்

அர்த்நாரீச வர்மா. சேலம் மாவட்டத்துக்காரரான இவர் ராஜாஜியின் நெருங்கிய நண்பர். மதுவின் தீமையை எடுத்துச் சொல்லி, லாந்தர் விளக்கு வெளிச்சத்தில் மக்களிடையே பிரசாரம் செய்தவர். இவரை பத்திராதிபராகக் கொண்டு நடத்தப்பட்ட இதழ் க்ஷத்திரியன். இந்த

இதழில் 1931 ஜூலை 23 இல் வெளியான 'மதுவிலக்குச் சிந்து' பாடல் பின்வருமாறு:

விநாயகர் ஸ்துதி

மதிநிலையை மாற்றி மயக்கமறச் செய்து
கதிநிலையைக் கைக்கனிபோற் காட்டு - மதுவிலக்குச்
சிந்திதனைச் செந்தமிழிற் சந்தவழித் தந்துதவக்
கந்தமதத் தந்திமுகன் காப்பு.

நூல்

பாழான கள்ளைக் குடிக்காதே
வாழ்வான வாழ்வைக் கெடுக்காதே
மேலான ஜாதிக் கடுக்காதே
கீழோரும் உன்னைக் கண்டு கேலிசெய்ய லாச்சுதடா.

1.ஐயோ குடியினாலே ஆயிரமாயிரம் பேர்
கையோடெடுத்த கதை கண்டிருந்துங் கேட்டிருந்தும் பா

2.நாடுநகர் புகழ ராச்சியமாண்டவரும்
கேடுகுடி படைத்துக் கெட்டதுண்டு பட்டதுண்டு பா

3.ராமன் தனக்கு செய்த நன்மையெல்லா மறந்து
கோமான் சுக்ரீவனிந்த குடியினாலே கொடியனானான் பா

4.குடித்த வெறியினாலே கோரைகொண்டு யாதவர்கள்
அடித்து மடிந்தகதை அனைவரு மறிந்ததடா பா

5.பெண்டு பிள்ளை நலிய பெற்றோர் மனமெலிய
கண்டோரெல்லாம் வலியக் காரியுமிழ ஐயோ பா

6.மானமிழிந்தபின்பு மாநிலத்திலிருந்தென்ன
போன நடைப்பிணமே பூமிக்கு நீபாரமடா பா

7.ஒன்றா குடியருக்கு ஓதுந்துயரமடா
நன்றாயளவிடவே நாவு வேண்டும் ஆயிரமே! பா

8.பகலில் மனைவி மக்கள் பாசமிகவுண்டு
தகவே யிரவு வந்தால் சண்டை கலகமடா! பா

9.மண்டையுடையச் செய்யும் மனைவி மக்களை வையும்
சண்டைகள் மிகப்பெய்யும் சட்டி குடம் பானை நையும் பா

10. பச்சோந்தி நிறம்போலே பாவிக்குடியன் மனம்
    அச்சோ அவன்பிழைப்பு ஆறாப்புண்ணாகுந் தினம்   பா

11. பஞ்ச பாதக மியற்ற அஞ்சார் குடியரப்பா
    கொஞ்சியவருடனே கூடுவோருந் தேடுவாரே   பா

12. தாயைப் புணர்ந்த துண்டு தந்தையைக் கொன்ற துண்டு
    சேயை மணந்த துண்டு தீங்கான குடி வெறியில்   பா

13. கூத்தி தனை விரும்பும் கொலைக்கும் மனந்திரும்பும்
    சாத்திரங் கூறினாலும் தள்ளிவிடும் எள்ளிவிடும்   பா

14. ஐயோ மதுக்குடியர் அரும்பாவிகள் கொடியர்
    கையாலவரைத் தொட்டால் கங்கையும் அசுத்தமடா!   பா

15. பேதைக் குடியர்க்குச் சாதியேயில்லையடா
    சூதகம் எச்சிலில்லை சொன்னாலும் புத்தியில்லை   பா

16. எத்தனையோ புழுக்கள் ஈயெறும்பு கொசு வண்டுகள்
    அத்தனையும் ஊறிச்செத்த அசுத்தமடா புழுத்ததடா!   பா

17. தலைமுறை தலைமுறையாய்ச் சம்பாதித்த பொருள்கள்
    மலைபோலிருந்த தெல்லாம் மாயமாகப் போச்சுதடா!   பா

18. மடையனாய் மிகக்குடித்து வருவார்க்கெல்லாம் கொடுத்து
    விடியவே செலவையெண்ணி விசனமுற்றால் வருவதுண்டோ? பா

19. இங்கே மிகவும் நஷ்டம் அங்கே பெரிய கஷ்டம்
    எங்கே குடியிலின்பம்? இல்லையெப்போதும் துன்பம்   பா

20. வற்றாத் தவங்கள் செய்து பெற்ற குழந்தைகளை
    விற்றுங் குடித்தவர்கள் மேதினியில் மெத்தவுண்டு   பா

21. கஞ்சா பிராந்தி அபின் கள்ளுசாராயமிதை
    நஞ்சாக எண்ணாதவர் நரகடைவார் சுகமடையார்   பா

22. நஞ்சாலொரு பிறவி நாசமாம் நரகமில்லை
    வஞ்சமதுவைத் தொட்டால் வருநரகம் முறைமுறையாய் பா

23. பாவிகுடியர்க்கென்று பலத்த நரகமொன்று
    தாவி விழுங்கவென்று சமயம் பார்த்திருக்குதடா!   பா

24. ஈயம்போல் மதுவைக் காய்ச்சி இருப்புலக்கை கொண்டு தாக்கி
    நாயே குடியென்றுள்ளே நாட்டுவாரேயமதூதர்   பா

25. சாராயங் கள்ளுவிற்று சம்பாதிப்பது தொல்லை
    தீரா நரகரவர்கள் செல்லுவதிலையமில்லை   பா

26. குடிக்கார நாய்களுக்குக் கொடுக்குந் தண்டணையைவிட
கடைக்காரப் பேய்களுக்குக் கடினமடா நரகவாதை   பா

27. சாணார ஜாதிக்கென்றே சாஸ்திரங்கள் சொல்லுந் தொழில்
வீணாய்ப் பணம் விரும்பி விஷமொருவர்க்கிடலாமோ   பா

28. பாலைக்கறக்குந் தெய்வப் பசுவின் முலையறுப்பார்
போலே மரங்கொடுப்பார் புண்ணியமோ கண்ணியமோ   பா

29. காசைப் பெரியதாயெண்ணி கள்ளுக்கே மரத்தை விற்கும்
தேசத்துரோகிகட்கில்லை தெய்வமடா வைவமடா   பா

30. தேசம் மதத்தைக் கொன்று ஜீவிப்பதுவோ நன்று
நேசருக்கோடு தந்த தோஷிசெயல் தூஷித்தென்றும்   பா

31. நல்லவழி நடக்கச் சொல்வார் பெரியவர்கள்
பொல்லா மதுவையுண்ணப் போதிப்பவர் காதகரே   பா

32. கள்ளை நமக்கு விற்பார் கவர்மெண்டார் அந்நியர்கள்
கொள்ளைகொடுத்து நீங்கள் குறைவதும் தலைவிதியோ   பா

33. ஆங்கிலாந்நியர்கள் அத்தனை தோஷமில்லை
தீங்குகள் நாம் கெடவே செய்பவர்கள் நம்மவரே   பா

34. காருண்ய கவர்மெண்டார் காசுக்காய் தேசத்திலே
தீரா அபராதங்கள் தெண்டனைகள் கொடுப்பதுபார்   பா

35. வாழவே குடிகளப்பா மந்திரிகள் வந்தவர்கள்
தாழவே குடிகளப்பா சட்டமடா கெட்டமடா   பா

36. மந்திரி மாரிந்து மதம் மதுக்குடி பாவமடா
தந்திரம் கடவுளுக்குச் சம்மதமோ சாற்றிடுவோம்   பா.

●

விமோசனம்

மதுவிலக்கு விஷயத்தில் தீவிரமாக இருந்த ராஜாஜி, அதற்காகவே விமோசனம் எனும் பத்திரிகையை நடத்தினார். 1929இல் புதுப் பாளையம் காந்தி ஆசிரமத்தில் இருந்து மாத இதழாக இந்தப் பத்திரிகை வெளியானது. பத்து இதழ்கள் வரை வந்திருக்கும். ஆனாலும் தமிழ்ப் பத்திரிகையுலகில் தனி இடத்தைப் பிடித்தது விமோசனம்.

இதன் உதவி ஆசிரியர் பொறுப்பினை ஏற்றிருந்தவர் கல்கி ரா.கிருஷ்ணமூர்த்தி. இப்பத்திரிகை நடத்தப்பட்ட விதம் குறித்து அவர் சொல்வதைக் கேட்கலாம்.

நீண்ட முகவுரை

மது விலக்குப் பிரச்சாரத்துக்காக ஒரு மாதப் பத்திரிகை தொடங்க வேண்டுமென்றும், அதற்கு 'விமோசனம்' என்று பெயர் வைக்கத் தீர்மானித்திருப்பதாகவும் ராஜாஜி கூறியபோது எனக்குப் பல சந்தேகங்கள் தோன்றின.

'மது விலக்கு என்கிற ஒரு விஷயத்துக்கு மட்டும் தனிப் பத்திரிகையா? அவ்விதம் நடத்த முடியுமா?' என்று கேட்டேன்.

'ஏன் நடத்த முடியாது? பேஷாக நடத்த முடியும்?' என்றார் ராஜாஜி.

'பத்திரிகையின் பக்கங்கள் எத்தனை?'

'நாற்பது பக்கங்கள்.'

'நாற்பது பக்கமும் மதுவிலக்கு விஷயமேயா?'

'ஆமாம்.'

'நாற்பது பக்கத்துக்கு மது விலக்கு விஷயம் எப்படித் திரட்டுவது? அப்படித் திரட்டி பத்திரிகை கொண்டு வந்தாலும் ஜனங்கள் வாங்குவார்களா?'

'ஏன் வாங்க மாட்டார்கள்? வாங்கா விட்டால் வாங்கச் செய்ய வேண்டும்.'

'எப்படி வாங்கச் செய்வது? அடிபிடி கட்டாயம் செய்ய முடியுமா? படிக்க சுவாரஸ்யமாயிருந்தால் தானே பத்திரிகையை வாங்குவார்கள்?'

'படிக்க சுவாரஸ்யமாயிருக்கும்படிச் செய்யலாம். நீ பார்த்துக் கொண்டேயிரு. முதல் இதழை நான் தனியாகவே தயாரித்துக் காட்டுகிறேன்!'

அவ்விதமே ராஜாஜி 'விமோசனம்' முதல் இதழைத் தயாரிக்க ஆரம்பித்தார். ஒரு வாரத்தில் தயாரித்தும் முடித்து விட்டார். அட்டைப் பக்கத்துக்கு மதுப் புட்டியாகிய அரக்கனை ஜனங்கள் விரட்டியடிப்பது போன்ற படம். உள்ளே முதல் பக்கத்துக்கு பாரதியாரின் 'ஜய பேரிகை கொட்டடா!' என்ற பாட்டைத் தழுவி 'மது வெனும் பேய்தனை அடித்தோம்!' என்று ஒரு பாட்டும் படமும். மதுவிலக்கின் அத்தியாவசியத்தைப் பற்றிய தலையங்கம்.

குடியின் தீமையை விளக்கும் இரண்டு கதைகள். இன்னும் சில கட்டுரைகள். 'கடற்கரைக் கிளிஞ்சல்' என்னும் தலைப்பில் அநேக சிறு குறிப்புகள். ஆங்காங்கே மதுவிலக்குப் பிரசாரப் படங்கள். இவ்வளவும் தயாராகி விட்டன. படங்களுக்கு ஒருவாறு உருவங்களையெல்லாம் குறிப்பிட்டு ராஜாஜி பிளான் போட்டுக் கொடுத்து விடுவார். அவற்றைப் பார்த்து சரியான படங்களைச் சென்னையில் ஸ்ரீ செட்டி என்பவர் செய்து கொடுத்து வந்தார். துரதிருஷ்டவசமாக ஸ்ரீ செட்டி அகால மரணமடைந்தார். இவருடைய இளைய சகோதரர்தான் பிற்காலத்தில் பிரசித்தியடைந்த ஸ்ரீசேகர்.

அமெரிக்காவிலிருந்தும் இங்கிலாந்திலிருந்தும் பல மதுவிலக்குப் பிரசார நூல்களும் பத்திரிகைகளும் ராஜாஜி தருவித்திருந்தார். அவற்றைப் படித்து 'மது விலக்கு வினா விடை' என்னும் ஒரு விஷயத்துக்கு மட்டும்முதல் இதழுக்கு நான் எழுதிக் கொடுத்ததாக ஞாபகம் இருக்கிறது. விஷயம் எல்லாம் தயாரான பிறகு பத்திரிகையை எங்கே அச்சடிப்பது என்ற கேள்வி ஏற்பட்டது. காந்தி ஆசிரமத்தில் அச்சுக் கூடம் இல்லை. பல யோசனைகள் செய்த பிறகு அப்போது சென்னை திருவல்லிக்கேணியில் இருந்த ஹிந்தி பிரச்சார அச்சுக்கூடத்தில் அச்சடிப்பது என்று தீர்மானிக்கப்பட்டது.

'திருவல்லிக்கேணியில் பத்திரிகை அச்சடிப்பது சரிதான். அச்சடித்த பிரதிகளை என்ன செய்வது?' என்று கேட்டேன்.

'ஒரே பார்சலாகக் கட்டி இங்கே கொண்டு வந்து சந்தாதாரர்களுக்கு அனுப்புவது. காந்தி ஆசிரமம் தபாலாபீசுக்கும் வேலை வேண்டுமோ, இல்லையோ?' என்றார் ராஜாஜி. 'சந்தாதாரர் இருக்கும் இடமே தெரியவில்லையே? அவர்களை எப்படிப் பிடிப்பது?' என்று கேட்டேன். 'பார்த்துக் கொண்டேயிரு; போட்டி போட்டுக்கொண்டு வாங்குவார்கள்!' என்று ராஜாஜி சொன்னார். அப்போது தமிழ் மக்களிடையே பத்திரிக்கை படிக்கும் வழக்கம் நன்கு பரவியிருக்க வில்லை.

ஸ்ரீ வ.வே.சு. ஐயர் அவர்களின் 'பால பாரதி'யும் ஸ்ரீ ஏ.மாதவய்யா அவர்களின் 'பஞ்சாமிர்தம்' என்னும் பத்திரிகையும் எவ்வளவு கஷ்டப் பட்டன என்பதை நான் அறிந்திருந்தேன். 'பால பாரதி'க்கு 800 சந்தாதாரர்களுக்கு மேலும், 'பஞ்சாமிர்த'த்துக்கு 400 சந்தாதாரர்களுக்கு மேலும் சேரவில்லை. ஸ்ரீ மாதவய்யா பத்திரிகை போட்டுப் பண நஷ்டமும் அடைந்தார்.

எத்தனையோ விதவிதமான ரஸமான விஷயங்களை வெளியிட்ட பத்திரிகைகளே இவ்வளவு இலட்சணத்தில் நடந்திருக்கும்போது மது விலக்குப் பிரசாரத்துக்காக மட்டும் நடத்தும் பத்திரிகை எவ்விதத்தில்

வெற்றியடையப் போகிறது? குடிகாரர்கள் இந்தப் பத்திரிகையை ஒரு நாளும் படிக்கமாட்டார்கள். குடிப்பழக்கமில்லாதவர்களுக்கோ இப் பத்திரிகை தேவையேயில்லை. அப்படியிருக்கும்போது மதுவிலக்குப் பிரசாரத்துக்காக ஒரு தனிப் பத்திரிகை நடத்துவதில் என்ன பயன்? யார் வாங்கப் போகிறார்கள்? வீண் கஷ்டத்தோடு நஷ்டமும் ஏற்படுமே?

இப்படிப்பட்ட சந்தேகங்களும் குழப்பங்களும் மனதில் குடி கொண்டிருந்தன. ஆனால் 'விமோசனம்' முதல் இதழைப் பார்த்ததும் என் சந்தேகங்கள் எல்லாம் பறந்தன. ராஜாஜியே சென்னைக்குச் சென்றிருந்து ஹிந்தி பிரசார சபையில் முதல் இதழை அச்சடித்துக் கொண்டு வந்தார். அவர் கொண்டு வந்த விமோசனம் பத்திரிகைக் கட்டைப் பிரித்து ஆவலுடன் ஒரு பிரதியை எடுத்துப் பார்த்தேன். 'நம்முடைய பயங்கள் எல்லாம் வீண்; இந்தப் பத்திரிகை வெற்றி யடையப் போகிறது!' என்று எனக்குத் தைரியம் உண்டாகி விட்டது.

முதல் இதழ் ஆயிரம் பிரதிகள்தான் அச்சிட்டோம். அதுவரை சேர்ந்திருந்த சந்தாதாரர்களுக்கு அனுப்பிய பிறகு, தமிழ்நாட்டிலிருந்த கதர் வஸ்திராலயங்களுக்கெல்லாம் விற்பனைக்காக அனுப்பினோம். என்னுடைய சந்தேகங்கள் பறந்து போய் பத்திரிகைப் பிரதிகளும் பறந்து போய் விட்டன! இரண்டாவது இதழிலிருந்து நானே பொறுப்பை எடுத்துக் கொண்டேன். ராஜாஜி ஒவ்வொரு இதழுக்கும் மதுவிலக்கைப் பற்றி கதையோ கட்டுரையோ எழுதுவார். நானும் இதழுக்கு ஒரு மதுவிலக்குக் கதை தவறாமல் எழுதி வந்தேன். ராஜாஜியின் கருத்துக்களையொட்டி மதுவிலக்குப் பிரசாரக் கட்டுரைகள், குறிப்புகள் முதலியவற்றையும் எழுதி வந்தேன்.

மாதம் ஒரு தடவை சென்னைக்குப் புறப்பட்டுச் சென்று பத்திரிகையை அச்சடித்து பைண்டு செய்து எடுத்து வருவேன். சில சமயம் ராஜாஜிக்குச் சென்னையில் வேறு காரியங்கள் இருக்கும். எனவே, இரண்டு பேருமாகச் சென்னைக்குப் போவோம். மூன்று நாளைக்குள் ஹிந்தி பிரசார அச்சுக் கூடத்தார் பத்திரிகையை அச்சிட்டு பைண்டு செய்து கொடுத்து விடுவார்கள்! இந்த மூன்று நாளும் அப்போது திருவல்லிக் கேணியிலிருந்த ஹிந்தி பிரசார சபையிலேதான் எங்களுக்கு வாசம். இரவு நேரங்களில் சபைக் கட்டிடத்தின் மேல் மச்சில் மொட்டை மாடியில் படுத்து உறங்குவோம். தூக்கம் வருகிற வரையில் ராஜாஜியுடன் பேச்சுக் கொடுத்து அவருடைய பழைய வாழ்க்கைச் சம்பவங்களைப் பற்றி ஏதாவது கேட்பேன். அவர்களும் ரஸமான சம்பவம் ஏதாவது சொல்வார்கள்.

'விமோசனம்' பத்திரிகையின் மூலம் எனக்குக் கிடைத்த மேற்படி பாக்கியத்தை நான் என்றும் மறக்க முடியாது.

‘விமோசனம்’ விற்பனை ஒவ்வொரு இதழுக்கும் அபிவிருத்தி அடைந்து வந்தது. மொத்தம் பத்து இதழ்கள்தான் வெளியிட்டோம். ஒன்பதாவது பத்தாவது இதழ்கள் நாலாயிரம் பிரதிகள் அச்சிடப்பட்டன.

அந்தக் காலத்து நிலைமையில் ஒரு தனிப்பட்ட விஷயத்தைப் பற்றிய பத்திரிகை அவ்வளவு பிரதிகள் விற்பனை ஆனது ஒரு மகத்தான வெற்றி என்றே கருத வேண்டியிருந்தது.

‘விமோசனம்’ பத்திரிகை நடந்து கொண்டிருந்த காலத்தில் சென்னையில் இரட்டை ஆட்சி நடந்து கொண்டிருந்தது. இரட்டை யாட்சி சர்க்கார் மாகாணத்தில் மது அரக்கனுடைய தீமைகளைப் பிரசாரம் செய்வதற்காக ஒவ்வொரு ஜில்லாவிலும் கமிட்டிகளையும் பிரசாரகர்களையும் ஏற்படுத்தியிருந்தார்கள். ‘டெம்பரன்ஸ் கமிட்டி’ என்று பெயர் கொண்டிருந்த இந்தக் கமிட்டிகளைச் சிலர் ‘மிதக்குடி பிரசாரக் கமிட்டி’ என்று பரிகாசம் செய்தார்கள். ஆயினும் மேற்படி கமிட்டிகள் சில ஜில்லாக்களில் சிறந்த வேலை செய்து வந்தன. அந்தக் கமிட்டிகளின் வேலைக்கு ‘விமோசனம்’ மிக்க உதவியாயிருந்தது. சில ஜில்லாக் கமிட்டிகள் பத்துப் பிரதிகள் பதினைந்து பிரதிகள் தருவித்து மது விலக்குப் பிரசாரகர்களுக்குக் கொடுத்தன.

பொதுவாக அச்சமயம் தமிழ் நாடெங்கும் மதுவிலக்குப் பிரசாரத்தில் உற்சாகம் ஏற்பட்டிருந்தது. காந்தி ஆசிரமத் தொண்டர்கள் தீவிரமான மதுவிலக்குப் பிரசாரம் செய்தார்கள்.

விமோசனத்தில் வெளியான படங்கள் பிரசாரத்துக்கு மிக்க உதவியா யிருந்தன. மேற்படி படங்களைப் பெரிதாக எழுதச் செய்து துணியில் ஒட்டி வைத்திருந்தோம். மொத்தம் சுமார் முப்பத்திரண்டு படங்கள் இருந்தன. இந்தப் படங்களையும் பெட்ரோமாக்ஸ் விளக்கையும் எடுத்துக்கொண்டு ஆசிரமத்தின் பெரிய கட்டை வண்டியில் ஏறி வாரத்துக்கு இரண்டு நாள் கிராமப் பிரசாரத்துக்குப் போவோம். ஆசிரமத்தில் ராஜாஜி இருந்த போதெல்லாம் அவர்களும் வருவார்கள்.

ஒரு கிராமத்துக்குப் போனதும் முதலில் கிராமச் சாவடிக்குச் சென்று பெட்ரோமாக்ஸ் விளக்கை ஏற்றிக் கொள்வோம். பிறகு மதுவிலக்குப் பாட்டுப் பாடிக் கொண்டு ஊரைச் சுற்றி வருவோம். அந்தச் சந்தர்ப் பத்துக்கு ஏற்றது போல் நாமக்கல் கவிஞர் மதுவிலக்குப் பாட்டு ஒன்று பாடிக் கொடுத்தார்:

‘குற்றமென்று யாருமே
கூறுமிந்தக் கள்ளினை
விற்க விட்டுத் தீமையை
விதைப்ப தென்ன விந்தையே

பாடுபட்ட கூலியைப்
பறிக்கு மிந்தக் கள்ளினை
வீடு விட்டு நாடு விட்டு
வெளியிலே துரத்துவோம்!'

என்பது போன்ற பாட்டின் அடிகள் கிராமவாசிகளுக்கு எளிதில் புரியக் கூடியதாயும் அவர்கள் மனதில் பதியக் கூடியதாயும் இருந்தன. மேற்படி மதுவிலக்குப் பாட்டு ராஜாஜிக்குப் பெரிதும் பிடித்திருந்தது. இது காரணமாக நாமக்கல் கவிஞர் மீது ராஜாஜிக்கு அபாரமான அபிமானமும் மதிப்பும் ஏற்பட்டன.

நாமக்கல் கவிஞர் பாட்டுப் புத்தகத்துக்கு ராஜாஜி எழுதியுள்ள முன்னுரையில் 'சில அம்சங்களில் நாமக்கல் கவிஞர் பாரதியாரைக் காட்டிலும் மேல்' என்று எழுதியிருப்பதை நேயர்கள் பலர்கவனித்திருக் கலாம். ராஜாஜி உபசாரத்துக்காக இப்படி ஒரு விஷயத்தை எழுதக் கூடியவர் அல்ல. மனதில் உண்மையாகப் பட்டதையே எழுதுவார். எனவே, நாமக்கல் கவிஞரைப் பாரதியாருக்கு மேலே மதிப்பிட்டதற்குக் காரணம் இருக்க வேண்டுமல்லவா? அதற்குக் காரணம் மேற்படி மதுவிலக்குப் பாட்டுத்தான் என்று நான் கருதுகிறேன். மதுவிலக்கு இயக்கம் ராஜாஜியின் உள்ளத்தில் அவ்வளவு முக்கியமான ஸ்தானம் பெற்றிருந்தது.

புதுப்பாளையம் காந்தி ஆசிரமம் ஏற்பட்ட பிறகு நூற்றல் கூலி, நெசவுக் கூலி மூலமாய் பக்கத்துக் கிராமங்களுக்கு லட்சக் கணக்கான ரூபாய் பட்டுவாடா ஆகி வந்தது.

ஆயினும் கிராமவாசிகளின் நிலைமை மொத்தத்தில் அபிவிருத்தி யடையவில்லை. தரித்திர நாராயணர்களின் வாசஸ்தலங்களாகவே கிராமங்கள் இருந்து வந்தன. இதற்குக் காரணம் கள்ளு, சாராயக் கடைகளே என்பதை ராஜாஜி கண்டார். மதுபானத்தில் ஏழை எளிய மக்களின் வீடுகள் நரகக் குழிகளாகியிருப்பதையும், அவர்கள் நாளுக்கு நாள் க்ஷீணமடைந்து வருவதையும் ராஜாஜி பார்த்தார். கள்ளுக் கடைகளை மூடினால் ஒழிய கிராமவாசிகளுக்கு விமோசனமே கிடையாது என்ற உறுதியான எண்ணம் அவர் மனதில் நிலை பெற்றது. தேசத்தில் வேறு எந்தத் திட்டமும் இதைப் போல் முக்கியமானதல்ல என்ற எண்ணமும் உண்டாயிற்று. ஆகையினால்தான் மதுவிலக்குப் பிரசாரத்துக்காக ஆரம்பித்த பத்திரிகைக்கு 'விமோசனம்' என்று பெயரிட்டார். அவ்வளவு பரம முக்கியமாக அவர் கருதிய மதுவிலக்கு இயக்கத்தைப் பற்றிப் பாடிய நாமக்கல் கவிஞர் மீது அவருக்கு மிக்க மதிப்பும் அபிமானமும் ஏற்பட்டதில் வியப்பில்லையல்லவா?

பெட்ரோமாக்ஸ் விளக்கைப் பொருத்தி வைத்துவிட்டு மதுவிலக்குப் பாட்டைப் பாடிக்கொண்டு ஊரைச் சுற்றி வருவோம். எங்களைத் தொடர்ந்து கிராமவாசிகள் சிலரும் வருவார்கள். வரவரக் கூட்டம் அதிகமாகும். கடைசியில் வசதியான இடம் ஒன்றில் ஊர்வலம் முடிந்து, பொதுக்கூட்டம் ஆரம்பமாகும். மதுவிலக்குப் பிரசாரப் படங்களை ஒவ்வொன்றாக விரித்து விளக்கு வெளிச்சத்தில் ஒருவர் காட்ட, இன்னொருவர் அதைச் சுட்டிக்காட்டி விளக்கிப் பேசியது கிராமவாசி களின் மனதில் மிகவும் நன்றாகப் பதிந்தது. 'விமோசன'த்தில் வெளியான படத் தொகுதிகளில் ஒரு குறிப்பிட்ட தொகுதியைக் கிராமவாசிகள் - முக்கியமாகப் பெண்கள் - மிகவும் ரஸித்துச் சிரிப்பார்கள்.

அந்தப் படத் தொகுதியில் சட்டைத் தொப்பி போட்ட மனிதன் ஒருவன் ஒரு சாராயப் புட்டியை முதலில் ஒரு மாட்டினிடம் கொண்டு நீட்டுகிறான். மாடு குடிக்க மாட்டேன் என்கிறது. பிறகு குதிரையிடம் போகிறான். குதிரையும் வேண்டாம் என்கிறது. பிறகு நாய் குடிக்க மறுக்கிறது. பன்றி கூட 'வேண்டாம்' என்று மறுதலிக்கிறது. கடைசியில் அந்தச் சட்டைக்காரன் ஒரு கிராமத்துக் குடியானவனிடம் கொண்டு போய் புட்டியை நீட்டுகிறான். அந்தக் குடியானவன் அதை வாங்கிக் குடிக்கிறான். 'நாயும் பன்றியுங் கூட விஷம் என்று குடிக்க மறுக்கும் மதுவை மனிதன் குடிக்கிறான், பார்த்தீர்களா?' என்று படத்தைச் சுட்டிக் காட்டிப் பிரசங்கி சொன்னதும் கூட்டத்தில் உள்ள ஸ்திரீகள் எல்லாரும் சிரிப்பார்கள். ஆண்களில் சிலர் சிரிப்பார்கள்; இன்னும் சிலர் 'ஆமாம்; அது வாஸ்தவம் தானே?' என்பார்கள்.

கிராமவாசிகளின் மனதைக் கவர்ந்த இன்னொரு படம்:-

முதலில் ஒரு குடித்தனக்காரர் பெண்டு பிள்ளைகளுடன் சந்தோஷமாக வாழ்வதைக் காட்டுகிறது; பத்து வருஷம் குடித்த பிறகு அவர் வீடு பாழாய்க் கிடப்பதையும், உடைந்த புட்டிகளுக்கும் கலயங்களுக்கும் மத்தியில் அந்த மனிதன் தலையில் கையை வைத்துக் கொண்டு தனியே உட்கார்ந்திருப்பதையும் காட்டுகிறது.

இரண்டாவது படத்தைக் காட்டி விஷயத்தைச் சொன்னதும் கிராம வாசிகள், 'ஆஹா!' 'ஐயோ!' என்று பரிதவிக்கும் குரல்கள் கேட்கும். இப்படியெல்லாம் கிராமவாசிகளின் மனதில் படும்படி பிரசாரம் செய்யும் முறை ராஜாஜியின் மனதிலேதான் முதன் முதலாக உதித்தது. மேற்படி மதுவிலக்குப் படங்கள் பின்னால் அச்சிடப்பட்டு தொகுதி தொகுதியாகப் பல இடங்களுக்கு பிரசாரங்களுக்காக அனுப்பப்பட்டன.

படங்களைச் சுட்டிக் காட்டி நாங்கள் ஒவ்வொருவரும் பிரசங்கம் செய்வதுண்டு. படங்களின் உதவியில்லாமல் வாசாம கோசரமாக

மதுவின் தீமைகளைப் பற்றிப் பேசுவதும் உண்டு. ஆயினும் ராஜாஜி பேசும்போது கிராமத்து ஜனங்களின் மனதிலே பதிவது போல் எங்களுடைய பேச்சு பதிவதில்லை. ஏனெனில் ராஜாஜியைப் போலக் கிராமத்து ஜனங்களின் கஷ்டங்களை நாங்கள் உணரவில்லை. எங்களுடைய பேச்செல்லாம் பள்ளிக் கூடத்தில் உபாத்தியாயர் பிள்ளைகளுக்குப் பாடம் கற்பிப்பது போலிருக்கும். ராஜாஜியின் பேச்சோ குழந்தையிடம் உயிரை வைத்திருக்கும் தாயார் அன்புடன் புத்தி சொல்வது போலிருக்கும்.

'விமோசனம்' ஒன்பதாவது இதழ் அச்சாகிக் கொண்டிருந்தபோது தேசத்தில் உப்பு சத்தியாக்கிரஹப் பேரியக்கம் ஆரம்பமாயிற்று. நூறு சத்தியாக்கிரஹிகள் அடங்கிய தொண்டர் படையுடன் ராஜாஜி திருச்சியிலிருந்து வேதாரண்யத்துக்குக் கால்நடை யாத்திரை புறப்பட்டார். எனக்கு அந்த முதற்படையிலே சேர்ந்து புறப்பட வேண்டுமென்று எவ்வளவோ ஆசையிருந்தது. ஆனால், நான் வரக் கூடாது என்றும், 'விமோசனம்' பத்திரிகையைத் தொடர்ந்து நடத்த வேண்டும் என்றும் ராஜாஜியின் கட்டளை பிறந்தது.

எனக்கு இது பிடிக்கவும் இல்லை; அர்த்தமாகவும் இல்லை. தேசத்தில் மகத்தான சுதந்திர இயக்கம் நடக்கப் போகிறது. அதில் வெற்றி பெற்றால் சுயராஜ்யமே வந்து விடப் போகிறது. ஒரு நொடியில் மதுவிலக்குச் சட்டம் நிறைவேற்றி மதுவை அடியோடு எடுத்து விடலாம். அத்தகைய நிலைமையில் மதுவிலக்குப் பிரசாரப் பத்திரிகையை நடத்துவது முக்கியமான காரியமாக எனக்குத் தோன்றவில்லை.

ஆயினும் ராஜாஜியுடன் எதிர்த்து வாதாட முடியாதவனாயிருந்தேன். வேதாரண்ய யாத்திரையின் மகத்தான விவரங்களைப் பத்திரிகையில் படிக்கப் படிக்க எனக்கு ஆத்திரம் அதிகமாகி வந்தது. ராஜாஜி சிறை புகுந்த பிறகு ஒரே ஒரு 'விமோசனம்' இதழ் மட்டும்தான் வெளிக் கொண்டு வந்தேன். அந்த இதழ் அச்சாகிக் கொண்டிருந்தபோது ராஜாஜிக்கு மன்றாடிக் கடிதம் எழுதிக் கொண்டிருந்தேன். 'தாங்கள் எழுதாமல் பத்திரிகை நன்றாகவும் இராது; ஜனங்களுக்கும் சிரத்தை குறைந்து விடும்; இது வரை ஏற்பட்ட வெற்றி நஷ்டமாகி விடும்' என்று பல முறை வற்புறுத்தி எழுதி, பத்தாவது இதழோடு பத்திரிகையை நிறுத்த அனுமதி பெற்றுக் கொண்டேன். அவ்விதமே பத்தாவது இதழில் அறிக்கை பிரசுரித்து நிறுத்தி விட்டேன்.

உண்மையிலேயே பத்திரிகையை அதேமுறையில் என்னால் தொடர்ந்து நடத்தியிருக்க முடியாதுதான்.

ராஜாஜி பக்கத்தில் இருந்தவரையில் அவருக்கு மதுவிலக்கில் இருந்த உணர்ச்சியின் வேகம் என்னையும் ஆட்கொண்டிருந்தது. அவர்கள்

அப்பால் சென்றதும் என்னுடைய உணர்ச்சியின் வேகமும் குறைந்து போய் விட்டது. உணர்ச்சியில்லாத எழுத்தில் சக்தி என்ன இருக்கும்? பத்திரிகைதான் எப்படி நடத்த முடியும்?

'விமோசனம்' பத்திரிகையின் இதழ்களில் நான் எழுதிய மதுவிலக்குக் கதைகள் இந்தப் புத்தகத்தில் வெளியிடப்பட்டிருக்கின்றன. சென்னை மாகாணத்தில் காங்கிரஸ் சர்க்கார் இப்போது மதுவிலக்குச் சட்டம் செய்து வருவதால் இந்தக் கதைகள் பிரசாரத்துக்குப் பயன்படும் என்று நம்பித் தமிழ்ப் பண்ணை சின்ன அண்ணாமலை வெளியிடுகிறார். ராஜாஜியுடன் வாதம் செய்தாலும் செய்யலாம் சின்ன அண்ணா மலையுடன் என்னால் வாதம் செய்ய முடியாது. நான் 'வேண்டாம்' என்று தடுத்தாலும் அவர் கேட்கப் போவதில்லை.

இந்த நீண்ட முன்னுரையைப் பார்த்துப் பயந்து போயாவது ஒரு வேளை ஸ்ரீ சின்ன அண்ணாமலை புத்தகம் வெளியிடுவதை நிறுத்தி விடலாம் என்ற ஒரு சின்ன ஆசை மனதின் ஒரு சிறு மூலையில் எட்டிப் பார்க்கிறது.

அந்த ஆசை என்ன ஆகிறதோ, பார்க்கலாம்!

எட்டயபுரம் ரா.கிருஷ்ணமூர்த்தி
17-4-47 'கல்கி'

5

களத்தில்...

காந்தி, சட்டம் பயிலுவதற்காக இங்கிலாந்து சென்றபோது அவரிடம் அவரது தாயார் மூன்று சத்தியங்களை வாங்கினார். அதாவது மாமிசம், பெண், மது இவற்றைத் தொடுவதில்லை என்பவை தாம் அவை. இந்தச் சத்தியங்களில் அவர் உறுதியாகவும் இருந்தார். குறிப்பாக மது விஷயத்தில்.

1919இல் காந்தியாரின் இந்திய அரசியல் பிரவேச மானது காங்கிரசின் நடவடிக்கைகளில் புதிய திருப்பத்தினை ஏற்படுத்தியது.

1920 மார்ச் 31இலும், ஏப்ரல் 2இலும் பெஜவாடாவில் நடந்த காங்கிரஸ் கமிட்டிக் கூட்டங்களில் கிராமப் பஞ்சாயத்துக்களை ஏற்படுத்துவதற்கும், குடியை ஒழிப்பதற்கும் தீர்மானங்கள் நிறைவேற்றப் பட்டன. 1922 பிப்ரவரியில் பர்தோலியில் நடந்த காங்கிரஸ் செயற்குழுக்கூட்டத்தில் காங்கிரஸ் கட்சிக்கு ஒருகோடி உறுப்பினர்களைச் சேர்த்தல் உள்ளிட்ட 8 தீர்மானங்கள் நிறைவேற்றப்பட்டன. இதில் குறிப்பிடத்தக்க இன்னொரு தீர்மானம், 'குடிப்பழக்கத்துக்கு இரையான மக்களிடையே குடிவெறி ஒழிப்பு இயக்கம் நடத்துதல். இதற்காக வீடுவீடாகச் செல்லுதல். மறியல் செய்வதைக் காட்டிலும் குடிப்பவரை அவரது இல்லத்திலேயே போய்ப் பார்த்து வேண்டுகோள் விடுக்கும் முறையை நம்பிச் செயல்படுதல்.'

இதன் காரணமாக அக்கட்சியின் நிர்மானத் திட்டங்களில் முக்கிய இடத்தைப் பிடித்தது

கள்ளுண்ணாமை. அரசியல் காரணங்களுக்காக இவ்விஷயத்திற்கு இப்படியொரு பெயர் சூட்டப்பட்டது 'மதுவிலக்கு.'

தமிழகத்தில் பல்லாயிரக்கணக்கானோர் இக்கொள்கையினை முன்னெடுத்துச் சென்றனர். ஆனாலும்கூட இதற்கு முன்னோடிகளாக இருந்த மூவரைப் பற்றி இங்குக் குறிப்பிட்டாக வேண்டும்.

●

ராஜாஜி

சேலம்-கைத்தறி நெசவாளர்கள் நிறைந்த பகுதி. ஆனாலும், இதில் கிடைத்த வருமானம் பெரும்பாலும் மதுக்கடைகளுக்கே சென்றது. இதனால் நெசவாளர்கள் பலரும் ஒட்டாண்டிகளாகிக் கொண்டிருந்தனர்.

1917 ஜூனில் சேலம் நகரசபைத் தலைவராகப் பதவியேற்ற ராஜாஜி, மது அரக்கனை வெளியேற்ற வேண்டியதன் அவசியத்தை உணர்ந்து, இதற்கான நடவடிக்கைகளிலும் ஈடுபட்டார். (இந்த வகையில் இவர் காந்திக்கு முன்னோடியாவார்).

நாட்டு சாராயத்தை நகரில் விற்க வழங்கப்பட்டிருந்த லைசன்ஸுகளில் பெருவாரியானவற்றை ரத்து செய்ய வேண்டும், பாக்கியுள்ள லைசன்ஸ் தாரர்கள் நகருக்கு வெளியேதான் விற்க வேண்டும் என்று கட்டாயப் படுத்த வேண்டும் என்று சேலம் நகரசபை அரசைக் கேட்டுக்கொண்டது. இதே கோரிக்கையினை மாவட்ட ஆட்சித் தலைவருக்கு நெசவாளர்கள் முன் வைத்தனர்.

தொடர்ந்து நகரசபைத் தலைவர் ராஜாஜி, மாவட்டக் காவல் கண்காணிப்பாளர் பி.பி.ஸ்வீட்டிங் உள்ளிட்டோர் அடங்கிய கூட்டுக் குழு அமைக்கப்பட்டது. சாராயக் கடைகள் பதினாலிலிருந்து இரண்டாகக் குறைய வேண்டும் என்றும், கள்ளுக் கடைகள் பதினாலி லிருந்து ஆறாகக் குறைய வேண்டும் என்றும் லைசன்ஸ் பெற்று எஞ்சி நிற்கும் இதர கடைகளும் நகரின் மையத்திலிருந்து வெளியேற வேண்டும் என்றும் இக்குழுதீர்மானித்தது. மாவட்ட நிர்வாகமும் இப்படியான நடவடிக்கையில் ஈடுபட்டது.

கள், சாராயக் கடைகள் திறந்திருக்கும் நேரமும் குறைக்கப்பட்டது. இந்தக் கடைகளில் பெண்களை வேலைக்கு வைப்பது அவர்கள் ஏலம் எடுத்தவர்களைச் சார்ந்தவர்களாக இருந்தாலும், தடை விதிக்கப்பட்டது என்பதும் குறிப்பிடத்தக்கது.

மதுவுக்கு எதிரான தன்னுடைய நடவடிக்கைகளை ராஜாஜி இத்துடன் நிறுத்திக் கொள்ளவில்லை. அவரது வாழ்நாள் இறுதிவரையிலும் தொடர்ந்தார்.

1925 பிப்ரவரியில் சேலம் அருகே புதுப்பாளையத்தில் தொடங்கப்பட்ட காந்தி ஆசிரமம், கதர் தீண்டாமை ஒழிப்பு ஆகியவற்றுடன் மதுவிலக்கையும் முக்கியக் கொள்கையாகக் கொண்டது. மதுவுக்கு எதிராகப் பிரசாரங்கள் மக்களிடம் கொண்டு செல்லப்பட்டன.

இந்த நேரத்தில், அரசுக்கு முட்டுக்கட்டை போட வேண்டிய சுயராஜ்யக் கட்சியினர் தங்களுக்குள் முட்டுக்கட்டைப் போட்டுக் கொண்டிருந்தனர். இதனைத் தவிர்க்க நினைத்த ராஜாஜி, மகாத்மா காந்தியிடம் யோசனை ஒன்றைத் தெரிவித்தார். 'சட்டசபைகளில் சுயராஜ்யக் கட்சி அங்கத்தினர்கள் மதுவிலக்கை வலியுறுத்தட்டும். அரசு இதற்கு முட்டுக்கட்டை போட்டால் ஓர் உயிர்த்துடிப்பு மிக்க அரசியல் பிரச்னை எழும். மது போன்ற ஏழை மக்களின் பிரச்னையை வைத்து காரசாரமான விவாதம் நடத்தலாம். சுயராஜ்யக் கட்சியினர் விரும்புவது இத்தகைய விவாதங்களைத்தானே?'

சுயராஜ்யக் கட்சிக்காரர்கள் சார்பில் முதலில் இந்த யோசனையை அலட்சியப்படுத்தியவர் சத்தியமூர்த்தி. 'சுயராஜ்யம்தான் நம்முன் இருக்கும் ஒரே பிரச்னை. நான் குடிகாரர்கள் நிரம்பிய ஒரு சுதந்திர தேசத்தின் பிரஜையாக இருந்தாலும் இருப்பேனேயொழிய குடிப்பவர்கள் இல்லாத அடிமை நாட்டைச் சார்ந்தவனாக இருக்க மாட்டேன்' என்றார். மதுவிலக்குத் திட்டத்தில் தீவிரவாதியாக இருந்த காந்திக்கும் கூட, ராஜாஜியின் யோசனையின்மீது நம்பிக்கை பிறக்கவில்லை.

ஆனாலும் மகாத்மாவே அதிசயித்துப்போகிற மாதிரி சத்திய மூர்த்தியையும் சென்னை சுயராஜ்யக் கட்சித்தலைவர் சீனிவாச ஐயங்காரையும் தம் பக்கம் வென்றுவிட்டார் ராஜாஜி.

அவரது வெற்றியை ஒப்புக்கொண்ட காந்தி, இந்தியா முழுவதிலு முள்ள சுயராஜ்யக் கட்சியினரை உடனடியாக பூரண மதுவிலக்கு அமல்படுத்த வேண்டுமென ஏகோபித்த குரல் எழுப்புமாறு கேட்டுக் கொண்டார்.

1926இல் டாக்டர் சுப்புராயன் தலைமையில் சென்னை மாகாணத்தில் புதிய அரசு அமைந்தது. இந்த அரசு மதுவிலக்கைத் தீவிரமாக அமல் படுத்தும் என ராஜாஜி நம்பினார். அதற்கான மசோதா ஒன்றையும் அவர் தயாரித்துக் கொடுத்தார். அரசு இதை ஏற்றுக் கொள்ளவில்லை.

ஆனால், மதுவிலக்கு தொடர்பாக ராஜாஜி தயாரித்து அளித்த தேசியத் திட்டத்தை காங்கிரஸ் கட்சி ஏற்றுக்கொண்டது. இத்திட்டத்தின்படி

ஒவ்வொரு ராஜதானியிலும், ராஜதானி காங்கிரஸ் கமிட்டியுடன் இணைந்ததாக ஒரு மதுவிலக்குக் குழு இருக்கும். ஒவ்வொரு தாலுக்காவிலும் மதுவிலக்கு நிர்வாகி ஒருவர் இருப்பார். இவர் நகரங்களிலும் கிராமங்களிலும் மதுவிலக்கு சபைகள் அமைக்கப் பாடுபட வேண்டும்.

இந்திய மதுவிலக்குச் சங்கத்தின் கௌரவப் பொது காரியதரிசியாக விருந்த ராஜாஜி, காங்கிரஸ் சார்பில் மதுவிலக்குப் பிரசாரப் பொறுப்பையும் கவனித்து வந்தார்.

மதுவிலக்கை வலியுறுத்தும் 'புரொஹிபிஷன்' எனும் ஆங்கிலப் பத்திரிகைக்கும், தமிழில் வெளியான 'விமோசனம்' பத்திரிகைக்கும் ஆசிரியர் பொறுப்பேற்று திறம்பட நடத்தினார்.

1929ஆம் ஆண்டு மட்டும் 69 இடங்களில் ராஜாஜி மதுவிலக்குச் சொற் பொழிவுகள் நிகழ்த்தியிருக்கிறார். லாகூர் காங்கிரசுக்குத் தலைமை தாங்கிய ஜவாஹர்லால் நேரு, 'இந்திய மதுவிலக்கு இயக்கத்தின் தலைவர் ஸி.ஆர்.தான் என்பதில் யாருக்குமே ஐயப்பாடு இருக்க முடியாது' என்று குறிப்பிட்டார்.

'முதல் எதிரி மது அரக்கன்தான். அவனுக்கு எதிராக ஸி.ஆர். தமது ஆற்றல்கள் அனைத்தையும் பிரயோகித்தார்' என்று சொல்லும் ராஜ்மோகன் காந்தி, 'இலக்கிய, கலை ஆற்றல்கள், நிர்வாகத்திறன், விஞ்ஞான அறிவு அனைத்தையும் பயன்படுத்தினார். சத்தியப் பிரமாணங்களைத் தயாரித்தார். பாடல்கள் இயற்றினார். கொடி ஒன்றை உருவாக்கினார். ஆர்ப்பாட்டங்கள் நடத்த ஏற்பாடுகள் செய்தார். தொண்டர் படைக்குப் பயிற்சி தந்தார். ஆட்சேபணைகளைச் சமாளித்தார். மிதவாதிகள் பலரையும் இந்த மதுவிலக்கு இயக்கத்துக்கு ஈர்த்தார். பிரிட்டனில் இருந்த மதுவிலக்கு ஆதரவாளர்களுடன் தொடர்பு கொண்டார். அமெரிக்காவில் மதுவுக்கு எதிராகப் போராடிய ஜான்சன் என்பவரைச் சென்னைக்குத் தருவித்தார்' என ராஜாஜியின் பணிகளை விவரிக்கிறார்.

உண்மைதான். 1937இல் ஆட்சிப் பொறுப்பேற்கும் வாய்ப்புக் கிடைத்த போது, அதைச் சரியாகப் பயன்படுத்திக் கொண்ட ராஜாஜி, மதுவிலக்குச் சட்டத்தினை நிறைவேற்றி அமல்படுத்தினார். 1952இல் மீண்டும் ஆட்சிப் பொறுப்புக்கு வந்தபோது, மதுவிலக்கைத் தீவிரப் படுத்தினார்.

1971இல் தமிழ்நாட்டில் மதுவிலக்கு ரத்து செய்யப்பட்டது. கொட்டும் மழையில், முதல்வர் கருணாநிதியின் வீட்டுக்குச் சென்ற ராஜாஜி, 'மதுவிலக்குத் தொடர வேண்டும்' எனக் கெஞ்சிக் கேட்டார். ஆனால்

தன்னுடைய முடிவில் உறுதியாக இருந்தார் முதல்வர் கருணாநிதி. மன சஞ்சலத்துடன் வீடு திரும்பினார் ராஜாஜி.

'தமிழ்நாட்டில் மதுவிலக்கு ரத்து செய்யப்பட்டதானது, ராஜாஜியின் ஜீவனையே காயப்படுத்திவிட்டது' என்கிறார் அவரது தோழர் சதாசிவம்.

1943இல் வெளியான 'மது விலக்கு (கள் ஒழிக)' எனும் தலைப்பிலான ராஜாஜியின் கட்டுரைத் தொகுப்பு, இன்றும் நம்மைச் சிந்திக்க வைக்கும். குடியின் தீமையை வலியுறுத்தும் வகையில் ராஜாஜி எழுதிய 'திக்கற்ற பார்வதி' கதையானது, பின்னாளில் (1974) திரைப்படமாகவும் வெளியானது.

●

பெரியார்

நாட்டில் மதுவிலக்குப் பிரசாரம் மும்முரமாக நடந்து கொண்டிருந்த நேரம். அப்போது காங்கிரஸ் தொண்டர்களுக்கு காந்தியார் ஒரு கட்டளையிட்டார். 'கள்ளுக்கு உதவும் மரங்களையெல்லாம் வெட்டி விட வேண்டும்' என்பதுதான் அது.

வடநாட்டில் பல இடங்களில் ஈச்ச மரங்கள் வெட்டி வீழ்த்தப்பட்டன. பெரியார் ஈ.வெ.ராமசாமி இந்தச் செய்திகளைப் படித்தார். அவ்வளவு தான், சேலம் தாதம்பட்டியில் தமது தோட்டத்தில் இருந்த 500 தென்னை மரங்களையும் வெட்டி வீழ்த்தினார்.

'அக்காலத்தில் காந்தீய வெறியினால் தென்னைகளை வெட்டி வீழ்த்திய பைத்தியக்காரர்களில் இவரே தலைசிறந்தவர்' என்பார் திராவிட இயக்க முன்னோடிகளுள் ஒருவரான சாமி.சிதம்பரனார்.

காந்தியின் மீதும், காங்கிரசின் மீதும் இருந்த அளவுகடந்த ஈடுபாடுதான் பெரியாரை இப்படிச் செயல்பட வைத்தது. தென்னை மரங்களை வெட்டி வீழ்த்தியதோடு இவர் நிற்கவில்லை. கள்ளுக்கு எதிராகக் களத்திலும் இறங்கினார்.

1921 நவம்பரில் ஈரோட்டில் நடந்த கள்ளுக்கடை மறியல் மிகவும் புகழ்பெற்றது. இந்தப் போராட்டத்திற்குத் தலைமை தாங்கி நடத்தியவர் பெரியார். இதற்காக 144 தடையுத்தரவு பிறப்பிக்கப்பட்டிருந்தது.

மறியல்காரர்கள் தடையுத்தரவைப் பொருட்படுத்தவில்லை. தடையை மீறி மறியலில் ஈடுபட்ட பெரியாரும் அவருடன் 100 பேர்களும் கைது

செய்யப்பட்டு, சிறையில் அடைக்கப்பட்டனர். இவர்களுக்கு ஒரு மாதம் சிறைத் தண்டனை விதிக்கப்பட்டது.

பெரியாரின் வரலாற்றில் முதல் சிறைவாழ்க்கை இங்கிருந்துதான் தொடங்கியது என்பது குறிப்பிடத்தக்கது.

பெரியாரின் கைதினைத் தொடர்ந்து களம் காணப் புறப்பட்டவர்கள் அவரின் மனைவி நாகம்மையாரும், தங்கை கண்ணம்மாளும் ஆவர். மறியல் செய்பவர்கள் ஒரு நாளில் ஆயிரக்கணக்கில் பெருகினர். நாகம்மையாரும் அவருடன் சென்ற தோழர்களும் சிறைப்படுத்தப் பட்டால் ஈரோட்டில் நிலைமை மோசமாகி 10,000 பேர்களுக்குச் சிறை வேண்டியிருக்குமென்று கருதிய அதிகாரிகள், சென்னை அரசாங் கத்துக்குத் தந்தி கொடுத்து முன்னறிவுடன் தடையுத்தரவை நீக்கினர்.

இந்தச் சம்பவங்களுக்குப் பிறகு தமிழ்நாட்டில் கள்ளுக்கடை மறியல் கொழுந்துவிட்டு எரிய ஆரம்பித்து விட்டது.

இதற்கிடையே காங்கிரசில் இருந்து பெரியார் விலகிவிட்டாலும், அந்தக் கட்சியின் நிர்மாணத் திட்டங்களின் மீதான ஈடுபாடு அடுத்த சில ஆண்டுகளுக்கும் தொடரத்தான் செய்தது.

குறிப்பாக கள்ளுக்கு எதிரான அவரது கருத்துகளைச் சொல்லலாம். 16.8.1925 தேதியிட்ட குடி அரசு இதழில் கீழ்க்கண்ட உரையாடலை அவர் வெளியிட்டிருந்தார்.

கள்ளுக்கும் விஷத்துக்கும் வாக்குவாதம்:

‘விஷம்: ஓ கள்ளே! நீ என்ன மகா கெட்டிக்காரன்போல் பேசுகிறாய். ஒரு கடுகளவு ஒரு மனிதனுக்குள் பிரவேசித்தானேயானால் உடனே அவன் உயிரை வாங்கி பிணமாக்கிவிடுவேன். நீ பீப்பாயளவு உள்ளே போனாலும் ஒன்றும் செய்வதில்லை.

கள்ளு: அப்படியா. உன்னால் என்ன செய்ய முடியும்? ஒரு மனிதன் உயிரை மாத்திரம்தான் வாங்க முடியும். இது யாரும் செய்து விடுவார்கள். என் சங்கதியைக் கேள். நான் ஒரு மனிதனுக்குள் சென்றே னேயானால் அவன், புத்தி, மானம், சொத்து இவ்வளவையும் பிடுங்கிக் கொள்வதோடு உயிர் இருக்கவே பிணமாக்கிவிடுவேன். இது உன்னாலாகுமா?’

கள்ளுக்கடையின் மூலமான வருமானத்தின் ஒரு பகுதிதான் அப்போது கல்விக்குப் பயன்படுத்தப்பட்டு வந்தது. இந்த நிலையில் 24.4.1927இல் போளூரில் நடந்த ஆரம்பாசிரியர் மாநாட்டுக்குத் தலைமை தாங்கிய பெரியார் பேசியதாவது:

பசுவைக் கொன்று செருப்பு தானம் செய்வது போல, நமது அரசாங்கத்தார் கள்ளு, சாராயத்தை விற்று அதில் வரும் லாபத்தை எடுத்து கல்விக்காக செலவு செய்கிறார்கள். இன்னும் கொஞ்சம் கல்வி சவுகரியமும், சம்பள சவுகரியமும் வேண்டுமானால் இன்னும் கொஞ்சம் அதிகமாகக் கள்ளு, சாராயம் குடித்து அதனால், அதிக வரும் படியையுண்டாக்கும் பொறுப்பை நம்ம தலையில் வைத்திருக் கிறார்கள். நமது மக்கள் கற்ற கல்வி பெரிதும் தேசத்துரோகத்திற்கே உபயோகப்பட்டுவரும் காரணமே வெகு குடும்பங்கள் கெட்டதன் பலனாய் ஏற்பட்ட கள்ளு சாராயப் பணத்திலிருந்து படித்ததினால்தான். இம்மாதிரி குடியில் வரும் லாபத்தினால்தான் படிப்புக்குச் செலவு செய்ய வேண்டும் என்று ஏற்படுமானால் மக்கள் படிக்காமல் தற்குறியாக இருந்தாலாவது உபாத்தியாயர்களெல்லாம் தெருவில் கல்லுடைத்து ஜீவனம் செய்துக் கொண்டாவது கட்குடியை நிறுத்துவதே மேலான தென்பது என் அபிப்ராயம். (குடி அரசு 1.5.1927).

●

ம.பொ.சிவஞானம்

தமிழ்நாட்டின் எல்லைப் போராட்டங்களில் மட்டுமல்ல, மதுவுக்கு எதிரான போராட்டங்களிலும் முன்னின்றவர் ம.பொ.சி. என்றழைக்கப் படும் ம.பொ.சிவஞானம்.

காங்கிரசின் கட்டளையை ஏற்று கள்ளுக்கடை மறியலில் இவர் தீவிரமாக இறங்கினார். ஆனால் மற்றவர்களைவிட மபொசி க்கு இந்தப் போராட்டக் களம் சற்று வித்தியாசமாக அமைந்திருந்தது.

இதற்குக் காரணம், அப்போது கள் இறக்குவது, அதை விற்பனை செய்வது ஆகியவற்றில் ஈடுபட்டிருந்தவர்கள் மபொசியின் சமூகத்தினரான கிராமணிகளாவர். இதனால் அவருக்கு உறவுகளுக்கு மத்தியிலேயே எதிர்ப்பு கிளம்பியது.

இதுபற்றி மபொசி கூறுவதைக் கேட்கலாம்:

'நான் அன்றும் இன்றும் என்றும் பரிபூரண மதுவிலக்கில் மிகுந்த ஆர்வங்காட்டி வருவதற்கு என் தந்தையாரும் முக்கியக் காரணமாவார். அவர் குடிபோதையிலிருக்கும் போதெல்லாம் என் அன்னையாரை அடித்துத் துன்புறுத்தியதை நான் நேரில் கண்டிருக்கிறேன். பல நேரங்களில் என் அன்னையாருக்கு இரத்த காயங்கூட ஏற்பட்டதுண்டு. அப்போதெல்லாம் நான் வாய்விட்டு அலறி அழுதிருக்கிறேன்.

என் தந்தை தங்கமானவர்தான். தன் மனைவியாரிடம் மிகுந்த அன்புடையவர்தான். ஆயினும் குடிபோதையால் அறிவிழந்துவிடும் நேரங்களிலே கல்வியறிவும் கற்பு நெறியுமுடைய தன் மனைவியை உதைபந்தாக்குவதை வழக்கமாக்கிக் கொண்டிருந்தார். அக்கம் பக்கத்தில் குடியிருப்போரோடும் சுற்றத்தாரோடும் சண்டைக்குப் போவார். குடிபோதையில்லாத நேரங்களில், குழந்தை போல நடந்து கொள்வார்.

அவர் மூலமாகத்தான் குடிப்பழக்கத்தின் கொடுமையை நான் அறிந்தேன். என் அன்னையாரைப் போன்ற தாய்மார் பலர் குடிப் பழக்கமுடைய தங்கள் கணவன்மார்களால் கொடுமைப்படுத்தப் படுவதையும் நான் பார்த்திருக்கிறேன்.

அதனால் இந்தக் கொடுமை மனித சமுதாயத்தை விட்டே ஒழிக்கப்பட வேண்டுமென்று உறுதிகொண்டேன். மது அடியோடு ஒழிந்தால், தாய்க்குலம் விடுதலை பெறும். கணவன்- மனைவியர் வாழ்க்கையிலே இன்பம் மலரும் என்று நம்பினேன்.

இந்த நம்பிக்கை காரணமாகவும் காங்கிரசும் காந்தியடிகளும் வற்புறுத்திய மதுவிலக்குக் கொள்கையை உறுதியாக ஆதரித்தேன்.

அதனால், எனது குடும்பத்தின் வருவாய் பாதிக்கப்படுவதையும் நான் பொருட்படுத்த வில்லை. அந்த இழப்பையும் ஏற்றுக்கொள்ளத் துணிந்தேன். சுற்றத்தார் சுய சாதியார் வாழ்விழந்து வருந்துவர் என்பதறிந்தும், அதனை நான் பொருட்படுத்தவில்லை. குடிப்பழக்க மென்னும் கொடுமையிலிருந்து தமிழர் சமுதாயத்தை விடுவிக்க ஒரு சாதி அழிந்தாலும் பாதகமில்லையென்று கூடக் கருதினேன்.

காந்தி-இர்வின் ஒப்பந்தம் நடைமுறையிலிருந்த மாதங்களில் விடுதலைப் போர் நிறுத்தி வைக்கப்பட்டிருந்தது. அந்தக் காலம் முழுவதும் காங்கிரஸ்காரர்களை ஆக்க வேலைகளில் ஈடுபடச் செய்தார் காந்தியடிகள்.

ஒப்பந்தத்திலே மதுவிற்பனை செய்யும் கடைகள் முன்னே மறியல் செய்வதற்கு உரிமை தரப்பட்டிருந்தது. கள்ளு, சாராயம், விஸ்கி, ஒயின், கஞ்சா, அபின் முதலிய போதைப் பொருள்கள் விற்பனை செய்யு மிடங்களிலே மறியல் நடத்தப்பட்டது. குறிப்பாக, கள்ளுக்கடைகள் முன்புதான் மறியல் மும்முரமாயிருந்தது.

கள்ளுக்கடை மறியல் எனக்குப் பயங்கர சோதனையாக இருந்தது. ஆம், மற்ற காங்கிரஸ்காரர்களுக்கு இல்லாத ஒரு சங்கடம் எனக்கிருந்தது. காரணம், கள் இறக்கும் தொழிலிலும், கள் விற்கும் வாணிபத்திலும் ஈடுபட்டிருந்த கிராமணி சாதியைச் சார்ந்தவனாக நான் இருந்தது.

இப்படிப்பட்ட வெறி பிடித்த காங்கிரஸ்காரனாக இருந்த நான் சாதி நலன் காரணமாகக் கள்ளுக்கடை மறியலில் ஈடுபடாமல் ஒதுங்கி விடுவது சாத்தியமாக இல்லை.

என் தந்தையார் கள்ளிறக்கும் தொழில்புரிந்தும், என் தம்பி கள்ளுக் கடையில் தொழில் புரிந்தும் வருவாய் தேடி வந்தனர். கிருஷ்ணாம் பேட்டையில் தேசியப் பெண் பாடசாலை இருக்குமிடத்திலே என் தாய்மாமன் திரு.எம்.ஆர்.சிவகாளத்திப் பிள்ளையவர்கள் தன் மைத்துனர்களுடன் சேர்ந்து சொந்தத்தில் கள்ளுக்கடை நடத்தி வந்தார். என் தாய் மாமன் கடைமுன் வேறு சில தோழர்களுடன் சேர்ந்து மிகுந்த உற்சாகத்துடன் மறியல் செய்தேன்.

மதுவிலக்குப் போராட்டத்தால் வருவாயை இழந்த மது விற்பனை யாளர்களும், மது உற்பத்தியில் ஈடுபட்ட தொழிலாளர்களும் 'இவன் குலத்தைக் கெடுக்க வந்த கோடரிக் காம்பு', 'குலத்துரோகி' என்றெல்லாம் என்னை ஏசவும் பேசவும் கேட்டிருக்கிறேன்.

இவ்வளவுக்கும் நான் பெற்ற கூலி ஒன்று உண்டென்றால், என் தாய் இனமான தமிழினத்தை, தாயகமான பாரதத்தை மதுப்பழக்கத்திலிருந்து விடுவிக்கும் புண்ணியப் பணியில் ஈடுபட்டிருக்கிறோம் என்ற மனத்திருப்திதான்!'

6
முன்னோட்டம்

காங்கிரஸ் கட்சியால் முன்னெடுக்கப்பட்ட மதுவிலக்குப் பிரசாரமானது அப்போது நாடு முழுவதும் பரவியது. இது மக்கள் மத்தியில் வரவேற்பினைப் பெற்றது என்றுதான் சொல்ல வேண்டும்.

இந்நிலையில் ராஜாஜியின் சேலம் ஆசிரமமும் தனது மதுவிலக்குப் பிரசாரத்தைத் தீவிரப்படுத்தி யிருந்தது. சென்னை மாகாணத்தின் கலால் ஆணையராக இருந்த இ.பி.காட்ரெல் 1929ஆம் ஆண்டின் இறுதியில் ராஜாஜியின் ஆசிரமத்துக்கு வந்து பார்வையிட்டார்.

அங்கு வரையப்பட்டிருந்த ஓவியங்கள், அதில் பொதிந்திருந்த கருத்துகள் கலால் ஆணையரின் கருத்தைக் கவர்ந்தன. மதுவிலக்கு அவசியம் என்பதை அந்த ஆங்கிலேய அதிகாரி உணர்ந்தார். 'இதை அரசாங்கம் ஏற்க வேண்டும், ஏற்கும்படி சொல்லவேண்டும். எப்படி?' யோசனையில் ஆழ்ந்தார் காட்ரெல். மாகாணம் முழுவதும் என்பதைவிட, முதற்கட்டமாக இந்த ஆசிரமத்தைச் சுற்றியுள்ள பகுதிகளில் முதற்கட்டமாக மதுவிலக்கை அமல்படுத்தினால் என்ன? அரசாங்கத்திடம் கேட்டார் அந்த அதிகாரி.

காட்ரெல்லின் இந்த யோசனை அரசாங்கத்தால் ஏற்றுக்கொள்ளப்பட்டது. ஏனென்றால் இதற்கும் முன்பாக குடியின் தீமையை விளக்கும் வகையிலான பிரசாரத்துக்கு சென்னை மாகாண அரசு 5 லட்சம் ரூபாயை ஒதுக்கியிருந்தது. அப்போது ராஜாஜிகூட

‘இதில் கணிசமான தொகையை என் வசம் வழங்கினால் அரசியல் சாயம் படியாத வகையில் மதுவிலக்குப் பிரசாரத்துக்குப் பயன்படுத்துவேன்’ எனக்கேட்டுப் பார்த்தார். ஆனால் அப்படி எதையும் அரசாங்கம் செய்யவில்லை.

கலால் ஆணையர், காட்ரெல் யோசனையை ஏற்று 1930இன் தொடக்கம் திருச்செங்கோடு தாலுகாவில் உள்ள 31 மதுக்கடைகள் மூடப்பட்டன. தமிழ் மண்ணில் முதன் முதலாக ‘மதுவிலக்கு’ எனும் வார்த்தை அமலுக்கு வந்தது. இத்திட்டம் மூன்றாண்டுகளுக்கு இருக்கும் என அரசாங்கத்தால் அறிவிக்கப்பட்டது.

இத்திட்டம் மக்களிடம் அமோக வரவேற்பினை ஏற்படுத்தியது. இதன் விளைவாக அடுத்த ஓரிரு மாதங்களில், அருகிலிருக்கும் ராசிபுரம் தாலுகாவிலும் 22 மதுக்கடைகள் மூடப்பட்டன.ஆனால் 1932இல் இந்தப் பரீட்சார்த்தத் திட்டத்தில் இருந்து பின்வாங்க அரசு முடிவு செய்தது. மதுவிலக்கை அமல்படுத்துவதில் அரசாங்கத்துக்கு ஏற்பட்ட நடைமுறைச் சிக்கல்கள்தாம் இதற்குக் காரணம். அருகிலுள்ள தாலுக்காக்களுக்குச் சென்று குடிப்பவர்களைத் தடுப்பது, அங்கிருந்து கடத்தி வரப்படும் மதுபானங்களைப் பிடிப்பது போன்றவற்றினால் காவல்துறையினருக்குப் பணிச்சுமை அதிகரித்தது.

இதன் விளைவாக திருச்செங்கோடு, ராசிபுரம் தாலுக்காக்களில் மூடப்பட்டிருந்த அனைத்து மதுக்கடைகளும் 1933 ஏப்ரல் இறுதியில் மீண்டும் திறக்கப்பட்டன.

7
முதல் மதுவிலக்கு

திருவள்ளுவரால் உருவாக்கப்பட்ட கள்ளுண்ணாமை எனும் அதிகாரம், அரசியல் சட்ட ரீதியான அதிகாரத்தைப் பெறுவதற்கு இரண்டாயிரம் ஆண்டுகள் காத்திருக்க வேண்டியதாயிற்று.

அதற்கான நேரம் வந்தது 1937இல். அந்த ஆண்டு ஜூலை 5ஆம் தேதி சென்னை ராஜதானியின் பிரதம மந்திரியாகப் (முதலமைச்சர்) பொறுப்பேற்றார் ராஜாஜி. மதுவுக்கு எதிரான பிரசாரத்தில் கடந்த 20 வருடங்களுக்கும் மேலாகத் தன்னை ஈடுபடுத்தி வந்திருப்பவர்.

சேலம் நகரமன்றத் தலைவராக இருந்தபோதே கள், சாராயக் கடைகளுக்கு எதிரான நடவடிக்கையினை எடுத்தவர். இப்போது ஆட்சி, அதிகாரத்துக்கு வந்திருக்கிறார்.

பூரண மதுவிலக்கு என்பது காங்கிரசின் முக்கியக் கொள்கைகளில் ஒன்றாகவே மாறியிருந்தது. இதனை அமல்படுத்தும் வகையில் 12 அம்ச திட்டம் ஒன்றினை ஹரிஜன் இதழில் எழுதியிருந்தார் காந்தி.

இதன்படி மதுவிலக்குப் பிரசாரங்களில் ஈடுபடும் படி கல்வி நிலையங்களைக் கோருவது, அண்டை மாநிலங்களிலும் மதுவிலக்கை ஏற்படுத்தும் படியான தொடர்புகளை மேற்கொள்வது, மது அடிமைகளை மீட்கும் பணிகளில் தன்னார்வ மருத்துவர்களை ஈடுபடுத்துவது போன்றவை காந்தியின் திட்டத்தில் இடம்பெற்றிருந்தன.

காந்தியின் யோசனைகளுடன் தனது அனுபவத்தையும் ஆற்றலையும் ஒன்று கலந்தார் ராஜாஜி. அப்போது சென்னை மாகாணத்தில் 25 ஜில்லாக்கள் (மாவட்டங்கள்) இருந்தன. ஒரே நேரத்தில் அத்தனை ஜில்லாக்களிலும் மதுவிலக்கை அமல்படுத்துவது என்பது இயலாத ஒன்று என்பதை அவர் உணர்ந்தார். முன்பு காட்ரெல் கூட, முதலில் ஒரு பகுதி பின்பு படிப்படியாக மற்ற பகுதிகளுக்கு என்றுதான் யோசித்திருந்தார்.

அதே போல் இப்போதும் மதுவிலக்கு அமலாக்கும் விஷயத்தில் ஒரு முடிவுக்கு வந்தார் சென்னை மாகாண முதன்மந்திரி. அதாவது, முதற்கட்டமாக சேலம் ஜில்லாவில் மதுவிலக்கை அமல்படுத்துவது!

அரசாங்கத்தின் இம்முடிவு குறித்து 1937 ஜுலை 27ஆம் தேதியிட்ட தினமணியில் கீழ்வரும் செய்தி வெளியானது:

‘சேலம் ஜில்லாவில் பூரண மதுவிலக்குக் கொள்கையை அனுஷ்டிக்கச் சர்க்கார் தீர்மானித்திருக்கிறது.

சென்னை சர்க்கார் பூரண மதுவிலக்கை அனுஷ்டிக்க உத்தேசித் திருப்பதால் சேலம் ஜில்லாவில் கள் விற்பனை உடனே நிறுத்தப்பட வேண்டுமென்று சர்க்கார் உத்தரவிட்டிருக்கின்றனர்.

பட்டை சாராயக் கடைகள் விஷயம் யோசிக்கப்பட்டு வருகிறது.

சீமைச் சாராயம் விற்பனையும் தடை செய்யப்படும். இந்தப் பழக்க முள்ளவர்கள் இவைகளைத் தவிக்க வேண்டுமானால் சர்க்காரிடம் லைசன்சு பெற வேண்டும்.

மாகாணத்தில் கலால் வருமானம் சுமார் 4 கோடி. இப்பொழுது சேலத்தில் அமுலுக்கு வரும் மதுவிலக்கினால் சர்க்காருக்கு ஏற்படக் கூடிய நஷ்டம் சுமார் 11 லட்சம் இருக்கலாமென்று தெரிகிறது!.’

இந்நிலையில் 25.09.1937 அன்று சென்னை மாகாண சட்டமன்றம் கூடிய போது அவை தலைவர் புலுஸு சாம்பமூர்த்தி வரவில்லை. அவருக்குப் பதிலாக துணைத்தலைவர் ருக்மணி லட்சுமிபதி அவைக்குத் தலைமை தாங்கினார்.

மதுவிலக்குச் சட்ட மசோதாவைத் தாக்கல் செய்த முதலமைச்சர் ராஜாஜி பேசியதாவது:

‘மதுவிலக்கு சம்பந்தமாக ஏற்கனவே இந்தச் சபையில் நான் பலதடவை பிரஸ்தாபித்திருக்கிறேன். இது மிகவும் முக்கியமான விஷயமென்பதை

எல்லோரும் ஒப்புக்கொள்கிறார்கள். ஆனால் இதில் கஷ்டமேற்படு மென்று சிலர் நினைக்கிறார்கள். நான் அப்படி நினைக்கவில்லை. பொது ஜன அபிப்ராயத்தின் வற்புறுத்தலினால் தங்கள் விருப்பத்துக்கு மாறாக சர்க்கார் இதைக்கொண்டு வருகிறார்களென்று சிலர் சொல்கிறார்கள். பொதுஜன அபிப்ராயம் அவ்வளவு வலுவாயிருந்தால் இது ரொம்ப அவசியமானதென்பதையே காட்டுகிறது. அதை அமலுக்குக் கொண்டு வருவதில் சிரமமேயிராது. கிறிஸ்துவ கம்யூனியன் காலத்தில் ஒயின் சாப்பிடுவது தடை செய்யப்பட மாட்டாது. அதைப்பற்றி கவலைப்பட வேண்டியதில்லை.'

8
அமலாக்கம்

'விட்டது சனியன் விட்டது சனியன்
விட்டது நம்மை விட்டதடா!
கொட்டுகமுரசு கொம்பெடுத் தூது
கொடும்பாவி கள்ளைக் கொளுத்திவிட்டோம்!

செத்தது கள்பேய் இத்தினம்; இதையினி
தீபா வளிபோல் கொண்டாடு;
பத்திரம் கள்மேல் சித்தம்வா ராவிதம்
பார்ப்பதும் காப்பதும் உன்பாரம்!

ஈஸ்வர வருஷம் புரட்டா சியிலே
இங்கிலீஷ் ஒன்றுபத்து முப்பத்தேழில்
சாஸ்வதம் போலவே நம்மைப்பிடித் தாட்டிய
சனியன் கள்கடை சாத்திவிட்டார்!

கூலியைத் தொலைப்பதும் தாலியை இழுப்பதும்
கூசிட ஏசிட பேசுவதும்
சாலையில் உருண்டொரு சவமெனக் கிடப்பதும்
சந்தி சிரிப்பதும் இனியில்லை!'

மதுவிலக்குச் சட்டமானது 1937 அக்டோபர் முதல் தேதியில் இருந்து சேலம் மாவட்டத்தில் அமலுக்கு வந்தது. இதனை வரவேற்று நாமக்கல் கவிஞர் வெ.இராமலிங்கம் பிள்ளை பாடிய பாடலில் இடம்பெற்றுள்ள வரிகள்தாம் இவை.

சென்னை மாகாணத்தில் 25 ஜில்லாக்கள் இருக்கும் போது, ஒரு ஜில்லாவில் மட்டும் மதுவிலக்கை அமல்படுத்துவது சாத்தியமா? இந்தக் கேள்வி எல்லோரது மத்தியிலும் எழுந்தது. இதற்கு பதில் தருவது மட்டுமல்ல, அறிவிக்கப்பட்ட

மதுவிலக்கை வெற்றிகரமாக அமல்படுத்த வேண்டிய கடமையும், பொறுப்பும் ராஜாஜி தலைமையிலான அரசுக்கு ஏற்பட்டது.

மதுவிலக்கு அறிவிப்பினைத் தொடர்ந்து டிக்ஸன் எனப்படும் பிரிட்டிஷ் ஐ.சி.எஸ். அதிகாரி சேலம் ஜில்லா கலெக்டராக நியமிக்கப் பட்டார். அவருக்குத் துணையாக தாம்ஸன் எனும் அதிகாரியும் நியமிக்கப்பட்டார்.

மதுவிலக்கைத் தீவிரமாக அமல்படுத்த இந்த அதிகாரிகளுக்கு அனைத்து அதிகாரங்களும் வழங்கப்பட்டிருந்தன. முறையாக அரசுக்கு விண்ணப்பம் செய்து அனுமதி வாங்கி வைத்திருக்கும் கேளிக்கை விடுதிகள், உணவு விடுதிகள் தவிர்த்து மற்ற எவரும் மது பயன்படுத்தக் கூடாது என்பதில் அதிகாரிகள் கறாராக இருந்தனர். அதே நேரம் பிஷப்புகள், பாதிரியார்கள் மதக்கோட்பாடுகளுக்கு இணங்க ஒயின் வாங்கி வைத்துக் கொள்ள அனுமதிக்கப்பட்டனர். ஆஸ்பத்திரிகள் பிராந்தி வைத்துக் கொள்ள அனுமதிக்கப்பட்டன. மதுவைப் பயன் படுத்துவதற்கான லைசன்சுகள் தீவிர ஆய்வுக்குப் பிறகே வழங்கப் பட்டன. கள்ளச் சாராயம் காய்ச்சுவோர் மற்றும் ரகசியமாக கள் இறக்கு வோர் மீது கடுமையான நடவடிக்கைகள் எடுக்கப்பட்டன.

மதுவிலக்கை அமல்படுத்தும் உற்சாகத்தில் மாஜிஸ்திரேட் ஒருவர், சட்டத்தை மீறிய ஐரோப்பியர் ஒருவருக்கு 500 ரூபாய் அபராதம் விதித்து விட்டார். இவ்விவகாரத்தில் தலையிட்ட முதல்வர் ராஜாஜி, இந்த அபராதத் தொகை அதிகபட்சம் எனக்கூறி 5 ரூபாயாக குறைத்திருக்கிறார்.

இதற்கிடையே சேலம் ஜில்லாவில் மதுவிலக்கு ஏற்படுத்தியுள்ள தாக்கம் குறித்து, அம்மாவட்ட ஆட்சியர் டிக்ஸன் அரசுக்கு அறிக்கை அனுப்பினார். அதில், 'ஆயிரக்கணக்கான இல்லங்களில் நிலைமை வியப்பூட்டும் அளவிற்கு மாறியுள்ளது. குடும்பச் சண்டைகள் குறைந்துள்ளன. வீட்டுக்குப் போதுமான பணம் செல்கிறது. கடன்காரர்களின் பிடி தளர்ந்துவிட்டது' எனக் குறிப்பிடப்பட்டிருந்தது.

மதுவிலக்கை அமல்படுத்திய டிக்சன், தாம்சன் ஆகிய ஆங்கிலேய ஐ.சி.எஸ். அதிகாரிகள் குறித்துப் பேசும்போது, தமிழ்நாட்டைச் சேர்ந்த ஐ.சி.எஸ். அதிகாரி டி.எல்.ஆர்.சந்திரன் நம் நினைவுக்கு வருகிறார். இவர், சேலம் மாவட்டத்தில் மதுவிலக்கை அமலாக்கம் செய்வதற் கென்று நியமிக்கப்பட்ட தனி அதிகாரியாவார். இந்தப் பணியில் தம்மை முழுமையாக ஈடுபடுத்திக் கொண்ட இந்தத் தமிழக அதிகாரி, 1937 ஆகஸ்ட் 22ஆம் தேதி பணி நேரத்திலேயே காலமானார். குறுகிய காலமே டி.எல்.ஆர்.சந்திரன் ஐ.சி.எஸ். பணியில் இருந்தாலும் அவரது பணி பாராட்டும் வகையில் அமைந்திருந்தது. இந்தக் காரணத்தினால் அவரது பெயர் பொறித்த பளிங்குக் கல்வெட்டொன்று சேலம்

(பழைய) மாவட்ட ஆட்சியர் அலுவலக வளாகத்தில் பொருத்தப்பட்டது குறிப்பிடத்தக்கது. (தகவல்: ஜே.பர்னபாஸ், சேலம்)

மதுவிலக்கு அமலாக்கப்பட்டு ஓராண்டான நிலையில் இதுகுறித்து தனித்தனியே ஆய்வு செய்த சென்னைப் பல்கலைக்கழகம் மற்றும் அண்ணாமலை பல்கலைக்கழகம் 'மக்கள் மத்தியில் வெளிப்படையான மனமாற்றம் ஏற்பட்டிருப்பதாகவும், சுமார் 2 லட்சம் பேர் மதுவுக்காக பணம் செலவழிப்பதை நிறுத்தியிருப்பதாகவும்' தெரிவித்திருந்தன.

மேலும் சேலம் ஜில்லாவில் கள் இறக்கும் தொழிலில் ஈடுபட்டிருந்த 14 ஆயிரம் பேர் வெல்லம் உற்பத்தி செய்வதிலும், பால் விநியோகத்திலும், தரிசு நிலங்களைப் பண்படுத்துவதிலும் ஈடுபடலாயினர். இவை யெல்லாம் முதலமைச்சர் ராஜாஜிக்கு உற்சாகத்தைக் கொடுத்தன. சேலம் ஜில்லாவைத் தொடர்ந்து 1.10.1938இல் சித்தூர், கடப்பா மாவட்டங்களிலும், அடுத்த ஓராண்டில் வட ஆர்க்காடு மாவட்டத்திலும் மதுவிலக்கை அமல்படுத்தினார். மதுவிலக்கினால் ஏற்படும் நிதியிழப்பைச் சரிகட்டுவது அரசுக்குப் பெரும் சவாலாக உருவெடுத்தது. இதற்குத் தீர்வுகாணும் வகையில் 'விற்பனை வரி' எனும் முறையை அறிமுகப்படுத்தினார் ராஜாஜி. பொதுமக்கள் வாங்கும் அத்தனைப் பொருட்கள் மீதும் இந்த வரியானது மறைமுகமாக விதிக்கப்பட்டது. இதனால் கணிசமான தொகை அரசாங்க கஜானாவுக்குத் திரும்பியது.

மதுவிலக்குத் தீவிரமாக அமல்படுத்தப்பட்ட அதே நேரம் சட்டத்தை மீறி கள் இறக்குவது, சாராயம் காய்ச்சுவது போன்றவை அதிகரிக்கச் செய்தன. வேலை வாய்ப்பினைக் கருத்தில் கொண்டு பதநீர் இறக்குவது அனுமதிக்கப்பட்டிருந்தது. இந்தச் சலுகையிலும் துஷ்பிரயோகங்கள் நடந்தன.

9

மதுவிலக்கு: ஆதரவும் எதிர்ப்பும்

ஆதரவு

சேலம் ஜில்லாவில் மதுவிலக்கு ஏற்படுத்தியுள்ள தாக்கம் குறித்து 27.11.1937 தேதியிட்ட தினமணி நாளேடானது 'ஜனங்களின் மனோபாவத்தில் ஒரு மாறுதல்' எனும் தலைப்பிட்டுக் கீழ்க்காணும் செய்தியினை வெளியிட்டது:

சேலத்தில் மதுவிலக்கின் வெற்றியைப் பற்றி உற்சாகமூட்டக்கூடிய செய்திகள் கிடைத்திருக் கின்றன. சேலம் ஜில்லாவில் மதுவிலக்கு பூர்ண வெற்றியடைந்துவிட்டதென்று சேலம் பார்-அட்-லா ஸ்ரீ.எஸ்.வி.ராமஸ்வாமி, நமது நிருபர்களிடம் கூறினார். அவர் சொன்னதாவது:

'மதுவிலக்குச் சட்டமானது எல்லா காலத்திற்கும் உகந்த ஒரு சட்டமாகும். சினிமாக்களுக்கும் காட்சிகளுக்கும் மக்கள் திரள் திரளாகச் செல்வது கண்கொள்ளா காட்சியாக இருக்கிறது. இவ்வியக்க மானது ஜனங்கள் மனோபாவத்திலும், பழக்க வழக்கங்களிலும் ஒரு நேர்மையான மாறுதலை ஏற்படுத்தியிருக்கிறது.

கள்ளத்தனமாக சாராயம் காய்ச்சும் சிலர் ஆங்காங்கு இருக்கத்தான் செய்வார்கள். இன்னும் அதிக வெற்றி வேண்டுமானால், உள்ளூர் காங்கிரஸ் கமிட்டிகள் அதிக அக்கறையுடன் பிரசாரம் செய்ய வேண்டும்.

இது சம்பந்தமாக மைசூர் சமஸ்தானத்தின் ஒத்துழைப்பைப் பெற வேண்டுவது அவசியம்.

மைசூர் பிரதேசத்தில் இருந்து சேலம் ஜில்லாவிற்குள் கஞ்சா கள்ளத்தனமாகக் கொண்டு வரப்படுவதாகத் தெரிகிறது.

மதுவிலக்குச் சட்டம் புகுத்தப்பட்டதன் பயனாக ஆடவர், பெண்டிர், குழந்தைகளும்கூட அபினை உட்கொள்ளுகிறார்களென்று விஷயம் வெளியாகிவிட்டது. அக்கெட்ட வழக்கத்தையும் ஒழிப்பதற்கு ஜனங்களும் சர்க்காரும் அதிக சிரத்தையெடுத்துக் கொண்டு வேலை செய்ய வேண்டும்.'

மேலும், ராஜாஜி தலைமையிலான அரசாங்கம் அமல்படுத்திய மதுவிலக்கு விவகாரத்தை காங்கிரஸ் கட்சி மக்களிடம் தீவிரமாக எடுத்துச் சென்றது. திரைத் துறையும் அவர்களுக்குப் பலமாக கை கொடுத்தது. இதற்கு எடுத்துக்காட்டாக சுவர்ணலதா *(1938)*, விமோசனம் *(1938)* ஆகிய திரைப்படங்களைச் சொல்லலாம்.

குடியிலும் கூத்தியிடமும் மோகங் கொண்ட சோமு என்பவனைச் சுற்றிச் சுழலுகிறது சுவர்ணலதா திரைப்படம். இப்படிப்பட்ட சோமு *1937* அக்டோபர் முதல் தேதி வீட்டிலிருந்து நேராகக் கள்ளுக் கடைக்குப் போகிறான். பார்த்தால், கள்ளுக் கடைகள் எல்லாம் டீ கடைகளாக மாறிய அதிசயம் நிகழ்ந்திருக்கிறது.

விமோசனம். மதுவிலக்குக்காக ராஜாஜி நடத்திவந்த பத்திரிகை. பின்னர் இந்தப் பெயரில் நாடகம் உருவாக்கப்பட்டு மக்களிடம் மதுவிலக்குப் பிரசாரம் செய்யப்பட்டது. இதே பெயரில் திரைப்படம் ஒன்றும் *1940*இல் வெளியானது. *1938*இல் திரைப்படத்திற்கான தயாரிப்புகள் நடந்து கொண்டிருக்கும்போதே இதுகுறித்து எழுதிய ஆனந்த விகடன் *(13.3.1938)*, 'சீக்கிரமே விமோசனம் வந்துவிடும் போலிருக்கிறது' என ஆச்சரியப்பட்டு எழுதியது.

குடிக்கு ஆளான ஆறுமுகம் என்பவனைப் பற்றிய கதை இது. படத்தின் டைட்டில் சாங்கே, காந்திக்கும் ராஜாஜிக்கும் நன்றி சொல்கிறது. கள்ளுக்கடைகள் முன்பு மறியலில் ஈடுபடும் காங்கிரஸ் தொண்டர்கள், 'காந்தி ஆணை! கள்ளை மறந்திடுவீர்கள் ஐயா காந்தி ஆணை! மகாத்மா காந்தி ஆணை!' என மன்றாடுகின்றனர்.

மதுவுக்கு அடிமையான ஆறுமுகம் திருட்டுக் குற்றத்துக்கும் ஆளாகி சிறைக்குச் செல்வதையும், அவனது மனைவி அஞ்சலையும் மகளும் துயரப்படுவதையும் விளக்கும் 'விமோசனம்', ராஜாஜி சேலம் மாவட்டத்தில் மதுவிலக்குத் திட்டத்தைக் கொண்டு வந்திருப்பதையும் விவரிக்கிறது. இதனால் மகிழ்ச்சியடைந்த ஏழை எளியவர்கள் குதூகலம் அடைந்து துள்ளிக் குதிக்கிறார்கள். கோலாட்டம் போடுகிறார்கள். கள்ளுக்கடைகள் எல்லாம் காபி ஓட்டலாகவும், பஜனைக் கூடங்களாவும் மாறியிருக்கின்றன.

‘கள்ளுக்கடைகளை மூடிவிட நம் காந்திஜி எண்ணத்தில் கொண்டுவிட, தெள்ளறிவுள்ளவர் ராஜாஜி மிகத் துரிதமாய் சட்டமியற்றிவிட்டார்’ எனும் கும்மிப் பாடலுடன் நிறைவுபெறுகிறது ‘விமோசனம்.’

முதல் மதுவிலக்கை வரவேற்று ஆனந்த விகடனில் கல்கி கிருஷ்ணமூர்த்தி தீட்டிய தலையங்கம் இப்படியாக இருந்தது:

‘பாரதத்திலே பகாசூரன் கதையைப் பற்றிக் கேள்விப்பட்டிருக்கிறோம். அந்தப் பகாசூரனைப் போல் ஆயிரம் மடங்கு கொடிய அசுரன் மதுவரக்கன். அவன் இந்தச் சென்னை மாகாணத்தில் மட்டும் தினந்தோறும் எண்பது லட்சம் ஜனங்களின் ஒருவேளை உணவைத் தானே முழுங்கிக் கொண்டு வருகிறான். அத்துடன் அவனுக்கு உணவு கொண்டு வரும் எத்தனையோ மனிதர்களையும் முழுங்கத்தான் முழுங்குகிறான். இப்படிப்பட்ட கொடிய அசுரனுடனே தான் முதன் முதலாகச் சேலம் ஜில்லாவிலே போர் தொடங்கியிருக்கிறார் நமது பிரதம மந்திரி. இதோ ஒரு ஜில்லா முழுவதும் கள்ளுக்கடைகளை மூடிவிட்டார்களே? கள்ளுப் பானைகளை உடைத்து விட்டார்களே! சாராயப் பீப்பாய்களைக் கவிழ்த்துவிட்டார்களே? ஜயபேரிகை கொட்டடா! கொட்டடா!’ (நன்றி: குடியினால் குடை சாய்ந்த கலைக் கோபுரங்கள், அறந்தை நாராயணன்)

எதிர்ப்பு

ராஜாஜி தலைமையிலான காங்கிரஸ் அரசு கொண்டுவந்த மதுவிலக்குத் திட்டமானது தமிழ்நாட்டிலே பரவலான வரவேற்பினைப் பெற்றது என்றுதான் சொல்லவேண்டும். குடியின் பிடியில் இருந்து பல குடும்பங்கள் மீட்கப்பட்டதற்காகப் பலரும் வாழ்த்தினர்.

இந்நிலையில் அரசாங்கத்தின் மதுவிலக்குத் திட்டத்திற்குக் கடுமையான எதிர்ப்பும் கிளம்பியது. இந்த எதிர்ப்புக் குரல், மதுவிலக்கு முதலில் அமலான அதே சேலம் ஜில்லாவில் இருக்கும் ஈரோட்டில் இருந்துதான் எழுந்தது. இந்தக் குரலுக்குச் சொந்தக்காரர் திராவிடர் கழகத் தலைவர் பெரியாராவார்.

‘கனம் ஆச்சாரியாருக்கு தனது ஜில்லா கிழவிகளிடம் பெயர் வாங்க வேண்டுமென்ற பைத்தியமே இந்த யோசனையற்ற காரியத்திற்குக் காரணம்’ என மதுவிலக்குத் திட்டத்தைக் கிண்டலடித்த பெரியார், ‘சேலம் ஜில்லாவில் உள்ள தொழிலாளிகள், குடிப்பழக்கமுள்ள ஏழை முதல் பணக்காரர் வரையுள்ள குடிகாரர்கள் அனைவரும் கண்டிப்பாய் வேறு ஜில்லாக்களுக்கு குடி போய்விடுவார்கள். அல்லது அந்த ஜில்லா எல்லைக்கே குடி வந்து விடுவார்கள். இந்த இரண்டும் செய்ய இயலாதவர்கள் குடி கிடைக்கும் புண்ணிய சேத்திரங்களுக்கு அடிக்கடி

யாத்திரைப் புறப்பட்டு பொருளாதாரத்தில் நசிந்து போவார்கள்' என்றும் விமர்சித்தார். (குடி அரசு 3.10.1937)

காந்தியின் வேண்டுகோளை ஏற்று தனது தோப்பில் இருந்த தென்னை மரங்களையெல்லாம் வெட்டிச் சாய்த்தவர், கள்ளுக்கடை மறியலுக்குத் தலைமை தாங்கி சிறைக்குச் சென்றவர், போளூரில் நடந்த ஆரம்பாசிரியர் மாநாட்டில், 'குடியில் வரும் லாபத்தினால்தான் படிப்புக்குச் செலவு செய்ய வேண்டும் என்று ஏற்படுமானால் மக்கள் படிக்காமல் தற்குறியாக இருந்தாலாவது உபாத்தியாயர்களெல்லாம் தெருவில் கல்லுடைத்து ஜீவனம் செய்து கொண்டாவது கட்குடியை நிறுத்துவதே மேலானது' என அபிப்ராயம் தெரிவித்தவர், இப்போது ராஜாஜியின் மதுவிலக்கை எதிர்ப்பதேன்?

இதுகுறித்து 1937 அக்டோபர் 24ஆம் தேதியிட்ட குடிஅரசு இதழில் பெரியார் எழுதிய 'மதுவிலக்கின் சூழ்ச்சி' எனும் தலைப்பிட்ட துணைத் தலையங்கம் பின்வருமாறு:

'காங்கிரஸ் மந்திரிகள் மதுவிலக்கில் முனைந்துவிட்டார்கள் என்றும், சேலம் ஜில்லாவை விட்டு அறவே 'கள்ளரக்கன்' விரட்டப்படுவான் என்றும் பாமர மக்கள் நம்பும்படி மாயப் பிரச்சாரம் செய்யப்பட்டு வருகிறது. இதைப் பாமர மக்களும், சில அறிவாளிகள் என்பவர்களும் நம்பிவருகிறார்கள்.

கள் ஒருநாளும் இந்தியாவை விட்டு, அதிலும் தென்னாட்டைவிட்டு ஒழியப் போவதில்லையென்பதைக் கல்லின் மேல் எழுதி வைத்துக் கொள்ளும்படி, வாசகர்களுக்கு 'தீர்க்க தரிசனம்' கூறுவோம். (அழுத்தம் நம்முடையது ஆ-ர்).

ஆனால், கள் ஒழிக்கும் சாக்கை வைத்துக் கொண்டு பார்ப்பன இராஜ்யமானது பார்ப்பனரல்லாத மக்களின் கல்வியில் மண்ணைப் போட்டு அவர்களைப் பழையபடி காட்டுமிராண்டிகளாகவும், பார்ப்பாரின் வைப்பாட்டி மக்களாகவும் ஆக்கப்போகிறது என்பதை இப்போதே பார்ப்பனரல்லாத மக்களுக்கு எச்சரிக்கை செய்கிறோம்.

நம்மைப் பொறுத்தவரையில் கள், சாராயம் முதலிய எவ்வகை மதுவையும் கையில் தொட்டதுகூட கிடையாது. மலம் சாப்பிடுவதை விட, மதுவருந்துவதைக் கேவலமாய் கருதி வருகிறோம். இராமரசம், பூரணாதி, மன்மத சிந்தாமணி முதலிய போதை தரும் லேகியம் கூடக் கையில் தொட்டது கிடையாது. நம் சாதியும், நம் கடவுளும் மதுவை அனுமதித்து, மதுவைப் படைத்து அருந்தி வந்திருந்தாலும்கூட, என்ன காரணமோ மது நம்மால் வேறு எதையும்விட அதிகமாக வெறுக்கப்பட்டு விட்டது.

மதுபானக் கெடுதி ஒழிவது நல்லது என்பதில் சிறிதும் அபிப்ராய பேதமில்லை. மதுபானத்தில் ஏற்படும் கேட்டை நன்றாய் உணர்ந்து தான் இருக்கிறோம்.

ஆனால், மதுவிலக்கு என்னும் சாக்கில் பார்ப்பன ஆட்சி செய்யும் படுமோசத்தை நம்மால் சகிக்க முடியவில்லை.

ஏனெனில் மதுவின் பேரால் அரசாங்கத்துக்கு 5, 6 கோடி ரூபாய் வருமானம் ஏற்படுத்தப்பட்டாய்விட்டது. அவ்வருமானமே கல்விக்குப் பயன்படுத்தப்பட்டு வருகிறது. இப்போது மதுவால் கிடைத்துவந்த வருமானம் நின்றவுடன், கல்வி கற்பிப்பதைக் குறைக்க மந்திரிகள் துணிந்துவிட்டதோடு மக்கள் நலனுக்கு அவசியமான பல காரியங் களையும் நிறுத்திவிட வேண்டிய அவசியத்துக்கு வந்து விட்டார்கள்.

உதாரணமாக, தோழர் கனம் ஆச்சாரியாரும் கனம் இராமன் மேனனும் மலையாளச் சுற்றுப்பயணத்துக்குப் போயிருந்தபோது, மலையாள ஜனங்கள் தங்கள் ஜில்லாவுக்கும் மதுவிலக்கு ஏற்பட வேண்டும் என்று கேட்டுக் கொண்டதற்கு அளித்த பதிலில், மந்திரிகள் அறியாமல் அவர்களது விஷயத்தைக் கக்கிவிட்டார்கள்.

அதாவது, 'உங்கள் ஜில்லாவில் மதுவிலக்கு ஏற்படுத்தினால் சர்க்காருக்கு 40 லட்சம் ரூபாய் நஷ்டம் ஏற்படும். இந்த நஷ்டத்தை ஈடுசெய்ய பாலக்காடு விக்டோரியா காலேஜ் மூடப்பட வேண்டிய தோடு, ரோட்டுகள் செப்பனிடுவதும் பாலங் கட்டுவதும் நிறுத்தப்பட வேண்டிவரும்' என்று தைரியமாய்ப் பேசியிருக்கிறார்கள்.

(இது 20ஆம் தேதி மதராஸ் மெயில் பத்திரிகை 5ஆவது பக்கம் 7ஆவது காலத்தில் மொத்த எழுத்தில் போடப்பட்டிருக்கிறது).

ஆகவே, இப்போது சேலத்தில் நடந்த மதுவிலக்கினால், சர்க்காருக்கு ஏற்பட்ட 25 லட்ச ரூபாய் நஷ்டத்திற்கு தகுந்தமாதிரி, பல பள்ளிக் கூடங்கள் மூடப்படப் போவதும் பல போக்குவரத்துச் சாதனங்கள் சவுகரியப்படுவது நிறுத்தப்பட போகிறது என்பதும் உறுதியாய் விளக்கப்படுகிறது.'

மேலும் 1938 டிசம்பர் 19இல் குடிஅரசு இதழில் பெரியார் எழுதிய தலையங்கம் வருமாறு: 'கள் ஒழிப்பு சூழ்ச்சி - கல்வி நாசத்துக்கே!

கல்வி விஷயத்தில் காந்தியாரும், காங்கிரசும் செய்யும் சூழ்ச்சிகள் ஒவ்வொன்றையும் கவனிப்போம். 1. மதுவிலக்குச் சாக்கு. 2. இந்தி நுழைப்பு. 3. கல்வித்திட்டம். 4. இப்போது அமலில் இருந்துவரும் இலவசக் கட்டாயக் கல்விமுறை ஒழிப்பு. இந்த 4 காரியங்களால் பார்ப்பனரல்லாத மக்களின் கல்வியை ஒழிக்கத் திட்டம் போட்டிருக்கிறார்கள்.

...நமது அய்யங்கார் சாதி ஆச்சாரியார் கனம் தோழர் இராஜகோபாலாச் சாரியார் கல்வியை ஒழித்துவிட்டுக் கள்ளை நிறுத்தப் பார்க்கிறார். கள்ளை நிறுத்துகிற சிப்பாய்கள் கல்விக்கு, மக்கள் அறிவுக்கு கேடில்லாதபடி திட்டமும், வரவு செலவுச் சரிகட்டுதலும் ஏற்பாடு செய்து கொண்டு, இந்த நாடகமாடுவார்களானால், தொலைந்து போகட்டும் என்று விட்டுவிடலாம். அப்படிக்கில்லாமல், கல்வியை ஒழிப்பதற்குச் சாதனமாக, சூழ்ச்சி ஆயுதமாக, கள் நிறுத்த நாடகம் ஆடுவதை யார்தான் சகிக்கக் கூடும்? எனவே இன்றைய காங்கிரஸ் ஆதிக்கம் பார்ப்பன ஆதிக்கத்துக்கு என்றும், முக்கியமாக வருணாசிரமப் புனருத்தாரணத்துக்கு என்றும் வருணாசிரமத் தத்துவப்படி பார்ப்பனரல்லாத மக்கள் கல்வியைப் பாழாக்க, மக்களைக் குருடர்களாகவும் மிருகங்களாகவும் செய்யப்படும் சூழ்ச்சி ஆட்சி என்றும் தெரிவித்துக் கொள்ளுகிறோம்.'

முதல்வர் ராஜாஜியின் மதுவிலக்குத் திட்டத்திற்கு தனது எதிர்ப்பிற்கான காரணங்களாக பெரியார் இவற்றைக் குறிப்பிட்டாலும், காங்கிரசின் எதிர்ப்புணர்விலும் அவர் தீவிரமாக இருந்து வந்ததையும் பதிவு செய்தாக வேண்டும்.

பெரியாரின் கடும் விமர்சனத்திற்கிடையே தொடர்ந்த மதுவிலக்குத் திட்டமானது விரைவிலேயே மூடுவிழா நிலைமைக்குச் சென்றது. ஏன்?

10
கள், சாராயக் கடைகள் திறப்பு

சென்னை மாகாணத்தில் நான்கு மாவட்டங்களில் மதுவிலக்கைக் கொண்டு வந்தாயிற்று. இதை இன்னும் பரவலாக ஆக்கினால் என்ன? முதலமைச்சர் ராஜாஜி யோசனையில் ஆழ்ந்தார்.

அப்போதுதான், 1939 செப்டெம்பர் 1ஆம் தேதியன்று இரண்டாம் உலகப்போர் தொடங்கியது. அடுத்த சில மணி நேரங்களில் பிரிட்டிஷ் இந்தியாவும் போரில் பங்கேற்கும் என இந்திய வைஸ்ராய் அறிவித்தார்.

வைஸ்ராயின் இந்த முடிவானது இந்தியத் தலைவர்களைக் கலந்தாலோசிக்காமல் எடுக்கப்பட்ட தாகும். இதனைத் தங்களுக்கான அவமானமாக காங்கிரஸ் கருதியது.

இதனையேற்க முடியாது எனத் தெரிவித்த காங்கிரஸ், தன்னுடைய எதிர்ப்பினைப் பதிவு செய்யும் வகையில், தங்கள் கட்சி ஆளும் எட்டு மாகாணங்களில் இருக்கும் அரசுகள் பதவி விலக வேண்டும் என உத்தரவிட்டது.

இதனைத் தொடர்ந்து 1939 அக்டோபர் 30ஆம் தேதியன்று சென்னை மாகாண முதலமைச்சர் பதவியில் இருந்து விலகினார் ராஜாஜி. இதனால் ஆளுநர் தலைமையிலான அட்வைசரி ஆட்சி அமலுக்கு வந்தது.

காங்கிரஸ் கொண்டு வந்த மதுவிலக்கு? ஆளுநர் தலைமையில் இயங்கிய சென்னை மாகாண அரசாங்கம் இதில் எந்த அக்கறையும்

காட்டவில்லை. பெர்மிட் முறை எல்லாம் ரத்து செய்யப்பட்டது. யார் வேண்டுமானாலும் விற்கலாம். யார் வேண்டுமானாலும் குடிக்கலாம்.

இதற்கிடையே 16.11.1943 அன்று சென்னை மாகாண அரசாங்கத்தின் சார்பில் உத்தரவு ஒன்று பிறப்பிக்கப்பட்டது. அதில், '1944 ஜனவரி முதல் தேதியில் இருந்து சென்னை மாகாணத்தில் மதுவிலக்குச் சட்டம் ரத்து செய்யப்படுவதாக' அதிகாரப்பூர்வமாக அறிவிக்கப்பட்டது.

இம்முடிவுக்கான காரணங்களாகப் பின்வருவனவற்றை அரசு தெரிவித்தது.

'சட்டத்திற்கு விரோதமாக சாராயம் வடிக்கும் குற்றங்கள் அதிகமாகிக் கொண்டு வருகின்றன. நாட்டிலுள்ள நாணயப் பெருக்கத்தையும், விலைவாசி ஏற்றத்தையும் தடுக்க இது ஒருவழியாகும். கள் வரியைக் கொண்டு ஜனங்களுக்கு நன்மை செய்யக்கூடும். புது கள் உடலுக்கு சிறிதளவு நல்லது. பஞ்சத்தில் கஷ்டப்படும் ஏழை உழைப்பாளர் களுக்குக் கள்ளுக்கடை வைத்துத் தருவது நன்மை தரும்.'

அரசாங்கத்தின் சமாதானத்தை முன்னாள் முதல்வர் ராஜாஜி கடுமையாக எதிர்த்தார். இது தொடர்பாக அவர் எழுதிய கட்டுரைகள், 'மதுவிலக்கு (கள் ஒழிக)' எனும் தலைப்பில் சிறுபிரசுரமாக, கமலா பிரசுரால யத்தால் வெளியிடப்பட்டது.

அதில் 'உண்மையில் கலால் வருமானமானது வருமானமேயல்ல. சமுதாயத்திற்கு நஷ்டம் உண்டாக்கி, அந்த நஷ்டத்தில் ஒருபங்கு சர்க்கார் மூலமாக சமுதாயத்திற்குத் திரும்பி வருவதில் லாபம் ஒன்றுமில்லை. மக்கள் பெரிதும் நஷ்டம் அடைந்த பிறகுதான் அதில் ஒரு சிறிய அளவு, கலால் வருமானமாக சமுதாயத்திற்கு வந்து சேருகிறது. இப்போது சர்க்கார் கஜானாவில் செலுத்தப்படும் கள்ளு, சாராய வருமானத்தைவிட மதுவிலக்கு ஏற்பட்டால் ஐந்து மடங்கு அதிகமாக மக்கள் வீடுகளில் பணம் மிஞ்சும். கள்ளினால் விருத்தியாகும் கொலை முதலிய குற்றங்களும் நடைபெறாமலிருக்கும். ஆகையால் கலால் வருமானத்தை இழந்து விடுவது லாபகரமான விஷயமாகும்.

சமுதாயத்திற்கு பெரும் நஷ்டத்தை உண்டாக்கக்கூடிய ஒரு வியாபாரத்தை நடக்கச் செய்து அதில் ஒரு பங்கைச் சமுதாயம் மறுபடி பெறுவதைக் காட்டிலும் வேறு வரிகள் போட்டுக் கொண்டு அரசாங்க நிர்வாகம் நடத்துவது மேன்மையான வழி. ஏழைக் குடும்பங்களைக் கெடுக்கும் ஒரு வியாபாரத்தை வைத்துக் கொண்டு மற்றவர்கள் அதிலிருந்துவரும் லாபத்தில் ஒரு பங்கை எடுத்துக் கொண்டு சுகம் பெறுவது தருமமல்ல. ராஜநீதியுமல்ல. வரிகளை வசூலித்துக் கொண்டு

மதுவிலக்கைப் புறக்கணிப்பது பெரிய நம்பிக்கைத் துரோகமாகும்' எனக் குறிப்பிட்டிருந்தார் ராஜாஜி.

இதையெல்லாம் ஆங்கிலேய அரசாங்கம் காதில் போட்டுக் கொள்ளவில்லை. அறிவித்தபடி 1944 ஜனவரி மாதம் முதல் தேதி கள், சாராயக் கடைகள் திறக்கப்பட்டு விட்டன.

இதன்மூலம் ராஜாஜி அமல்படுத்திய மதுவிலக்குத் திட்டத்திற்கு மூடுவிழா நடத்தியது பிரிட்டிஷ் அரசாங்கம். நாடு சுதந்திரம் அடையும் வரை இந்த நிலையே நீடித்தது!

II

பூரண மதுவிலக்கு

1947 முதல் 1967 வரை

1947 ஆகஸ்ட் 15. சென்னை கோட்டை கொத்தளத்தில் நெடிதுயர்ந்து நின்ற அந்தக் கொடி கம்பத்தில் இருந்து யூனியன் ஜாக் கொடி கீழே இறக்கப்படுகிறது. சுதந்திர இந்தியாவின் தேசியக் கொடி மேலே ஏறுகிறது.

அப்போது சென்னை மாகாணத்தின் முதல்வராக வீற்றிருந்தவர் ஓமந்தூர் பி.ராமசாமி ரெட்டியார். விழுப்புரம் மாவட்டம் திண்டிவனத்துக்கு அருகில் உள்ள ஓமந்தூர் கிராமத்தில் விவசாயக் குடும்பத்தில் பிறந்து வளர்ந்து அரசியலுக்கு வந்தவர்.

காந்தியின், காங்கிரசின் கொள்கையினை நெஞ்சில் உரமேற்றி உழைத்தவர் ஓமந்தூரார். ஆட்சிப் பொறுப்பேற்றதும் சும்மாயிருப்பாரா? அத்தனையும் செயல்படுத்த முனைந்தார். இவரது ஆட்சியின்போதுதான் மடங்கள், ஆதீனங்கள், கோயில்களின் சொத்துகளை முறைப்படுத்தும் சட்டம், ஜமீன்தாரி இனாம் ஒழிப்புமுறை, கோயில் களில் தேவதாசி முறை ஒழிப்பு, கல்வி வேலை வாய்ப்புகளில் இடஒதுக்கீடு போன்றவை கொண்டுவரப்பட்டன.

குறிப்பாக மதுவிலக்கு விஷயத்தில் மிகுந்த கவனமும் ஆர்வமும் காட்டினார் ஓமந்தூரார். இவரது அமைச்சரவையில் மதுவிலக்குத் துறையைக் கவனித்துவந்த அமைச்சர் டேனியல் தாமசும் இவருக்கு ஒத்துழைப்பு கொடுத்தார்.

முதல்கட்டமாக வட ஆற்காடு, சேலம், கோவை ஆகிய மாவட்டங் களில் மதுவிலக்கு அமலுக்குக் கொண்டு வரப்பட்டன.

தொடர்ந்து தஞ்சை, திருச்சி மதுரை மாவட்டங்களிலும், பின்னர் சென்னை, செங்கல்பட்டு, தென்னார்க்காடு, திருநெல்வேலி, ராமநாதபுரம் ஆகிய மாவட்டங்களிலும் மதுவிலக்கு அமலானது.

1948 அக்டோபர் 2ஆம் தேதியன்று, காந்தி பிறந்த நாளன்று, சென்னை மாகாணம் முழுவதும் பூரண மதுவிலக்கு அமலானது.

இது தொடர்பாக அப்போதைய சென்னை மாகாண நிதியமைச்சர் கோபால ரெட்டிக்குக் கடிதம் எழுதிய ராஜாஜி, 'சென்னை மாகாணத்தில் மதுவிலக்கு என்ற தார்மீகக் கட்டடத்தைக் கட்டி முடிப்பது எனது லட்சியக் கனவாக இருந்தது' எனக் குறிப்பிட்டுள்ளார்.

ஓமந்தூராரைத் தொடர்ந்து முதல்வர் பதவிக்கு வந்த பி.எஸ்.குமாரசாமி ராஜாவும் மதுவிலக்கு விவகாரத்தில் ஆர்வமுடையவராக இருந்தார். மதுவிலக்குச் சட்டம் முறையாக நடைமுறைப்படுத்தப்படுகிறதா என்பதைக் கண்காணிக்கச் சிறப்பு அமலாக்கப் பிரிவு, மதுவிலக்குக் கண்காணிப்புப் பிரிவுகள் ஏற்படுத்தப்பட்டன. சாராயத் தொழிலில் ஈடுபட்டிருந்த பலரும் மீட்கப்பட்டு, அவர்கள் மாற்றுத் தொழில் தொடங்க கூட்டுறவுத் துறையின் மூலம் கடனுதவிகள் வழங்கப் பட்டன.

இக்காலக்கட்டங்களில் மதுவிலக்குச் சட்டம் தீவிரமாக அமல்படுத்தப் பட்டது என்பதற்கு முக்கியப் புள்ளிகள் இருவர் மீது எடுக்கப்பட்ட நடவடிக்கைகளைச் சொல்லலாம். அவர்களில் ஒருவர் பிரபல நடிகர் பி.யு.சின்னப்பா. புதுக்கோட்டையில் மது அருந்திய குற்றத்துக்காக இவர் கைது செய்யப்பட்டார். இவர் மீது மதுவிலக்குச் சட்டத்தின் கீழ் வழக்குப் பதிவு செய்யப்பட்டது. மற்றொருவர் பிரபல நாதஸ்வர வித்துவான் டி.என்.ராஜரத்தினம் பிள்ளை. திருமலையில் (திருப்பதி) மதுவிலக்கு விதிகளை மீறி நடந்து கொண்டதற்காக சித்தூர் நீதிமன்றம் இவருக்கு 500 ரூபாய் அபராதம் விதித்தது.

1940களின் இறுதியில்தான் மதுவிலக்குப் பிரசாரத்திற்காக, என்.எஸ்.கே. தயாரித்து நடித்த 'நல்ல தம்பி' திரைப்படம் வெளியானது குறிப்பிடத்தக்கது. இதில், 'குடி கெடுத்த குடியொழிஞ்சது, அடிதடி சண்டையதும் கொறஞ்சது, ஆணும் பெண்ணும் புத்தி அறிஞ்சது எங்க நாட்டிலே, அக்டோபர் ரெண்டுக்கு மேலே' என என்.எஸ்.கே.வும் டி.ஏ.மதுரமும் பாடிய பாடல் அப்போது மிகவும் பிரபலம்.

இதற்கிடையே இந்திய அரசாங்கத்துக்குப் புதிய அரசியலைமைப்புச் சட்டம் உருவாக்கப்பட்டது. இதன் 47ஆவது பிரிவு, 'மருத்துவக்

காரணங்களைத் தவிர வேறெந்த காரணத்துக்காகவும் போதையூட்டும் பானங்களைப் பருகுவதைத் தடை செய்து, பூரண மதுவிலக்கை அமல்படுத்த வேண்டும்' எனக்கேட்டுக் கொண்டது.

இந்நிலையில் 1952இல் மீண்டும் சென்னை மாகாண முதலமைச்சரான ராஜாஜி, மதுவிலக்கு விசயத்தில் முன்பைவிடத் தீவிரம் காட்டினார். அவரது அமைச்சரவையில் மதுவிலக்குத் துறை அமைச்சராக இருந்த ஜோதி வெங்கடாசலம், சென்னை தியாகராயர் நகரில் திரைப்படத் தயாரிப்பாளர் ஒருவரது இல்லத்திற்குள் நுழைந்து மதுவிலக்குத் தொடர்பான திடீர் சோதனை நடத்தினார். அங்கே உயர் நீதிமன்ற நீதிபதி உள்ளிட்ட தமிழகப் பிரபலஸ்தர்கள் சிலர் சீட்டு ஆடிக்கொண்டிருந் தார்கள். அவர்களிடம் வாயை ஊதிக்காட்டச் சொன்னார் அமைச்சர். அத்தனை பேரும் குடித்திருந்ததைக் கண்டுபிடித்தார் - என்று அன்றைய ஏடுகள் அனைத்திலும் பரபரப்பாக செய்தி வந்தது. (நன்றி: மதுவிலக்கு, சின்னக் குத்தூசி).

மதுவிலக்குச் சட்டம் குறித்து 1952 ஜூலை 16இல் சட்டப்பேரவையில் பேசிய கம்யூனிஸ்ட் தலைவர் ஜீவா, 'பொருளாதார ரீதியிலும், சமுதாய ரீதியிலும் அவர்கள் நிலைமை மேன்மையுற வேண்டுமானால் பிராசாரம் செய்வதனால் மட்டுமே முடியும். சமுதாய ரீதியாக உருவாகி வந்திருக்கின்ற ஒரு கொடிய பழக்கம் இது. பரம்பரைப் பரம்பரையாக வழக்கத்தில் இருந்து வந்திருக்கிற ஒரு தீயப் பழக்கம் இது. இதை ஒரே தலைமுறையில் சட்டத்தால் அதிகாரத்தால் அடக்குமுறையால் மாற்றி விடலாமென்று எண்ணுகிறவர்களுக்கும் இப்பொழுது தோல்வியே வந்திருக்கிறது' என விமர்சித்தார்.

1954இல் ராஜாஜி பதவி இறங்கலைத் தொடர்ந்து ஆட்சிக்கு வந்த காமராஜர், தனது 10 ஆண்டுகால ஆட்சியில் பூரண மதுவிலக்கை அமல்படுத்தினார்.

இதே காலகட்டங்களில் மத்திய அரசானது நாடு முழுவதும் மதுவிலக்கை அமலாக்குவது குறித்து ஸ்ரீமன் நாராயண் கமிட்டி (1954), டேக் சந்த் கமிட்டி (1964) ஆகிய கமிட்டிகளை அமைத்தது. இக்கமிட்டிகள் மத்திய மாநில அரசுகளுக்குப் பல்வேறு பரிந்துரைகளை வழங்கின. குறிப்பாக மதுவிலக்கால் ஏற்படும் நிதியிழப்பை மாநில அரசுகள் ஈடுகட்டுவதற்கு மத்திய அரசு போதுமான நிதியுதவி வழங்க வேண்டும் என்று ஸ்ரீமன் நாராயண் கமிட்டியும், 1976க்குள் இந்தியா முழுவதும் மதுவிலக்கை அமல்படுத்த வேண்டும் என டேக்சந்த் கமிட்டியும் தெரிவித்திருந்தன.

இதற்கிடையே 22.1.1963 அன்று கும்பகோணத்தில் நடந்த மது ஆதரவாளர் மாநாட்டில் பங்கேற்ற பெரியார், 'சுமார் ஐம்பது

வருடத்திற்கு முன்பு மது (கள்) குடிப்பது கேவலமாக இருந்ததில்லை. எனது ஜாதியில் நாங்கள் தலையெடுப்பதற்கு முன்பு எல்லோரும் குடித்துக் கொண்டுதான் இருந்தார்கள். எங்கள் அய்யா குடித்திருக் கிறார்கள். மிகவும் பயபக்தியோடு சாமி கும்பிட்டுவிட்டு உக்ராண அறைக்குப் போய்க் கொஞ்சம் பிராந்தியில் தண்ணீர் ஊற்றிக் குடித்து விட்டு வருவார்கள். என் மாமன்மார்கள் குடிப்பார்கள். எங்கள் கிராமத்தில் உள்ள எல்லாக் குடியானவர்களும் குடிப்பார்கள். அவர்களை எல்லாம் குடிகாரர்கள் என்றா கேவலமாகப் பேசினார்கள்?

அரசாங்கம் தலையிட்ட பின்பே மதுவுக்குக் கேவலம் வந்தது. மதுவினால் சிலர் தொழில் செய்து பிழைக்கக்கூடிய சந்தர்ப்பம் ஏற்பட்டது. அதனால் கள்ளில் அதிகப் பற்றுதல் ஏற்படும்படியாக என்னென்ன கலப்படம் செய்ய வேண்டுமோ அதையெல்லாம் அந்த வியாபாரிகள் செய்தார்கள். அரசாங்கத்திடம் நல்ல பெயர் எடுக்க குத்தகை ஏலத்தைக் கூட்டிக் கேட்டார்கள்.

மதுவிலக்கை இரத்து செய்துவிட வேண்டும் என்று சொல்லும் நான், பழையபடி கள்ளுக் கடையைத் திறக்க வேண்டும் என்று சொல்ல வில்லை. ஆரம்பத்தில் சொன்னபடி தோப்பில் கள் விற்க வேண்டும். கள்ளை விஷமாக்கிவிடும் முறையைத் தடுத்துவிட வேண்டும்.

காமராஜர், ராஜாஜி விஷமம் செய்வாரே என்று கொஞ்சம் பயப்படுகிறார் என்று நான் நினைக்கிறேன்.

எல்லா விஷயங்களிலும் நினைத்தவர்கள் அபிப்ராயம் சொல்லுவது என்பது சரியானதில்லை. எதையெடுத்தாலும் ஆச்சாரியார் அபிப்ராயம் சொல்லுகிறாரே! அதற்கும், அவருக்கும் ஏதாவது சம்பந்தம் உண்டா? எந்த விஷயத்திற்கும் அது சம்பந்தமாக அறிவுள்ளவர்களுடன் கலந்து தான் அபிப்ராயம் சொல்ல வேண்டும். இந்தத் தன்மையில்தான் காங்கிரஸ் மதுவிலக்கு சம்பந்தமாக அபிப்ராயம் கொண்டிருக்கிறது. அதற்கு இதனால் ஒரு கெட்ட பெயர் ஏற்பட்டு வருகிறது.

காமராஜருக்கு ஏதாவது தொல்லை வராதா என்று அரசியல் எதிரிகள் காத்துக் கொண்டு இருக்கிறார்கள். வேறு மந்திரிசபை இருந்தால் உடனே ஏதாவது இரகளை, கிளர்ச்சி செய்து மதுவிலக்கை இரத்து செய்துவிடலாம்.

மேலும் சண்டை சமயத்திலும் காமராஜரைப் பாதுகாக்கும் வேலையிலும் நாம் இருக்கிறோம். அதனால் கிளர்ச்சி செய்ய முடியாதவனாகி விட்டேன். ஆனாலும் அரசாங்கம் நல்லவண்ணம் இதைச் சிந்திக்க வேண்டும்' என்று கேட்டுக்கொண்டார்.

ஆனாலும் காமராஜர் இவ்விசயத்தில் எந்த மாற்றத்தையும் செய்ய வில்லை. முன்புபோல் மதுவிலக்கு அமலாக்கம் தொடர்ந்தது. அவரைத் தொடர்ந்து ஆட்சிக்கு வந்த பக்தவத்சலமும் மதுவிலக்கு அமலாக்கத்தில் ஆர்வம் காட்டினார்.

1967இல் நடந்த சட்டமன்றத் தேர்தல், தமிழ்நாட்டில் தொடர்ந்துவந்த காங்கிரஸ் ஆட்சிக்கு முற்றுப்புள்ளி வைத்தது. அண்ணா தலைமை யிலான தி.மு.க. மாபெரும் வெற்றி பெற்றது.

இதனால் காங்கிரஸ் அரசுகளின் மதுவிலக்குக் கொள்கை இவர்களால் தொடர்ந்து நடைமுறைப்படுத்தப்படுமா? அல்லது மாற்றப்படுமா? எனும் மிகப்பெரிய கேள்வி அனைவரது மத்தியிலும் எழுந்தது.

12

அண்ணாவின் உறுதி

1967 பிப்ரவரி 3ஆம் தேதி அண்ணா தமிழக முதல்வராகப் பதவியேற்றார். விழாவுக்குப் பின்பு அவரைச் சந்தித்த பத்திரிகையாளர்கள் மதுவிலக்குக் குறித்துக் கேள்வியெழுப்பினர். 'தமிழ்நாட்டில் மதுவிலக்கு நீடிக்கும்' எனப் பதிலளித்தார் முதல்வர் அண்ணா.

இவரது அறிவிப்பு பெரியாருக்கு அதிர்ச்சியை ஏற்படுத்தியிருக்கக் கூடும். அடுத்தநாள் வெளியான விடுதலையின் தலையங்கத்தில் பெரியார் பின்வருமாறு எழுதியிருந்தார்:

'நான் காங்கிரசை விட்டு வந்தபிறகு சுமார் 30 ஆண்டுகளாகவே, இன்று உள்ள மதுவிலக்குக் கொள்கைக்கு எதிரி. இதற்காக, நான் மதுக்குடங்களைக் காவடி கட்டிச் சுமந்து போகிற மாதிரி, என்னைக் கேலிச்சித்திரம் போட்டுப் பத்திரிகைகளில் கண்டித்து எழுதியுள்ளார்கள். நான் காங்கிரஸ் மதுவிலக்குக்கு, உள் எண்ணம் கண்டுபிடித்து, குடிஅரசு இதழில் கட்டுரைகள், தலையங்கங்கள் எழுதியிருக்கிறேன். நிறையக் கூட்டங்களில் பேசியிருக்கிறேன்.

1938-இல் ராஜாஜி தலைமையில் காங்கிரஸ் பதவிக்கு வந்தபோது, நமது கல்வி வளர்ச்சியை ஒழித்துக்கட்டுவதற்கு ஓர் ஆதாரம் தேடப்பட்டது. அதாவது 100க்கு 5சதவீதமே படித்த மக்களாயிருந்த நாம், ஜஸ்டிஸ் கட்சி ஆட்சிக்கு வந்த பிறகு 100க்கு 7 பேர் படித்த மக்களானோம். இதைக் கண்டு ஆத்திரமடைந்த ராஜாஜி, கல்வியை இன்றுள்ள

தன்மைப்படி நடத்துவதானால் அரசாங்கத்திடம் போதிய பணமில்லை. அதனால் வரவு செலவைச் சரிகட்ட, 2,600 பள்ளிகளை (அதுவும் கிராமப் புறங்களில்) மூடவேண்டியுள்ளது அவசியமாகிறது என்று சொல்லியே மது விலக்கினால் ஏற்பட்ட நட்டத்தைச் சரிகட்டினேன் என்று சாக்கு கண்டுபிடித்துக் கொண்டார்.

இன்று மக்களால் தேர்ந்தெடுக்கப்பட்டு ஆட்சிக்கு வந்திருக்கும் கட்சியார் ராஜாஜியை திருப்திப்படுத்த அவருக்குப் பயந்து மதுவிலக்கைத் தீவிரப்படுத்துவோம் என்று கூறி இருப்பதாகக் கருத வேண்டியிருக்கிறது. நம் மக்கள் சகல துறைகளிலும் கேடடைந்து கெட்டு உழல வேண்டும் என்பதுதான் பார்ப்பன தர்மம். எந்த நிலையிலும் பார்ப்பனர் யாருக்குமே நல்ல வழி காட்டமாட்டார்கள். இந்த மதுவிலக்குத் துறையில் தேவைப்பட்டவர்களுக்கு எல்லாம் மது கிடைக்கும்படியும் இருக்கத்தக்க வண்ணம், அது அனுமதிப்பு ஏற்படுத்தினால் சர்க்காருக்கு நல்ல நிதி வரும்படி ஏற்படுவதுடன், பார்ப்பனர் தவிர்த்த மற்ற சகல துறையிலும் உள்ள மக்களில் நல்ல அளவுக்கு இந்த ஆட்சிக்கு ஆதரவு கிடைக்கும் என்றும் கருதுகிறேன்.'

பல விவகாரங்களில் தந்தையின் யோசனையைக் கேட்டுவந்த தனயன், மதுவிலக்கு விசயத்தில் மாறுபட்டார்.

மாநில அரசின் வருவாய் இழப்பு குறித்த கவலை இருந்தபோதிலும் மதுவிலக்கைத் தொடர்ந்து அமல்படுத்துவதில் அண்ணா உறுதியாக இருந்தார். 21.9.1967இல் நடந்த மது ஒழிப்புத் தொடர்பான ஆய்வு கூட்டத்தில் பேசிய முதல்வர் அண்ணா, 'குடித்துவிட்டு மனைவி மக்களைத் தாக்கும் குடிகாரர்களால் அடிபடும் பெண்களின் அழுகுரல் அதிகமாகிறது. அந்த அழுகை ஒலியை என்னால் தாங்க முடியவில்லை. இனி மதுக்கடை ஒன்றுகூடத் திறக்கப்படுவதை நான் அனுமதிக்க மாட்டேன்' என்றார் திட்டவட்டமாக. அண்ணாவின் இப்பேச்சினை அகில இந்திய காங்கிரஸ் தலைவராக இருந்த காமராஜர் வரவேற்றுப் பாராட்டினார்.

ஆனால், பெரியாரோ மதுவிலக்கைக் கைவிட வேண்டும் எனும் தமது கோரிக்கையைத் தொடர்ந்து வலியுறுத்தி வந்தார். 1968 பிப்ரவரியில் உத்திரமேரூர் பொதுக்கூட்டத்தில் பேசிய அவர், 'மதுவிலக்கு என்கிற மடமைக் கொள்கைக்காக தமிழக அரசு ஆண்டுக்கு 20 கோடி ரூபாய் வருமானத்தை இழப்பதா?' என கேள்வி எழுப்பினார். மேலும், 'மதுவிலக்கு என்பது இமயமலை அளவு முட்டாள்தனம். காந்தியாரின் காட்டுமிராண்டித்தனமான கொள்கைகளில் வெற்றி பெறாத ஒன்றாகும் இது. மதுவிலக்கால் எந்தப் பயனும் கிடையாது. இதனால் தொழிலாளர்களின் தேசிய சக்திதான் குறைந்து போய்விட்டது. காங்கிரஸ்காரர்களைக் கெடுத்துப் பதவியிலிருந்து விரட்டியது போலவே இந்த மதுவிலக்கு இவர்களையும் கெடுத்து விரட்டிவிடுமோ

என்றே நான் பயப்படுகிறேன்' என்று தலையங்கம் ஒன்றில் அச்சந் தெரிவித்தார்.

இந்நிலையில் 12.4.1968இல் சென்னையில் அகில இந்திய மதுவிலக்கு மாநாடு நடந்தது. இம்மாநாட்டு வரவேற்புக்குழுத் தலைவரான முதல்வர் அண்ணா, முன்னாள் முதல்வர்களான காமராஜர், பக்தவத்சலம் மற்றும் காயிதே மில்லத் ஆகியோருடன் ஒரே மேடையில் பங்கேற்றுப் பேசினார்.

'மதுவிலக்குத் திட்டத்தை முந்தைய காங்கிரஸ் அரசுதான் கொண்டு வந்துள்ளது என்றாலும், இன்று பல்வேறு மாநிலங்களில் அதுவும் குறிப்பாக, காங்கிரஸ் ஆளும் மாநிலங்களிலும்கூட மதுவிலக்குச் சட்டம் ரத்து செய்யப்படுவதைக் காணும் காங்கிரஸ் அல்லாத முதலமைச்சராகிய நான் குறை சொல்ல முடியும். அந்த மாநிலங்களைச் சுட்டிக்காட்டி மதுவிலக்கை ரத்து செய்யவும் எண்ணலாம்.

ஆனால் அப்படிப்பட்ட புத்திசாலித்தனமற்ற காரியங்களில் நான் இறங்குவதாக இல்லை. நிதிப்பற்றாக்குறை காரணமாக அவதிப்படும் இந்த மாநிலப் பொறுப்பை ஏற்றிருக்கும் எனக்கு, மதுவிலக்கை ரத்து செய்தால் 11 கோடி ரூபாய் வருமானம் வரும் என்ற செய்தியைப் படித்ததும் முதலில் சபலம் தட்டியது. ஆனால் அந்த 11 கோடி ரூபாயின் பின்னணியில் இருப்பது என்ன என்று ஒருகணம் சிந்தித்தபோது, அழுகின்ற தாய்மார்களின் உருவமும் குழந்தைகளின் கதறலும், மனிதன் தன் அறிவை இழந்து காட்டுமிராண்டி போல் தெரியும் காட்சிதான் என் கண்முன்னால் நிற்கின்றது. இதைப்பற்றி ஒருகணம் சிந்தித்தவுடன் 11 கோடி ரூபாய்க்கு முழுக்குப் போட்டேன்.

மதுவிலக்கினால் ஏற்படும் நட்டத்தை ஈடுசெய்ய முடியாமல் போனாலும், இதைத் தீவிரமாக அமல் நடத்தும் அந்த நேர்மைக்காகவும் யோக்யதைக்காகவும் போனஸ் போன்ற உதவியை மாநில அரசுகளுக்கு செய்து மத்திய அரசு நற்பெயரைச் சம்பாதித்துக் கொள்ள வேண்டும்' என்று கேட்டுக் கொண்டார்.

மேலும் பேசிய அண்ணா, 'மதுவிலக்கு தளர்த்தியுள்ள மற்ற மாநிலங்களில் மதுவிலக்குக் கொள்கைக்கு ஆதரவாக காங்கிரஸ் தலைவர்களான காமராஜர், பக்தவச்சலம் அவர்களுடன் கைகோர்த்துப் பிரசாரம் செய்யத் தயாராக இருக்கிறேன்' என்றும் அறிவித்தார்.

மதுவிலக்கை அமல்படுத்துவதில் முதல்வர் அண்ணாவின் உள்ளம் உறுதியாக இருந்தது. ஆனால் உடல் உறுதியாக இருக்கவில்லை. புற்று நோயால் அவதிப்பட்ட அவர் 1969 பிப்ரவரி 3ஆம் தேதி காலமானார். அவருக்குப் பின் கருணாநிதி தலைமையிலான அமைச்சரவை பதவியேற்றது. அப்போதுதான் மீண்டும் இந்தக் கேள்வி முளைத்தது. மீண்டும் கடைகள் திறக்கப்படுமா?

13
மீண்டும் கடைகள் திறக்கப்படுமா?

இந்தக் கேள்வி எழுவதற்கான காரணங்களும் இல்லாமல் இல்லை.

மதுவிலக்கை அமல்படுத்தும் மாநிலங்களுக்கு ஏற்படும் வருவாய் இழப்பில் 50 சதவீதத்தை மத்திய அரசு ஈட்டுத் தொகையாகத் தரும் எனும் துணைப் பிரதமர் மொரார்ஜி தேசாயின் வாக்குறுதி இன்னும் தமிழகத்துக்கு நிறைவேற்றப்படவில்லை. கருணாநிதி தலைமையிலான மாநில அரசுக்கு கழுத்தை நெறிக்கும் வகையில் நிதிச்சிக்கல்.

15.03.1969இல் நடந்த சட்டமன்றக் கூட்டத்தில் பேசிய முதல்வர் கருணாநிதி, 'மானியம் வழங்க மாட்டேன். கடன் கேட்டுக் கொண்டே இருங்கள். பிச்சை எடுத்துக் கொண்டே இருங்கள் என்று சொன்னால் மதுவிலக்கை நீக்கலாமா என்ற கேள்வி எழுவது ஆச்சரியம் இல்லை. அந்தக் கேள்விக்கு பதில் பரிசீலனையின் மேல், மாற்ற வேண்டுமா என்ற நிலை வந்தால் வியப்புக்குரியதல்ல. நம் மாநிலம் தன் வருமானத்தைக் குறித்து, நிதிநிலையைக் குறித்து எவ்வளவு வருமானத்தைக் கொடுக்கிறது என்று இந்தக் கலால் வரியை எண்ணிப் பார்த்து யோசிக்கத் தலைப்பட்டால் ஆச்சரியம் இல்லை.

...சமூகம் கெட்டுவிடுமே என்ற அங்கலாய்ப்புதான் எங்களுக்கு இருக்கிறது. டெல்லியிலே இருக்கிற வர்கள், குறிப்பாக திரு.மொரார்ஜி தேசாய் அவர்கள் இதைப் பற்றி சிந்திக்கவேண்டும். மதுவிலக்குக் கொள்கையை அமல்நடத்துவதால் மாநிலத்திற்கு

40 கோடி ரூபாய் இழப்பு ஏற்படுகிறதே. நாம் ஒரு 20 கோடி ரூபாய் கொடுத்து உதவலாம் என்ற அளவுக்காவது நல்லெண்ணம் இருந்தால் எவ்வளவோ வரவேற்கலாம். மதுவிலக்குக் கொள்கையை உற்சாகமாகக் கடைபிடிக்கலாம். மத்திய அரசு நல்ல முறையில் சிந்தித்து இதில் நல்ல முடிவு எடுக்கவேண்டும் என்பதை இந்த மாமன்றத்தின் மூலமாகத் தெரிவித்துக் கொள்கிறேன்' என வேண்டுகோள் விடுத்தார். ஆனால் மத்திய அரசிடம் இருந்து எந்தப் பதிலும் இல்லை.

இதற்கிடையே 'மதுவிலக்கு அமுலினால் மாநிலத்துக்கு ஏற்படும் இழப்பை ஈடுகட்ட மத்திய அரசு மான்யம் தராவிட்டால் மதுவிலக்கை ரத்து செய்ய நேரும்' என்று முதலமைச்சர் கருணாநிதி கூறியதை விடுதலை நாளேடு முதல்பக்க பேனர் செய்தியாக 7.9.69 அன்று வெளியிட்டது.

அடுத்த சில நாட்களில் 15.9.69 அன்று தி.மு.க. பொருளாளர் எம்.ஜி.ஆரின் கீழ்க்காணும் நீண்ட அறிக்கை மாலைமுரசு நாளிதழில் வெளியானது.

'மதுவிலக்கு அமலில் இருந்தாலும் பர்மிட் உள்ள பணக்காரர்கள் சட்டத்தின் உதவியோடு சாதாரணமாகக் குடிக்கிறார்கள். ஏழைகளும் மதுக் கஷாயம் போன்றவற்றைச் சட்டத்தின் உதவியோடு குடிக்கிறார்கள். இவையிரண்டையும் மதுவிலக்குச் சட்டம் தடை செய்யவில்லை.

பர்மிட்டுக்கு மாநில அரசும், மது கஷாயத்துக்கு மத்திய அரசும் தடை போடவில்லை. இருந்தாலும் மதுவிலக்குச் சட்டம் அமல்படுத்தப்படுகிறது. இதில் சிலருக்குத் தண்டனையும் கிடைக்கிறது.

ஆனால் மதுவிலக்கினால் எந்தத் தீமையும் குறையவில்லை. எந்தத் தீமையைப் போக்க மதுவிலக்குக் கொண்டுவரப்பட்டதோ, அது முன்பைவிட இப்போது அதிகமாக உள்ளது.

குடிப்பவர்கள் தங்களையும் கெடுத்துத் தங்கள் குடும்பங்களையும் கெடுத்துக் கொள்ளுகிறார்கள். மதுவிலக்கு பூரணமாக அமல்படுத்தப்பட, பர்மிட்டுகளையும் மதுக் கஷாயத்தையும் உடனடியாகத் தடுக்க வேண்டும்.

மதுவிலக்கு என்பது உயர்ந்த லட்சியமாகும். வரவு செலவு பார்த்து அதைத் தீர்மானிக்க முடியாது.

தமிழ்நாட்டில் மதுவிலக்கு அமலில் இருந்தாலும் அதைச் சுற்றியுள்ள மாநிலங்களில் மதுவிலக்குத் தளர்த்தப்பட்டிருக்கிறது. அந்த மாநிலங்கள் மதுவினால் கோடிக் கணக்கான ரூபாய் வருவாயும் பெற்று வருகின்றன.

ஆனால் தமிழ்நாடு அந்த நட்டத்தை ஏற்றுக்கொண்டே வருகிறது. ஆனால், யாருமே மது அருந்தாதிருக்கச் செய்ய முடியாத நிலையில் உள்ளது. பணம் இழந்தாலும் லட்சியம் பூரணமாக நிறைவேறியபாடில்லை.

இந்த நிலையில் கேள்விக்குறி தோன்றத்தான் செய்யும். மதுவிலக்கினால் மகிழ்ச்சி அடைந்தது தாய்க்குலம்தான். எனவே, மதுவிலக்குத் தேவையா, இல்லையா என்பதை முடிவு செய்வதைப் பெண்களிடமே விட்டுவிடுவதுதான் நல்லது.

மதுவிலக்குப் பற்றிய கருத்தை அறிய பெண்களுக்கு மட்டும் ஓட்டு அளிக்கும் வாய்ப்பைக் கொடுத்து, அதாவது ஓட்டெடுப்பை நடத்தி, அவர்களின் முடிவை ஏற்கவேண்டும். இதையே இந்தியா முழுவதும் கடைப்பிடிக்க வேண்டும்.'

எம்.ஜி.ஆரின் இந்த அறிக்கை, மதுவிலக்குத் தொடருமா? எனும் கேள்விக்குறியை மேலும் பெரிதாக்கியது.

இதனைத் தொடர்ந்து *3.4.1970*இல் நடந்த தமிழகச் சட்டப்பேரவைக் கூட்டத்தில் முதலமைச்சர் கருணாநிதி அளித்த விளக்கம் பின்வருமாறு இருந்தது.

'எப்படிப்பட்ட நிலைமையில் எவ்வளவு வருமானத்தை இழக்கக்கூடிய சூழ்நிலையிலும் மதுவிலக்குக் கொள்கை கடைப்பிடிக்கப்பட்டு வருகிறது என்பதை எல்லோரும் அறிவார்கள். ஆனாலும் மதுவிலக்கை ரத்து செய்வதில்லை என்ற முடிவில் இந்த அரசு இருக்கிறது என்பதை அனைவரும் அறிவார்கள். சென்ற ஆண்டு இது கேள்விக்குறியாகக் கிளம்பி, கொஞ்சம் கொஞ்சமாக வளர்ந்து நாட்டிலே உள்ள எல்லாப் பத்திரிகைகளும் கார்டூன்களுக்காக கேள்விக் குறியைப் பயன்படுத்தி, காந்தி நூற்றாண்டு விழா நேரத்தில் முற்றுப்புள்ளி வைக்கப் பட்டிருக்கிறது. முற்றுப் புள்ளிக்குக் கீழே ஒரு கோடு இழுத்தால் அது கமா ஆகிவிடும். முற்றுப்புள்ளி வைத்தால் கமா ஆகாது என்று சிலர் நினைக்கிறார்கள். அப்படி ஆகாமல் இருக்கின்ற முறையிலே மத்திய அரசு மதுவிலக்கைத் தீவிரப்படுத்துகின்ற அரசுக்கு உதவிகளை பரிசுத் தொகைகள் வடிவத்தில் அளிப்பார்களானால் மதுவிலக்குத் திட்டத்திலே ஒவ்வொரு மாநிலமும் சிரத்தைக் காட்டமுடியும். தமிழகத்திற்கு அதற்காகத் தருகிறார்கள் என்றால் அடுத்து அடுத்து மற்ற மாநிலங்களும் தமிழகத்தைப் பின்பற்றுவதற்கு முன்வரக்கூடும்.'

இதற்கிடையில் நாடாளுமன்றத்துக்கும் தமிழகச் சட்டமன்றத்துக்கும் முன்கூட்டியே தேர்தல் நடந்தது. இதில் காங்கிரசுடன் கூட்டணி அமைத்துப் போட்டியிட்ட திமுக அமோக வெற்றி பெற்றது. மீண்டும் தமிழக முதல்வரானார் கருணாநிதி.

இதனைத் தொடர்ந்து 1971 ஏப்ரல் இறுதியில் திமுக பொதுக்குழு கோவையில் கூடியது. இதில் 'தமிழ்நாட்டு மக்களின் மேன்மைக்காகத் திட்டங்களைத் தீட்டுவதற்கு நிதிப்பற்றாக்குறை ஒரு தடையாக இல்லாத நிலையை ஏற்படுத்திடவும், மதுவிலக்குச் சட்டம் அமல் படுத்தப்படும் காரணமாக ஏதுமறியா ஏழைப்பாமர மக்கள் சட்டத்தின் மூலமும், பயங்கர நோய்களின் காரணமாகவும் படும் அவதியிலிருந்து அவர்களைக் காப்பாற்றவும் சட்டத்தின் வாயிலும் நோயின் வாயிலும் வீழ்கின்ற ஆடவர்களைப் பாதுகாத்து, ஏழைத் தாய்மார்களின் கண்ணீரைத் துடைத்திடவும் அறநெறியை வளர்ப்பதற்கு இந்தியா முழுமைக்கும் இல்லாது, தமிழ்நாட்டு அளவில் நடைமுறைப் படுத்தப் படுகிறது. சட்டம் மாத்திரம் போதுமானதா என்பதை யோசித்து ஆவன செய்ய வேண்டும் என்று தமிழக அரசை இப்பொதுக்குழு கேட்டுக் கொள்கிறது.'

(மேற்காணும் தீர்மானத்துக்கு ஆதரவாக இருந்த எம்.ஜி.ஆர். பிறகு இதற்கு எதிர்ப்பு நிலையெடுத்ததும், அதன் காரணமாக அவர் தி.மு.க.வில் இருந்து நீக்கப்பட்டதுமான பின்னர் நடந்தேறிய நிகழ்வுகள் அக்கட்சி வரலாற்றுடன் தொடர்புடையவையாகும்.)

பொதுக்குழுத் தீர்மானத்தைத் தொடர்ந்து இப்போது மதுவிலக்கு விவகாரத்தில் முக்கிய முடிவு எடுத்தாக வேண்டிய கட்டாயத்தில் இருக்கிறது திமுக அரசு.

மீண்டும் கடைகள் திறக்கப்படுமா? எனும் கேள்விக்குறி பல ஆண்டு களுக்கு கமாவாக ஆகி, இப்போது முற்றுப்புள்ளி நிலைமைக்கு வந்து விட்டது. தமிழக அரசியலில் அதோ இதோ என்று போக்குக் காட்டிக் கொண்டிருந்த மதுவிலக்கு விவகாரம் இதோ முடிவுக்கு வருகிறது.

இதற்கான அதிகாரப்பூர்வ அறிவிப்பினை 1971ஆம் ஆண்டு ஜூன் மாதம் 29ஆம் தேதி நடந்த சட்டமன்றக் கூட்டத்தில் வெளியிட்டார் முதலமைச்சர் கருணாநிதி.

'மதுவிலக்குக் கொள்கை இங்கே இருக்கிற நம்மால் மாத்திரம் அல்ல, உலகத்திலுள்ள பல்வேறு நாடுகளிலும் பல்வேறு நாட்டு மக்களாலும், பல்வேறு நாட்டு அரசுகளாலும் சட்டப்பூர்வமாக அமல்படுத்தத் திட்ட மிட்டுத் தோற்றுப் போய் இருக்கிறார்கள் என்பதற்கு வரலாற்றுச் சான்றுகள் நிறைய இருக்கின்றன' என்று சொன்ன முதல்வர், அமெரிக்கா, பின்லாந்து, நார்வே, நியூ ஃபவுண்ட்லாந்து துருக்கி ஆகிய நாடுகளின் பெயர்களைப் பட்டியலிட்டார். 'மதுவிலக்குக் கொள்கையை பொன்னேபோல் போற்ற வேண்டிய துருக்கி, சிரியா, ஈராக், ஈரான், எகிப்து, பாகிஸ்தான், மலேசியா, இந்தோனேசியா ஆகிய

முஸ்லிம் நாடுகளில் சட்டப்பூர்வமாக மதுவிலக்கை அமல்படுத்த முடியவில்லை' எனக் குறிப்பிட்டார்.

'மதுவிலக்குக் கூடாது என்பதல்ல வாதம். ஒழுங்காக அமல் செய்ய முடியவில்லையானால் நிதிநிலை வசம் கருதி அதைக் கைவிடுவது கூடத் தவறு அல்ல என்பது நமது நிலை' இது 1968ம் ஆண்டு நவம்பர் மாதம் 6ம் தேதியன்று நவசக்தி எழுதியுள்ள தலையங்கம்' என்பதை முதல்வர் சுட்டிக்காட்டியபோது அவையில் பயங்கர கரவொலி.

'கொழுந்து விட்டெரியும் நெருப்பு வளையத்துக்குள் கொளுத்தப்படாத கற்பூரமாகத் தமிழ்நாடு எத்தனை நாளைக்குத்தான் தன்னைப் பாதுகாத்துக் கொள்ள முடியும்?' எனக் கேள்வியெழுப்பிய கருணாநிதி, 'இந்தியப் பேரரசு இந்திய பூபாகம் முழுமைக்கும் மதுவிலக்கை அமல்படுத்த முன்வருகிற நாள்வரை நாம் அந்தச் சட்டத்தை ரத்து செய்வது என்பதுகூட இல்லை. அதற்கு ஓய்வு கொடுப்பதன் மூலம் தமிழ்நாட்டில் இருக்கிற அத்தனை பேரும் குடிகாரர்களாக மாறிவிடுவார்கள் என்று நாம் கூறிவிட முடியாது' எனக் குறிப்பிட்டார்.

'மதுவிலக்கு தோல்வியுற்றுவிட்டது. அந்தச் சட்டம் இங்கே வெற்றி கரமாக நடைபெற முடியவில்லை என்பதை முன் இருந்த அமைச்சர்கள் ஏற்றுக் கொள்ள மறுத்தார்கள். நாங்கள் அதைத் தாராளமாக ஒத்துக் கொள்கிறோம். மாண்புமிகு உறுப்பினர்களின்-தோழமைக் கட்சி நண்பர்களின் உணர்ச்சியை மதிக்கிறேன். அவர்களில் சிலபேர் என்னைக் கெஞ்சிக்கூடக் கேட்டுக் கொண்டிருக்கிறார்கள். மன்றாடிக் கேட்பதாகக் கூடச் சொன்னார்கள். அவர்களை எல்லாம்விட நான் வயதில் சிறியவன். அப்படி மன்றாடிக் கேட்பதை, கெஞ்சிக் கேட்பதைத் தயவுசெய்து திரும்பப் பெற்றுக் கொள்ளுங்கள். இதைத் தவிர வேறு வழியில்லை என்ற காரணத்தால்தான் இந்த முடிவுக்கு வந்திருக்கிறோம். அதுவும் ஒத்தி வைத்திருக்கிறோம். இந்தியா முழுவதற்கும் மதுவிலக்குத் திட்டத்தை அமல்படுத்துவதற்கு மத்திய அரசு பொறுப்பேற்றுக் கொள்ளும் வரையில் மதுவிலக்கை ஒத்தி வைத்திருக்கிறோம்' என்று அறிவித்தார் முதலமைச்சர் கருணாநிதி.

14

கடைகள் திறக்கப்பட்டன

'அந்த நள்ளிரவில், நான் தஞ்சாவூரில் மாணவனாக இருந்தேன். தஞ்சைப் பழைய பேருந்து நிலையத்து அருகில், இன்று ஆரிய பவன் இருக்கும் இடத்துக்குச் சற்றுத் தள்ளி, சாராயக் கடை திறக்கப்பட இருந்தது.

நானும் பிரகாஷும் அந்தச் சொர்க்க வாசல் திறப்பைக் காணக் காத்திருந்தோம். பிரகாஷ் குடிக்க மாட்டார். நானும் பிரடரிக் சுந்தர்ராஜன், இருளாண்டி, தஞ்சை மோகன் முதலான நண்பர்களும் நின்றிருந்தோம். ரஜினி திரைப்படத் தொடக்கக் காட்சி போல் மக்கள் குழுமி இருந்தார்கள். கடை, சீரியல் விளக்குகளாலும் மல்லிகைச் சரங்களாலும் அலங்கரிக்கப்பட்டிருந்தது.

நாழியாக நாழியாக கூட்டம் எங்களை நெருக்கித் தள்ளியது. திடுமென மழை லேசாகத் தூறத் தொடங்கியது. லவுட் ஸ்பீக்கரிலிருந்து மிகப் பெரும் சப்தமுடன் சினிமாப் பாடல்கள், முழங்கிக் கொண்டியிருந்தன. எல்லாமும் எம்.ஜி.ஆர். படத்துப் பாடல்கள், எம்.ஜி.ஆர் தத்துவ, சமூக, காதல் பாடல்கள் சூழலுக்குப் பெரும் சோபையை நல்கிக் கொண்டிருந்தன.

தமிழ்நாட்டின் இருண்ட காலம் நீங்கி, பொற்காலம் பிறந்து கொண்டிருந்த ஒரு அற்புத யுகத்தின் பிரசவ அறைக்குள் நாங்கள் இருந்தோம். குழந்தையின் தலை வெளியே தெரிந்தது. கடை உரிமையாளர், கடை விளம்பரப் பலகைக்குக் கற்பூரத் தீபம் காட்டிக் கொண்டிருந்தார்.'

தமிழ்நாட்டில் 31.8.1971 அன்று மீண்டும் சாராயக் கடைகள் திறக்கப் பட்ட காட்சியைத்தான் பிரபஞ்சனின் எழுத்து இப்படி வர்ணிக்கின்றது.

ஆம், ஏறக்குறைய 20 ஆண்டுகாலம் தொடர்ந்து அமலில் இருந்துவந்த மதுவிலக்கு இப்போது விலக்கிக் கொள்ளப்பட்டுவிட்டது. 'சரியாக இரவு மணி 12. இந்த நிமிஷம் முதல் குடிப்பவர்கள் சட்ட பூர்வமான குடிமக்கள். பத்து நிமிஷத்துக்கு முன் குடித்தவர்கள் குற்றவாளிகள். அரசு, எவ்வளவு எளிதாக மக்களின் முகங்களை மாற்றி அமைக்கிறது?' பிரபஞ்சனின் அங்கலாய்ப்புத் தொடருகிறது. இருக்கட்டும்.

அன்றைய நிலவரப்படி தமிழ்நாட்டில் 7 ஆயிரத்து 395 கள்ளுக் கடைகளும், 3 ஆயிரத்து 512 சாராயக் கடைகளும் திறக்கப்பட்டன. கள்ளுக்கடைகளைக் காலை 7.30 மணிக்கு முன்னதாகவும், சாராயக் கடைகளைக் காலை 9.30 மணிக்கு முன்னதாகவும் திறக்கக் கூடாது என அரசாங்கம் உத்தரவு போட்டது.

ஒரு லிட்டர் சாராயம் 10 ரூபாய். ஒரு லிட்டர் கள் ஒரு ரூபாய். இவற்றின் விலையை அரசே நிர்ணயம் செய்தது.

தமிழ் நாட்டின் சாராயத் தேவையைப் பூர்த்தி செய்வதற்கு திருச்சியிலும், நெல்லிக்குப் பக்கத்திலும் சாராய ஆலைகள் இயங்கி வந்தன. இதில் திருச்சி வி.எஸ்.டி. ஆலையில் இருந்து ஒரு கோடியே 35 லட்சம் லிட்டர் சாராயமும், நெல்லிக்குப்பம் பாரி ஆலையில் இருந்து 40 லட்சம் லிட்டர் சாராயமும் தயாரிக்கப்பட்டன.

தமிழகம் முழுவதும் சாராய விற்பனையில் 139 மொத்த வியாபாரிகள் ஈடுபட்டிருந்தனர். இவர்களிடமிருந்து சில்லறை வியாபாரிகள் சாராயத்தை வாங்கி விற்பனை செய்து வந்தனர்.

இந்த விற்பனையின் மூலம் ஆண்டொன்றுக்கு 26 கோடி ரூபாய் வருமானம் கிடைக்கும் என்று அரசு கணக்குப் போட்டிருந்தது. (மதுவிலக்கு அரசியலும் வரலாறும், ஆர்.முத்துக்குமார்).

15

கடுமையான எதிர்ப்பும்;
கடைகள் மீண்டும் மூடப்பட்டதும்

கருணாநிதி தலைமையிலான அரசு இப்படி ஒரு முடிவுக்கு வரப்போகிறது என்பதையறிந்த ராஜாஜி, கொட்டும் மழையில் கருணாநிதி வீட்டுக்குச் சென்றதையும், மதுக்கடைகளை மீண்டும் திறக்க வேண்டாம் என மன்றாடியதையும் வரலாறு பதிவு செய்துள்ளது.

இதேபோல் முதல்வர் கருணாநிதியை நேரில் சந்தித்த காயிதே மில்லத், மதுவிலக்கு ரத்து செய்யும் விஷயத்தில் பிடிவாதம் காட்ட வேண்டாம் எனக் கேட்டுக்கொண்டார். ஆனால், நிதி நெருக்கடியைச் சமாளிக்க இதைத் தவிர வேறு வழியில்லை என அவரிடம் தெளிவுபடுத்தினார் கருணாநிதி.

ஆனாலும் 'காமராஜர் படிக்கக் கற்றுக் கொடுத்தார். கருணாநிதி குடிக்கக் கற்றுக் கொடுக்கிறார்' எனும் கடுமையான விமரிசனங்களை காங்கிரசார் முன்வைத்தனர். மதுவிலக்கு ரத்துச் செய்யப் பட்டதைக் கண்டித்து ஆங்காங்கே போராட்டங்கள் நடத்தப் பட்டன. டெல்லியில் இருந்து சென்னை வந்த சுசீலா நய்யார் உண்ணாவிரதத்தில் ஈடுபட்டார். அவருடன் சேர்த்து கைது செய்யப்பட்ட 54 பேர் பின்னர் விடுவிக்கப்பட்டனர்.

ஒரு கட்டத்தில் தொடர்ச்சியாக ஒருவாரம் நடந்த போராட்டத்தில் மட்டும் 33 ஆயிரம் பேர் வரையில் கைது செய்யப்பட்டனர்.

இப்படியாக நடந்த ஒரு கிளர்ச்சியில் கைது செய்யப்பட்டு திருச்சி சிறையில் அடைக்கப்பட்டிருந்த காங்கிரஸ்காரர்கள் கலவரத்தில் ஈடுபட்டனர். அப்போது அங்கே பறந்து கொண்டிருந்த தேசியக் கொடியை இறக்கிவிட்டு கட்சியின் கொடியை ஏற்றினார்கள். அவர்கள் மீது வழக்குப் போடப்பட்டது. (பிறகு அந்த வழக்கு திரும்பப் பெறப்பட்டது).

தமிழக அரசின் மதுவிலக்கு ஒத்திவைப்புக்கு எதிராக சட்ட ரீதியான போராட்டங்களைத் துவக்கினார் ராஜாஜி. ஆனால் 'அரசாங்கத்தின் சட்ட நிபுணர்கள் மதுவிலக்கு ரத்து உத்தரவை, ஓட்டைகளை அடைப்பதற்காக மாற்றி எழுதினார்கள். அபரிமிதமான மெஜாரிட்டி பலம் இருந்ததால் கருணாநிதி, ஸி.ஆரின் எதிர்ப்பை நசுக்கினார்' என்கிறார் ராஜ்மோகன் காந்தி. இதனைத் தொடர்ந்து தமிழக அரசின் சட்டத்துக்கு அனுமதி அளிக்க வேண்டாம் என குடியரசுத் தலைவர் வி.வி.கிரிக்கு, ராஜாஜி கடிதம் மூலம் வேண்டுகோள் விடுத்தார். இது ஏற்றுக்கொள்ளப்படவில்லை. அவசர சட்டத்துக்கு ஒப்புதல் அளித்து விட்டார் குடியரசுத் தலைவர்.

இந்நிலையில், கல்கி இதழில் சாராய சகாப்தம் எனும் தலைப்பில் ராஜாஜி கீழ்க்காணும் கவிதையை எழுதியிருந்தார்.

'ஆகஸ்ட் பதினைந்தொரு விழாவல்ல
ஆகஸ்ட் முப்பதே தமிழ்நாட்டு விழா
தாழ்ந்தவர் உயர்ந்தார் மதுவிலக்கு வந்ததும்;
வீழ்ந்தவர்கள் முன்போல் வாட
ஆழ்ந்த அறிஞர் அண்ணாவை மறந்துவிட்டு
வள்ளுவர் வாக்கைக் காற்றிலே பறக்கவிட்டு
வரம் பெற்றுப் பதவி யடைந்த கருணையார்
கள்ளும் சாராயமும் தந்தார்
அரங்கேற்றினார் கடைகளை ஆயிரக் கணக்கில்
போற்றுக முதல்வர் பணியை!
சோற்றுத் திண்டாட்டம் - ஏழை மனைகளில்
சாராயக் கடைகளில் பெரும் கொண்டாட்டம்
போற்றுக தமிழ்நாட்டு முதல்வரை!
சாராயக் கடைகளை அரங்கேற்றினார்
வரம் பெற்ற கருணைச் செல்வர்!'

தன் மீதான ராஜாஜியின் இக்கடுமையான விமர்சனத்துக்குக் கவிதை மூலமாகவே பதில் கொடுத்தார் முதல்வர் கருணாநிதி. தலைப்பு: கிழ பிராமணா, உன் வாக்குப் பலித்தது.

‘சாராய சகாப்த மென்று ஓர் கவிதை
சக்ரவர்த்தி ராஜாஜி மாமுனிவர்
தாராளமாய்க் கல்கி ஏட்டில் தீட்டியதால்
யார் யாரோ சுதந்தராக்கள் மகிழ்கின்றார்.
பார் பாராய்க் குடித்தவர்கள் பர்மிட் வாங்கி
நேர்மாறாய்ப் பேசுகின்றார் புத்தர் போல!
இதயத்தில் நோய் என்றும்
இரு யூனிட் வேண்டுமென்றும்
இதோ டாக்டர் சர்டிபிகேட் பாருமென்றும்
இங்கிருக்கும் சுதந்தராக்கள் குடித்த கதை ஊர் அறியும்
பணக்காரர் பகல் வேடக்காரர் எல்லாம்
மணக்கும் மது வாங்குவதற்கு பர்மிட் வேண்டும்.
பகட்டுக்கு ஒரு நீதி -பாவம் ஏழைக்கு ஒரு நீதி.
பஞ்சாங்க சாத்திரத்தின் புது நீதி
வாடுகின்ற ஏழைக்குடிகாரன்
வார்னிஷைக் குடித்து செத்த போதும் தனம்
மேவுகின்ற சீமான்கள் - போதை
மோதுகின்ற விஸ்கி, ரம் அடித்த போதும்
நவ்ரோஜி வீதியில்தான்
நாற்றம் துளைக்கலையோ?
நாடுதான் பார்க்கலையோ?
ஆழ்ந்த அறிஞர் அண்ணா என்று
அன்பர் ராஜாஜி இன்றெழுதப் பார்த்து நான்
அயந்தேதான் போனேன் அய்யா!
இன்னொரு நாள்,
அண்ணா பற்றி அரசாங்கப் பாடநூல் வந்த போது அற்ப வயதில் செத்தவரெல்லாம்
அவதாரப் புருடர் தாமோ என எழுதி
அவர் மகிழ்ந்ததெல்லாம் மறந்தா போகும்?
ஒரிசாவில் இவர் கட்சி ஆட்சியிலே
ஓடிற்றே மதுவெள்ளம்! அப்போது
தரிசாகப் போனது ஏன் இவரின் உள்ளம்?
வரம் பெற்ற கருணைச் செல்வா என - எனை
வாழ்த்துகினறார்! வணங்குகின்றேன்.
வரம் தந்தார் இவரல்ல; நேசக்
கரம் தந்த நாட்டு மக்கள்!
வரம் பெற்றேன் - பெரியார் அண்ணா தந்த நெஞ்சு
உரம் பெற்றேன்.
இப்போதும் சொல்கின்றேன்,

கேட்டிடுக!
இந்தியா முழுமைக்கும் அறவே
மதுவிலக்கு கொண்டுவர
சட்டம் செய்தால்:
சிரம் தாழ்த்தி கரம் குவித்து
சிறப்பான செயல் என்று போற்றி நின்று
செயலாக்க முந்திடுவேன்
அதன் பிறகும்
இதய நோய் என்று - சிலர்
இருட்டினிலே குடிப்பதையும்
இனி அனுமதிப்பதில்லை யென்று விதி செய்வேன்
முழு விவரம் தேவையெனில்
பட்டியல் பிறகு சொல்வேன்!'

மதுவுக்கான எதிர்ப்புகள் வலுத்துக்கொண்டே சென்றன. இதற்கிடையில் 25.12.1972 அன்று ராஜாஜி காலமானார்.

மதுவிலக்கு ஒத்திவைப்பு என்பது ஏறக்குறைய மூன்றாண்டுகளைக் கடந்துவிட்ட நிலையில், 1974 ஆகஸ்டு 14 அன்று சட்டமன்றத்தில் பேசிய முதல்வர் கருணாநிதி 'அறிஞர் அண்ணா பிறந்த நாளான செப்டம்பர் முதல் நாளில் இருந்து தமிழகத்தில் மீண்டும் முழுமையான மதுவிலக்கு அமல்படுத்தப்படும்.' என்று அறிவித்தார்.

அறிவித்தபடியே குறிப்பிட்ட நாளில் மீண்டும் மதுவிலக்கு அமலுக்கு வந்தது. 30.7.1973 அன்று கள்ளுக்கடைகள் மூடப்பட்டன. இதனைத் தொடர்ந்து 1.9.1974 அன்று சாராயக் கடைகள் மூடப்பட்டன. 1974 தொடக்கத்தில், ராஜாஜி வசனத்தில் உருவான 'திக்கற்றவள் பார்வதி' திரைப்படம் வெளியானது. மதுவின் தீமையை விளக்கும் வகையிலான படம் இது.

1975ஆம் ஆண்டு மே மாதம் 5ஆம் தேதி ராஜாஜி நினைவாலயத் திறப்பு விழா சென்னையில் நடைபெற்றது.

இவ்விழாவுக்குத் தலைமை தாங்கிய முதல்வர் கருணாநிதி, '1971ஆம் ஆண்டு நிதிநிலை காரணமாகவும், பக்கத்து மாநிலங்கள் மதுவிலக்கை நடைமுறைப்படுத்தாத காரணத்தால் ஏற்பட்ட சூழ்நிலை காரண மாகவும் மெத்த மன வருத்தத்தோடு தமிழக அரசு மதுவிலக்கை ஒத்திவைத்தது. தமிழக அரசு தன் போக்கை மாற்றிக் கொள்ள வேண்டு மென்று அவர் கருத்து வெளியிட்டார். என்னிடமும் வலியுறுத்தினார். மதுவிலக்கை மீண்டும் நடைமுறைக்குக் கொண்டுவர வேண்டுமென்று அவர் கூறிய உருக்கமிகு சொற்கள் என் உள்ளத்திலே ஊடுருவிப்

பாய்ந்து குடைந்து கொண்டிருந்த காரணத்தினால் மீண்டும் தமிழக அரசின் சார்பில் முழுமையான மதுவிலக்குத் திட்டத்தை நடை முறைக்குக் கொண்டு வந்துள்ளோம். இது ராஜாஜி அவர்களுக்கு நாங்கள் செலுத்திய காணிக்கையாகும். இங்கு எழுப்பப்பட்டுள்ள இந்த நினைவாலயத்தைவிட, மீண்டும் மதுவிலக்குக் கொள்கையை நாங்கள் நடைமுறைக்குக் கொண்டு வந்திருப்பதுதான் அவருக்கு பெரிய நினைவாலயம் ஆகும்' என்று குறிப்பிட்டார்.

இதற்கிடையே நாட்டில் நெருக்கடி நிலை கொண்டுவரப்பட்டது. திமுக தலைமையிலான அரசு கலைக்கப்பட்டு ஆளுநர் ஆட்சி நடைமுறைக்கு வந்தது. அப்போதும்கூட தமிழ்நாட்டில் மதுவிலக்கு அமலில் இருந்தது குறிப்பிடத்தக்கது.

16
தள்ளாடிய மதுவிலக்கு

ஒளிவிளக்கு. எம்.ஜி.ஆரின் 100வது படம். 1968இல் வெளிவந்தது. சினிமா படங்களில் பீடி, சிகரெட் புகைப்பது மாதிரியோ, மது அருந்துவதாகவோ எம்.ஜி.ஆர். நடித்ததேயில்லை. தீய பழக்கங்கள் அண்டாத தூயவராகவே படங்களில் நடித்து நல்ல இமேஜ் ஏற்படுத்தி வைத்திருந்த எம்.ஜி.ஆருக்கு இந்தப் படத்தில் ஒரு சோதனை.

அது என்ன? எம்.ஜி.ஆர். அதை எப்படி எதிர் கொண்டார்? விளக்குகிறார் சினிமா ஆய்வாளர் அறந்தை நாராயணன்:

'கதையில் கதாநாயகன் ஒரு காட்சியில் மதுபானம் அருந்தியே ஆக வேண்டும். எம்.ஜி.ஆர். மது அருந்துவதா? அவரது இமேஜ் என்னவாகிறது? ஆனால் கதைக்கு மது குடித்தேயாக வேண்டும்.

பத்து பதினைந்து அழகிய இளம்பெண்கள் பாடி நடனமாடியபடி மயக்க மருந்தை எம்.ஜி.ஆர். முகத்தில் ஸ்பிரே செய்கின்றனர். மயக்க மடைந்ததும் அவர் பிராந்தியைக் குடிக்கிறார். இதனாலும் தன் இமேஜ் காப்பாற்றப்படும் என்ற நம்பிக்கை எம்.ஜி.ஆருக்கு வரவில்லை.

படத்தில், மயக்கம் தெளிந்ததும் எம்.ஜி.ஆருக்கு உள்ளிருந்து இன்னொரு எம்.ஜி.ஆர். (மனசாட்சி) புறப்படுகிறார். எதிரே போய் நின்றுகொண்டு கை நீட்டி 'தைரியமாகச் சொல், நீ மனிதன் தானா? இல்லை. நீ ஒரு மிருகம்! இந்த மதுவில் விழும் நேரம் மனமும் நல்ல குணமும் உன் நினைவை

விட்டு விலகும்' என்று பாடி மதுவை எதிர்த்து மனசாட்சி எம்.ஜி.ஆர். பிரச்சாரம் செய்கிறார்.'

1975இல் வெளியான நினைத்ததை முடிப்பவன் திரைப்படத்தில்கூட 'ஒருவர் மீது ஒருவர் சாய்ந்து' எனும் பாடலுக்கு இடையில் கதாநாயகி, கதாநாயகனுக்கு மது கொடுப்பார். கதாநாயகனோ அதைக் குடிப்பது போல் பாவனை செய்து, கீழே கொட்டி விடுவார். ஆனால் குடித்தது போலவே நடிப்பார்.

இப்படித்தான் எந்தக் காலத்திலும் மக்கள் மத்தியில் தன் இமேஜ் கெட்டு விடக்கூடாது என்பதில் எம்.ஜி.ஆர். மிகுந்த கவனமுடன் இருந்தார்.

எம்.ஜி.ஆருக்கு நிஜ வாழ்க்கையிலும் மதுவில் துளிகூட நாட்டம் கிடையாது. ஒரு கட்டத்தில் மருந்தாகக் கூட மதுவை அருந்த மறுத்து விட்டாராம்.

முந்தைய திமுக அரசு மதுக்கடைகளைத் திறந்தபோது அக்கட்சியின் பொருளாளர் எனும் அடிப்படையில் அதற்கு அவர் உடன் பட்டிருக்கிறார். மதுவுக்கு எதிரான பிரசாரத்தை எம்.ஜி.ஆர். முன்னெடுத்துச் சென்றிருக்கிறார்.

1971 செப்டம்பர் 15 அன்று தன்னுடைய சத்யா ஸ்டுடியோவில் பணியாற்றும் ஊழியர்களை அண்ணா சமாதியின் முன்பு நிற்க வைத்து 'நான் என் வாழ்வில் எப்பொழுதும் குடிப்பழக்கத்துக்கு ஆட்பட மாட்டேன். இதுவரை சூழ்நிலையின் காரணமாக அப்படி அந்தப் பழக்கத்துக்கு அடிமைப்பட்டிருப்பவர்களைத் திருத்தும் பணியில் ஈடுபடுவேன். என் முயற்சியில் ஆண்டுதோறும் குறிப்பிட்ட பகுதியினரைக் குடிப்பழக்கத்தில் இருந்து மாற்றினேன் என்ற பட்டியலை எங்களை வாழ வைத்த பேரறிஞர் அண்ணாவின் காலடியில் காணிக்கையாக்குவேன். என் தாய், என் சகோதரி, என் குடும்பம், என் நாடு, எல்லா பொதுமக்கள் அனைவரின் நல்வாழ்வுக்காக இன்றைய தினம் உறுதியெடுத்துக் கொள்கிறேன்' என சத்தியம் செய்ய வைத்தார்.

அதிமுகவைத் தொடங்கியபோது அதன் கொள்கைகளில் ஒன்றாக, 'முழுமையான மதுவிலக்கு என்பதுதான் அதிமுகவின் கொள்கை. இந்தியத் துணைக்கண்டம் முழுமையிலும் இறுதியாக மதுவிலக்கு கொண்டு வரவேண்டும்' என்றும் தெரிவிக்கப்பட்டிருந்தது.

அதிமுக அரசு மதுவிலக்குச் சட்டத்தைத் தீவிரமாக்கியது. இதன்படி ஒருமுறை பிடிபட்டால் 3 வருடம் சிறைத் தண்டனை. இரண்டாவது முறையாக அதே குற்றத்தைச் செய்தால் 7 வருடச் சிறைத் தண்டனை. மூன்றாவது முறை குற்றம் செய்து பிடிபட்டால் நாடு கடத்தப்படுவார்கள்.

'ஏழை எளிய மக்களை மிகவும் பாதிக்கும் கொடுங்கோன்மையான சட்டம்' என்று கம்யூனிஸ்ட் சட்டமன்ற உறுப்பினர் என்.சங்கரய்யாவும், 'எதிர்க்கட்சிக்காரர்களை ஒடுக்கவும் சொந்தக் கடசிக்காரர்களை மிரட்டவும் கொண்டுவரப்பட்டுள்ள சட்டம்' என்று திமுக உறுப்பினர் க.சுப்புவும் விமரிசனம் செய்தனர்.

மது விஷயத்தில் இவ்வளவு உறுதியாக இருந்த எம்ஜிஆர் தமிழ் நாட்டில் மீண்டும் மதுக்கடைகளைத் திறந்ததும், டாஸ்மாக்கை உருவாக்கியதும் மிகப்பெரிய அரசியல் விநோதம்.

இதன் முதற்கட்டமாக, இருதய நோய் உள்ளவர்கள் மது அருந்துவதற்கான பெர்மிட் வழங்கப்பட்டது. இதனைத் தொடர்ந்து, மது அருந்திய குற்றத்திற்காகக் கைதானவர்கள் விடுவிக்கப்பட்டனர். மது அருந்துபவர்கள் இனி கைது செய்யப்பட மாட்டார்கள் என்றும் அறிவிக்கப்பட்டது.

அப்படியானால் மதுக்கடைகள் மீண்டும் திறக்கப்படுமா? அனைவரது புருவமும் முதல்வர் எம்.ஜி.ஆரை நோக்கி உயர்ந்தது.

அப்போது முதல்வர் வெளியிட்ட உறுதிமொழி பின்வரும் வகையில் இருந்தது.

'என் உயிர் இருக்கும் வரை, நான் பதவியில் இருந்தாலும் இல்லா விட்டாலும் சரி அல்லது பதவியில் வேறு ஒருவரை உட்கார வைத்து நான் ஓய்வு எடுத்தாலும் சரி, என் இறுதி மூச்சுவரை மதுவிலக்குக் கொள்கையை நான் நிறைவேற்றுவேன் என்று என்னைப் பெற்ற அன்னைமீது உறுதி எடுத்துக் கொள்கிறேன்.' (அண்ணா 2.12.1979) .

இதற்கிடையே நடந்த சட்டமன்றத் தேர்தலில் அதிமுக அமோக வெற்றி பெற்று எம்ஜிஆர் மீண்டும் முதல்வரானார். இப்போது மதுவிலக்கு விஷயத்தில் சில தளர்வுகள். அரசின் அனுமதி பெற்று மது அருந்துவற்கான வயது வரம்பு 40 என்பது தளர்த்தப்பட்டது. இதற்கான பெர்மிட் வாங்குவதற்கு அரசு டாக்டரின் சான்று தேவையில்லை. உணவு விடுதிகளில் மது நுகர்வோர் மீது காவல்துறை மூலம் நடவடிக்கை எடுக்கப்பட மாட்டாது.

ஏன் இந்தத் தளர்வு? இப்போதும் எம்.ஜி.ஆர். சொன்னார், 'தாய்மார்களின் கண்ணீரைத் துடைக்க.'

இதற்கிடையே அதிமுக அரசு கலைக்கப்படுகிறது. தொடர்ந்து நடந்த தேர்தலில் வெற்றி பெற்று மீண்டும் ஆட்சியைப் பிடிக்கிறார் எம்ஜிஆர். மதுவிலக்கு தொடர்ந்து நடைமுறைப்படுத்தப்படுமா? இல்லை என்பதையும், மதுக்கடைகளை மீண்டும் திறக்க அரசு தயாராகிவிட்டது

என்பதையும் 1981 மார்ச் 30ஆம் தேதி சட்டமன்றத்தில் பேசிய நிதியமைச்சர் நெடுஞ்செழியனின் கீழ்க்காணும் பேச்சு எடுத்துக் காட்டியது.

'மதுவிலக்குக் கொள்கையை அமல்படுத்துவதிலே தோல்வி ஏற்பட்டது என்பதுதான் எங்கள் எண்ணம். அந்த எண்ணம் ஈடேற வில்லை. யார் யாரோ முயன்றும் அந்த எண்ணம் ஈடேறவில்லை. புத்தர் முயன்று பார்த்தார் முடியவில்லை. மகாவீரர் முயன்று பார்த்தார் முடியவில்லை. வள்ளுவர் முயன்று பார்த்தார் முடியவில்லை. நாயன்மார்கள் முயன்று பார்த்தார்கள் முடியவில்லை. ஆழ்வார்கள் முயன்று பார்த்தார்கள் முடியவில்லை. பட்டினத்தடிகள், இராமலிங்க அடிகள் எல்லாம் முயன்று பார்த்தார்கள், முடியவில்லை. மகாத்மா காந்தியடிகள் முயன்று பார்த்தார்கள், முடியவில்லை. பெரும் தலைவர் காமராஜர் முயன்று பார்த்தார், முடியவில்லை. பேரறிஞர் அண்ணா அவர்கள் முயன்று பார்த்தார்கள், முடியவில்லை.

> களித்தானைக் காரணம் காட்டுதல் கீழ்நீர்க்
> குளித்தானைத் தீர்த்தூரி இயற்று.

அதாவது, குடித்தவனைத் திருத்துவது என்பது எப்படி இருக்கும் என்றால், தண்ணீருக்குள் மறைந்து இருப்பவனை விளக்கு கொண்டு தேடுவது மாதிரி இருக்கும் என்று சொல்கிறார். எனவே, இது முடியாத காரியம் என்று வள்ளுவர் சொல்லிவிட்டார்.'

ஆம், புத்தரால் முடியவில்லை. மகாவீரரால் முடியவில்லை. வள்ளுவரால் முடியவில்லை. நாயன்மார்கள், ஆழ்வார்கள், பட்டினத் தடிகள், இராமலிங்க அடிகள் எல்லாம் முயன்று பார்த்தார்கள் முடியவில்லை. இப்போது எம்ஜிஆர் முடித்துவிட்டார்.

1981 ஏப்ரல் முதல் தேதி. தமிழ்நாட்டில் கள், சாராயக் கடைகள் திறக்கப் பட்டு விட்டன. கூடவே அயல்நாட்டு மதுவகைகளை (IMFS) விற்கும் கடைகளும் திறக்கப்பட்டன. தமிழனின் கைகளில் இப்போது சிரித்தன பாக்கெட் சாராயம்.

இதன்மூலம் கடந்த ஏழாண்டுகளாக இருந்த மதுவிலக்கு முடிவுக்கு வந்திருக்கிறது. திமுக ஆட்சி மதுவிலக்கை ஒத்தி வைத்தது. அதிமுக அரசு தளர்த்தியிருக்கிறது, அவ்வளவுதான்!

முன்பு போலவே இப்போதும் எதிர்ப்புகள்தான். ஆனாலும் தன்னுடைய முடிவில் தமிழக அரசு உறுதியாகவே இருந்தது. கள், சாராயக் கடைகள் ஏலம் விடப்பட்டன. அரசின் வருவாய்க்கு மடை திறக்கப்பட்டதாகச் சொல்லப்பட்டது. சாராய உற்பத்திக்கும் சாராய விற்பனைக்கும் தனியாருக்கு உரிமங்கள் தரப்பட்டன. இந்த உரிமங்கள்

வழங்கப்பட்டது குறித்தும் சாராய ஆலை உரிமையாளர்கள் குறித்தும் பல்வேறு சர்ச்சைகள் தொடர்ந்தன.

கள்ளச் சாராயம், கள் விற்பனையைத் தடுக்கவும், மாநிலங்களுக்கு இடையே மதுவகைகள் கடத்தப்படுவதைத் தடுக்கவும், ஆயத் தீர்வை, மற்றும் விற்பனை வரி இழப்பைத் தடுத்து நிறுத்தவுமான 5 அவசர சட்டங்களை அடுத்தடுத்து இயற்றியது தமிழக அரசு.

இதற்கிடையே மது விற்பனையை அரசே ஏற்று நடத்தினால் என்ன? எனும் யோசனையை 1983 மார்ச் மாதத்தில் முன் வைத்தார் திமுக தலைவர் கருணாநிதி. இதனை உடனடியாக ஏற்றுக்கொண்டார் முதல்வர் எம்ஜிஆர். இதனைத் தொடர்ந்து 1983 மே 27ஆம் தேதியன்று தமிழ்நாடு மதுவிலக்கு (இரண்டாவது திருத்த) அவசர சட்டம் 1983 எனும் பெயரில் அவரச சட்டம் ஒன்று கொண்டு வரப்பட்டது.

இதனடிப்படையில் சாராயத்தின் மொத்த விற்பனையை தமிழ்நாடு அரசே கையாளும் வகையில், தமிழ்நாடு மாநில வாணிபக் கழகம் (Tamil Nadu State Marketing Corporation) சுருக்கமாக, டாஸ்மாக் அமைப்புத் தொடங்கப்பட்டது.

இந்நிலையில் 1984 ஏப்ரல் 9இல் சட்டமன்றத்தில் பேசிய முதல்வர் எம்ஜிஆர். 'தமிழ்நாட்டில் மதுவிலக்கு விரைவில் அமல்படுத்தப்பட இருக்கிறது' எனும் அறிவிப்பை வெளியிட்டார். இதனைத் தொடர்ந்து ஜூன் 22ஆம் தேதி தமிழக அரசின் தலைமைச் செயலாளரிடமிருந்து இப்படியொரு அறிவிப்பு வெளியானது: இன்று முதல் கள் சாராயக் கடைகள் அனைத்தும் மாலை 6 மணிக்கு மேல் திறந்திருக்காது. மூடப்படும்.

என்ன காரணமோ தெரியவில்லை, மேற்காணும் அறிவிப்பு அன்று மாலையே தமிழக அரசால் திரும்பப் பெற்றது.

இதற்கிடையில் உடல்நிலை பாதிக்கப்பட்ட முதல்வர் எம்.ஜி.ஆர். மருத்துவமனையில் அனுமதிக்கப்பட்டார். இந்நிலையில் பிரதமர் இந்திரா சுட்டுக்கொல்லப்படுகிறார். இதனால் நாடாளுமன்றத்துக்கு தேர்தல் வருகிறது. இதனுடன் சேர்த்து தமிழக சட்டமன்றத்துக்கும், முன்கூட்டியே தேர்தல் நடக்கிறது. இதில் தேசிய அளவில் காங்கிரஸ் வெற்றிபெறுகிறது. இங்கு ஆட்சியைத் தக்கவைத்துக் கொள்கிறது அதிமுக.

இதற்கிடையே தருமபுரி மாவட்டத்தில் அரசாங்கத்தால் உரிமம் வழங்கப்பட்ட சாராயக் கடையில் குடித்த 39 பேர் பலியான துயரமும் அரங்கேறியது.

இப்போது 1984 ஜூலை 1984இல் மீண்டும் ஒரு அறிவிப்பு முதலமைச்சர் எம்.ஜி.ஆரிடமிருந்து. அதாவது, ‘அண்ணா பிறந்த நாளான 1985 செப்டம்பர் 15 முதல் மீண்டும் மதுவிலக்கு அமலுக்கு வரும்.’ ஆனால் ஓராண்டுக்குப் பின் இத்திட்டம் செயலாக்கத்துக்கு வரவில்லை.

3.4.1986இல் சட்டமன்றத்தில் பேசிய எதிர்க்கட்சித் தலைவர் கருணாநிதி ‘மதுக்கடைகளை மூடுவதற்கும் தாய்மார்களின் கண்ணீர். மீண்டும் திறப்பதற்கும் தாய்மார்களின் கண்ணீர். திரும்பவும் மூடுவதற்கும் தாய்மார்களின் கண்ணீர்’ எனக் கிண்டலடித்தார்.

இந்தச் சூழலில்தான் 1987 ஜனவரி முதல் தேதியன்று தமிழ்நாட்டில் உள்ள கள், சாராயக் கடைகள் அனைத்தும் மூடப்பட்டன. ஆனாலும் கூட இந்திய, அயல்நாட்டு தயாரிப்புகளான விஸ்கி, பிராந்தி, பீர் போன்றவை தொடர்ந்து விற்கப்பட்டன.

17
மலிவு விலை மது

1989. திமுக தலைமையிலான அரசு தமிழ்நாட்டில் நடந்து கொண்டிருந்தது. இப்போதும் கள், சாராயக் கடைகள் மூடப்பட்டிருக்கின்றன. அயல்நாட்டு வகை மதுபானங்கள் மட்டும் விற்பனையில்.

அதே நேரம் கள்ளச்சாராய விற்பனையும் கனஜோராக நடந்து வந்தது. காவல்துறை மாமூலில் திளைக்கிறது எனும் குற்றச்சாட்டும் எழுந்தது. இதற்கெல்லாம் 1989 ஏப்ரலில் சட்டமன்றத்தில் பேசிய முதல்வர் கருணாநிதி பதிலளித்தார்.

'சாராய சாம்ராஜ்ய அதிபதிகள் ஒருபுறம். போலீஸ் ஸ்டேஷன்களில் மாமூல் மன்னர்கள் ஒருபுறம் என்ற அளவுக்கு அந்த மன்னர்களுடைய தொகை பெருகிக் கொண்டிருக்கிறது. இது உள்ளபடியே புகழ்பெற்ற காவல்துறைக்குத் தலைக்குனிவை ஏற்படுத்தக்கூடியது. எனவே திருத்திக் கொள்ள வேண்டும்.'

மேலும், இதைச் சீராக்குவதற்கு 70களில் திமுக ஆட்சியின்போது செயல்படுத்திய ஒரத்தநாடு திட்டத்தை மீண்டும் செயல்படுத்தலாமா? என்பது குறித்தும் ஆலோசிக்கப்பட்டு வருவதாக முதலமைச்சர் தெரிவித்தார்.

அது என்ன ஒரத்தநாடு திட்டம்? தஞ்சை மாவட்டம் ஒரத்தநாடு பகுதியில், யாராவது மரம் ஏறி கள் இறக்கினால், யாராவது சாராயம் காய்ச்ச முற்பட்டால் அவர்களை மக்களே பிடித்து இழுத்து வந்து, பஞ்சாயத்தில் வைத்து அவர்களே தண்டித்து, அந்தத் தண்டனையை அவர்களே ஏற்றுக் கொண்டு,

பிறகு தவறு செய்வது இல்லை என்ற சத்தியம் செய்து கொடுத்திருக் கிறார்கள்.

அந்தப் பகுதியில் நல்லமுறையில்தான் இந்தத் திட்டம் செயல்படுத்தப் பட்டிருக்கிறது. அதைத்தான் மீண்டும் தமிழ்நாடு முழுமைக்கும் நடைமுறைக்குக் கொண்டுவர யோசித்திருக்கிறார்கள். ஆனால் அப்படி எதுவும் நடைமுறைக்கு வரவில்லை.

இதற்கிடையே தமிழகத்தின் பல இடங்களில் சாராய சாவுகளும் நிகழ்ந்தன. விலை கொடுத்து குவார்ட்டர், ஆஃப் வாங்க முடிய வில்லை. இதனால் கள்ளச் சாராயத்தை நாடிச் செல்வதால்தான் இத்தகைய உயிரிழப்புகள் என 'குடி'மக்களின் நிலையைக் கண்டு கலங்கியது தமிழக அரசு.

1990 மார்ச் 6ஆம் தேதி தமிழக அரசு அறிவிப்பு ஒன்றினை வெளியிட்டது. அதில், 'தற்போது விற்பனையில் இருக்கும் வெளிநாட்டு வகை மதுபானங்களை ஓரளவு வசதியுள்ளவர்கள் மட்டுமே வாங்க முடிகிறது. வசதியற்ற ஏழைகள், குடிப் பழக்கம் உள்ளவர்கள் குறைந்த விலையில் மது அருந்த முடியாத காரணத்தால் அநேகமாக கள்ளச்சாராயத்தையே நாடுகிறார்கள். அவற்றால் பரிதாபச் சாவுகள் ஏற்படுகின்றன. இதனால் பல முனைகளில் லஞ்ச லாவண்யம் பெருக்கெடுத்துள்ளது. ஆகவே கள்ளச் சாராயத்தைத் தடுக்கவும் வசதியற்றவர்களும் மதுபானத்தை வாங்குவதற்கு வாய்ப்புள்ள விதத்திலும் 'மலிவு விலை மது' ஒன்றைத் தயாரிக்கின்ற முழு உரிமையை ஸ்பிரிட் கார்ப்பரேஷன் (டாஸ்கோ) என்ற நிறுவனத்திடம் ஒப்படைக்கப்பட்டிருக்கிறது' என்பதாகத் தெரிவிக்கப்பட்டிருந்தது.

ஏப்ரல் 23ஆம் தேதி மலிவு விலை மது விற்பனை தொடர்பான சட்டத் திருத்தத்தை சட்டமன்றத்தில் தாக்கல் செய்த அமைச்சர் சாதிக் பாட்சா, 'மதுவிலக்கு என்பதில் நாம் உறுதியாக இருக்கவேண்டும். மதுவிலக்கைக் கடைப்பிடிக்க வேண்டும் என்பதுதான் அண்ணாவின் கொள்கை. திமுகவின் கொள்கையும் அதுதான். ஆனால் ஏற்பட்டிருக்கின்ற நிலைமைகளின் காரணமாக சில திருத்தங்கள் கொண்டு வருவதற்கான நிலைக்கு இந்த அரசு ஆளாகியுள்ளது' என்றார்.

மூன்று ஆண்டுகளுக்கு முன்பு மூடப்பட்ட சாராயக் கடைகள் இப்போது மீண்டும் திறக்கப்படுகின்றன. 'நாட்டு மதுக்கடை' எனும் பெயரில். மலிவுவிலை மது பாக்கெட்டுகளில் 'மது நாட்டுக்கு வீட்டுக்கு உயிருக்குக் கேடு' எனப் பொறிக்கப்பட்டது. இவற்றினூடாக மலிவு விலை மது விற்பனை கொடிகட்டிப் பறக்கத் தொடங்கியது.

அரசின் இந்த நடவடிக்கைக்கு வழக்கம்போல் எதிர்ப்புகள் தலை காட்டின. இதைக் கண்டித்து தலையங்கம் தீட்டிய கல்கி, 'எப்போதப்பா

கள்ளச்சாராயம் குடித்துப் பத்து பேராவது சாவார்கள். நாமும் மதுவிலக்கைத் தளர்த்தி, சாராயத்தை ஆறாக ஓடவிடுவோம் என்று காத்திருந்தவர் போல மலிவு விலை சாராயம் என்ற மலிவான கொள்கையை அறிவித்துவிட்டார் கருணாநிதி' என விமர்சித்தது.

தமிழ்நாட்டில் குற்றங்கள் பெருகிவிட்டதாகவும், இதற்கு மலிவு விலை மதுதான் காரணம் எனவும் எதிர்க்கட்சிகள் குற்றம்சாட்டின. இந்தக் குற்றச்சாட்டுகளுக்கு, தமிழகச் சட்டமன்றத்தில் 1990 மார்ச் 28 அன்று, முதல்வர் கருணாநிதி அளித்த பதில் வருமாறு:

'மது அருந்துவதால்தான் ஒருவன் கெடுகிறான் என்பது அல்ல. அவனவன் மனோ நிலையில் அவன் கடவுளாக இருந்தால்கூட கெடுகிறான். பிரம்மா, திலோத்தமையை உற்பத்தி செய்கிறான். அந்த அவருடைய மகளை, அழகான பெண்ணாக உற்பத்தி செய்ததும் அந்தப் பெண் மீது அவருக்கு மையல் ஏற்பட்டது. துரத்திக் கொண்டே ஓடினார். பெண்ணைக் கற்பழிக்க முயற்சிக்கிறார். புராணம், அவர் என்ன மலிவு விலை மதுவா அருந்தி இருந்தார்? இல்லை. (சிரிப்பு) இந்திரன் ஒரு முனிவருடைய மனைவி அகலிகையைக் கற்பழித்தார். மது அருந்தி விட்டா சென்றார்? இல்லை. சந்திரன் குரு பத்தினியை, தாரையைக் கற்பழித்து அவளோடு கூடிக் கிடந்தாள். அவன் மலிவு விலை மதுவா அருந்தி இருந்தான்? இது எல்லாம் ஒரு மனநிலையே தவிர, மது அருந்தியதால்தான் இது எல்லாம் என்று குற்றம் சொல்லக் கூடாது.'

மேலும், மதுவின் தீமையை வலியுறுத்தி பிரசாரம் செய்யப்படும் என்று சொன்ன முதல்வர், 'குமரி அனந்தனைப் போன்றவர்கள் செயலாளராக இருந்து மதுவிலக்குப் பிரச்சாரக் குழுவை நடத்தட்டும். ஒரு கோடி அல்ல, 5 கோடி ரூபாய் மதுவிலக்குப் பிரசாரத்திற்காகச் செலவழிக்க இந்த அரசு தயாராக இருக்கிறது' என்றும் அறிவித்தார்.

இந்நிலையில் ராஜீவ் காந்தி படுகொலையைத் தொடர்ந்து திமுக அரசு கலைக்கப்படுகிறது.

பின்னர் நடந்த தேர்தலில் 'மலிவு விலையில் மது விற்பது பாவகரமான காரியம்' என பிரசாரம் செய்த அதிமுக, 1991இல் வெற்றி பெற்று ஆட்சி அமைத்தவுடன் முதல்வர் ஜெயலலிதாவின் முதல் கையெழுத்து, 'தமிழ்நாட்டில் உள்ள அனைத்து சாராயக் கடைகளும் மூடப்படும்' என்பதுதான்.

18

கள் - சாராயத்துக்கு எதிரான போர்

'**சா**ராயப் பானைகள் மீது துப்பாக்கி குண்டுகள் பாயும்.' 1996இல் திமுக ஆட்சிக்கு வந்ததும், முதல்வர் கருணாநிதி அறிவிப்பு.

ஆமாம். போலீசாரின் துப்பாக்கிக் குண்டுகள் பாய்ந்து சென்றன, கள் பானைகளை நோக்கி. அதனூர், விழுப்புரம் அருகே உள்ள குக்கிராமம். அங்கும் போலீஸ் படை நுழைந்தது. பனை மரங்களில் கட்டித் தொங்க விடப்பட்டிருந்த கள் பானைகளை, துப்பாக்கியால் சுட்டு வீழ்த்தினார் எஸ்.பி., மு.ரவி. இதேபோல் கல்வராயன் மலையிலும் பயங்கர வேட்டை. ஊறல்களும் சாராய பேரல்களும் அழிக்கப்பட்டன. இந்தச் சம்பவங்களின்போது பத்திரிகையாளனாகக் களத்தில் இருந்து நான் பதிவு செய்தேன்.

இந்தப் போரானது விழுப்புரம் மாவட்டத்தில் மட்டுமல்ல தமிழகம் முழுவதும் தொடர்ந்தது. 1997 ஏப்ரலில் தமிழகச் சட்டமன்றத்தில் பேசிய முதல்வர் கருணாநிதி சொன்னார், 'சாராயத்தை அழிப்பதில், கலால் வேட்டைகள் நடைபெற்று, கழக அரசு பொறுப்பேற்ற பிறகு, 13.5.96 முதல் 31.3.97 வரை கைப்பற்றி அழிக்கப்பட்ட கள்ளச் சாராயம் 43 லட்சத்து 17ஆயிரத்து 625 லிட்டர் என்பதைப் பெருமையோடு இங்கே கூறிக் கொள்கின்றேன்.

சாராய ஊறல்கள் அழிப்பு விவகாரத்தில் 13.5.96 முதல் 31.3.97 வரை கைப்பற்றி அழிக்கப்பட்ட கள்ளச்சாராய ஊறல்கள் 3 கோடியே 59 லட்சத்து 18

ஆயிரத்து 449 லிட்டர் என்பதைப் பெருமிதத்தோடு கூறிக்கொள்
கின்றேன்.

அடுத்த கட்டமாக 14.2.97 முதல் 17.2.97 வரை நடத்தப்பட்ட அந்தச்
சிறப்பு வேட்டைகளில் 7,286 வழக்குகள் கண்டுபிடிக்கப்பட்டுள்ளன.
இவ்வழக்குகளில் 7,022 நபர்கள் கைது செய்யப்பட்டிருக்கிறார்கள். 58
ஆயிரத்து 125 லிட்டர் கள்ளச்சாராயம் கைப்பற்றி அழிக்கப்பட்டுள்ளது.
7 லட்சத்து 39 ஆயிரத்து 427 லிட்டர் சாராய ஊறல்கள் கைப்பற்றி
அழிக்கப்பட்டன.'

இவ்வளவு நடவடிக்கைகளுக்குப் பிறகும் தமிழ்நாட்டில் சாராயம்
முற்றிலும் ஒழிக்கப்பட்டுவிட்டதா? முதல்வரே இப்படி வருத்தப்
பட்டார், 'அதனுடைய நெடி இன்னமும் தமிழகத்திலே அடித்துக்
கொண்டுதான் இருக்கிறது.'

இப்படிச் சொன்ன முதல்வர் கருணாநிதி தமிழ்நாட்டில் குறிப்பிட்ட சில
கிராமங்களுக்குப் புனித யாத்திரை செல்லவேண்டும் எனும் வேண்டு
கோளை வைத்தார். அதற்கு அவர் குறிப்பிட்ட காரணம்:

'கள்ளச்சாராயத்தை முழுவதும் ஒழித்துவிட்டதாகப் பெருமையடித்துக்
கொள்கிற கிராமங்கள், தமிழ்நாட்டிலே 1,500 கிராமங்கள். இருக்கின்ற
கிராமங்கள் 58 ஆயிரம், 60 ஆயிரம் கிராமங்கள். அவற்றிலே 1,500
கிராமங்களிலேதான் கள்ளச் சாராயம் இன்றைக்கு அறவே ஒழிக்கப்
பட்டிருக்கிறது. அந்தக் கிராமங்களுக்குச் சென்று, யாத்திரைக்குப்
போவது போலச் சென்று புனித யாத்திரை போலச் செய்து, அவை
களைத் தரிசித்தால்கூட நன்றாக இருக்குமென்று, மதுவிலக்கிலே தீவிர
எண்ணம் கொண்டவர்களுக்கு நிச்சயமாக ஒரு மனப்பான்மை ஏற்படும்.
1,500 என்பது போதுமானதல்ல. இந்த 1,500-ஐ 15 ஆயிரமாக ஆக்க
எல்லாக் கிராமங்களிலுமே இன்றைக்கு கள்ளச்சாராயம் இல்லை
யென்ற நிலையை உருவாக்க அனைவரும் ஒன்றுபட்டு ஒத்துழைக்க
வேண்டுமென்ற வேண்டுகோளை இந்த மாமன்றத்திலே நான் வைக்க
கடமைப்பட்டிருக்கிறேன்.'

ஒருகட்டத்தில் தமிழ்நாட்டில் கள்ளச் சாராயத்துக்காகப் போடப்பட்ட
வழக்குகளின் எண்ணிக்கை மூன்று இலட்சமானது. இத்தனை
வழக்குகளா? அந்தளவுக்குக் கள்ளச் சாராயம் பெருகிவிட்டதா என
காங்கிரஸ் சட்டமன்ற உறுப்பினர் குமாரதாஸ் ஆச்சரியப்பட்டார்.

இதற்கு முதல்வர் கருணாநிதி அவருக்கே உரித்தான பாணியில்
பின்வரும் புள்ளி விவரங்களைக் கொடுத்தார்.

'நம்முடைய நண்பர் குமாரதாஸ் அவர்கள், மதுவிலக்கிலே 3 இலட்சம்
வழக்குகள் போடப்பட்டிருப்பதை ரொம்ப ஆச்சரியமாகக் குறிப்பிட்டு,

3 இலட்சம் வழக்குகளா, கள்ளச்சாராயம் அந்த அளவுக்குப் பெருகி விட்டதா என்று அங்கலாய்த்துக் கொண்டார். அவருடைய அங்கலாய்ப்பிலே நியாயம் இருக்கிறது. ஆனால் என்னைப் பொறுத்த வரையில் அது போதாது. இன்னும் அதிகமாகப் போடப்பட்டிருக்க வேண்டும்.

இப்பொழுது ஆறேகால் கோடி மக்கள் தமிழ்நாட்டிலே இருக்கிறார்கள். மூன்றரை கோடி மக்கள் இருந்த காலத்திலே - 1956-லே 1 இலட்சத்து 35 ஆயிரம் வழக்குகள். 1958-லே 1 இலட்சத்து 10 ஆயிரம் வழக்குகள். 1966 இலே 1 இலட்சத்து 89 ஆயிரத்து 548 வழக்குகள். 3 கோடி பேருக்கு 1 இலட்சத்து 89 ஆயிரம் வழக்குகள் என்றால் 6 கோடி பேருக்கு 3 இலட்சம் வழக்குகள் வருவது ஒன்றும் ஆச்சரியமில்லை. இன்னும் நிறைய வழக்குகள் வரவேண்டும் என்பதுதான் என்னுடைய ஆசை. இன்னும் நிறைய வழக்குகள் வரவேண்டும்.'

முதல்வரின் ஆசைப்படி நிறைய வழக்குகள் பதிவு செய்யப்பட்டன. ஆயிரக்கணக்கானவர்கள் கைது செய்யப்பட்டனர். முன்பு குறிப்பிட்டது போல் கள் பானைகளைத் துப்பாக்கியால் சுடும் நிகழ்வுகளும் தொடர்ந்து கொண்டுதான் இருந்தன.

இதற்கு முக்கியக் காரணம், அரசு மதுபானக் கடைகளில் மாதந்தோறும் விற்பனைக் குறியீடான அந்த 'ஆஃப்டேக்' எந்த விதத்திலும் குறையக் கூடாது. கள்ளோ சாராயமோ விற்கப்பட்டால் அல்லது வெளிமாநிலங் களில் இருந்து குறைந்த விலையிலான மதுபானம் கடத்திவரப் பட்டால், இங்கு ஆஃப்டேக் குறைந்துவிடும். இதனால் மாநில அரசின் வருவாய் பாதிக்கப்படும். இதன் காரணமாகவே இந்தக் கடுமையான நடவடிக்கைகள்.

ஆனாலும் முதல்வரே வருத்தப்பட்டதுபோல் சாராய நெடி வீசிக்கொண்டுதான் இருந்தது. இதற்குக் காரணம் கள்ளச்சாராயம் என்பது கொழுத்த வருமானத்தைக் கொடுக்கும் ஒரு தொழில். இதில் கட்சி பேதமெல்லாம் கிடையாது. எந்த ஆட்சி நடந்தாலும் யார் வேண்டுமானாலும் இதில் ஈடுபடலாம். ஆயிரக்கணக்கான லிட்டர் எரிசாராயம் டேங்கர்களில் (வெளி மாநிலங்களில் இருந்தும்) கொண்டு வரப்பட்டு விற்பனையும் விநியோகமும் நடந்து கொண்டுதான் இருக்கிறது.

இதில் ஈடுபட்ட பலரும் சாதாரண நிலையில் இருந்து கோடீஸ்வரர் களாகவும், லட்சாதிபதிகளாகவும் வளர்ந்தனர். இன்னும் பலர் மாண்புமிகு மக்கள் பிரதிநிதிகளாக வலம் வரத் தொடங்கினர். இந்திய ஜனநாயகத்தின் மாபெரும் பரிணாம வளர்ச்சி! மேலும் பல கிராமங்களில் ஊர்க்கட்டுப்பாடு என்பது மிகுந்த கட்டுப்பாட்டுடன்

கடைப்பிடிக்கப்படுகிறது. சாராயக் கடைகளின் ஏலங்களும் இந்தக் கட்டுப்பாட்டின் கீழ்தான் நடக்கும். கடையை ஏலம் எடுக்கும் நபர், அதில் குறிப்பிட்ட தொகையைக் கிராமத்திற்குக் கொடுத்துவிட வேண்டும். கோயில் திருவிழா போன்றவற்றிற்கு அந்தத் தொகை பயன்படுத்தப்படும்.

விழுப்புரம் அருகேயுள்ள கிராமமொன்றில் சாராய ஏலம் எடுத்தவருக்கு வித்தியாசமான நிபந்தனை விதிக்கப்பட்டது. அதாவது ஊர் நாட்டாண்மைக்கு தினமும் இரண்டு கிளாஸ் சாராயம் இனாமாகத் தர வேண்டும். இதுதான் அந்த நிபந்தனை. இதையும் ஏலம் எடுத்தவர் ஏற்றுக்கொண்டார். 90களின் தொடக்கத்தில் இப்படியும் நடந்தது!

ஏன், காவல் துறையினர்தான் வழக்குப் போடுகிறார்கள், கைது செய்கிறார்கள். அப்புறம் எப்படி இதெல்லாம்? பாவம் பாமரர்கள் இப்படித்தான் கேட்டுக் கொண்டிருக்கிறார்கள். காவல் துறையிலேயே PEW (Prohibition Enforcement Wing) என்றொரு பிரிவு இருக்கிறது. ஒருகாலத்தில் இதில் இடம்பிடிப்பதற்கு போலீஸாரிடையே கடுமையான போட்டியிருந்தது (இப்போதும் இருக்கிறது என்கிறார்கள்). காரணம், கலால் எனப்படும் இந்தப் பிரிவில் ஓராண்டு பணியாற்றினாலே போதும், குறைந்த பட்சம் சொந்த வீடு எனும் கனவையாவது போலீஸ்காரர்கள் நனவாக்கிக் கொள்ளலாம்.

இந்த உண்மையை உணர்ந்த முதல்வர் கருணாநிதி சட்டப்பேரவையில் 7.8.1996 அன்று பேசும்போது பின்வருமாறு குறிப்பிட்டார்.

'பணத்திற்காகத்தானே இன்றைக்கு இருக்கின்ற காவலர்கள் கள்ளச் சாராயத்தை ஊக்கப்படுத்துகிறார்கள். அவர்களுக்குத் துணையாக இருக்கிறார்கள்? எனவே, அந்தப் பணத்தைப்பெற அவர்களுக்கு ஒருவழி சொல்ல நான் விரும்புகிறேன். எந்தவொரு காவல்துறை அதிகாரியும் கள்ளச்சாராய வியாபாரிகளைக் கண்டுபிடித்து, உண்மையான குற்றங்களை நிரூபிப்பாரேயானால், அவருக்கு குடியரசு தினத்திலோ அல்லது ஆகஸ்ட் 15 விடுதலை நாள் விழாவிலோ ஒரு பதக்கம், காந்தி பெயரால், மகாத்மா காந்தி பதக்கம் என்ற ஒரு பதக்கம் வழங்கப்படும். (மேசையைத் தட்டும் ஒலி) அது மாத்திரம் அல்ல, பத்தாயிரம் ரூபாயும் அவர்களுக்குப் பரிசாக வழங்கப்படும். மகாத்மா பதக்கத்தாலும் இந்தப் பத்தாயிரம் ரூபாயாலும் இந்த மாமூல் தொலைகிறதா என்று பார்ப்போம்.'

இப்படியாகச் சாராய ஒழிப்பிலே ஈடுபடும் காவலர்களைக் கண்டறிந்து அவர்களுக்கு உத்தமர் காந்தியடிகள் விருதினை தமிழக அரசு ஆண்டுதோறும் தந்து கொண்டிருக்க, கள்ளச் சாராய விற்பனையும் தொடர்ந்து கொண்டுதான் இருக்கிறது!

19
விஷச் சாராயச் சாவுகள்

சின்னப்புத்தூர். சேலம் மாவட்டம், அஸ்தம்பட்டி போலீஸ் சரகத்திற்குட்பட்ட கிராமம். இப்பகுதியில் ரொட்டிக்காரன் (எ) சித்தன் என்பவர் சாராயம் விற்றுவந்தார். இவரது மனைவி மாரியம்மாள் 28.7.1996 அன்று இறந்துவிட்டார். இது தொடர்பான எட்டாம் நாள் சடங்கு ஆகஸ்ட் 4ஆம் தேதி நடந்தது. சித்தனின் உறவினர்கள் கலந்துகொண்டனர்.

இவர்களுக்கு சாராயத்துடன் விருந்து வழங்கப் பட்டது. சாப்பிட்ட சிறிது நேரத்துக்கெல்லாம் பலருக்கும் வயிற்றுப் போக்கு, வாந்தி, மயக்கம். இதில் பாதிக்கப்பட்ட எம்.ஜி.ஆர். என்கிற சின்னையன் (வயது 35), செல்வம் (வயது 38), சின்னத்தம்பி (வயது 50), பூங்காவனம் (வயது 54), சின்னம்மாள் (வயது 65), முருகேசன் (வயது 65), பழனிசாமி (வயது 35), சௌத்திரம் என்ற சௌந்தரராஜன் பெருமாள் (வயது 45), ஆறுமுகம் (வயது 45), சேகர் (வயது 45) ஆகிய 11 பேர் இறந்தனர்.

இப்படித்தான் 9.2.1999இல் திருவள்ளூர் மாவட்டம் புட்லூர் கிராமக் காலனியில் நடந்த சாவுச் சடங்கில் பங்கேற்ற 2 பெண்கள் உள்ளிட்ட 12 பேர் சாராயம் குடித்து இறந்தனர். இதற்கிடையே தர்மபுரி மாவட்டம் சூளகிரியில் 1998 ஆகஸ்டில் சாராயத்திற்கு 46 பேர் பலியானார்கள்.

1999 பிப்ரவரி 20ஆம் தேதி சட்டமன்றத்தில் பேசிய முதல்வர் கருணாநிதி, 'இன்று மாத்திரமல்ல, கடந்த காலத்திலேகூட அது காங்கிரஸ் ஆட்சியாக

இருந்தாலும் சரி, அதற்குப் பிறகு அருமை நண்பர் எம்ஜிஆர். அவர்களுடைய ஆட்சியாக இருந்தாலும் சரி, கடந்த காலத்திலே நடந்த ஆட்சியாக இருந்தாலும் சரி, எல்லா ஆட்சியிலும் இந்த மாதிரி கள்ளச்சாராயம் அருந்தி பல பேர் உயிர்விட்டுள்ள நிகழ்ச்சிகள் தொடர்ந்து நடைபெற்று வருகின்றன' என்று சொல்லி சாராய சாவுகள் குறித்து ஒரு பட்டியலை வெளியிட்டார்.

'1991 ஆம் ஆண்டு இரண்டு நிகழ்வுகள் அதிலே 10 பேர் இறந்தார்கள். 1992ஆம் ஆண்டு 15 நிகழ்வுகள் 37 பேர் இறந்தார்கள். 1993இல் நான்கு நிகழ்வுகள் 18 பேர் இறந்தார்கள். 1994இல் மூன்று நிகழ்வுகள் 12 பேர் இறந்தார்கள். 1995இல் 5 நிகழ்வுகள், 55 பேர் இறந்தார்கள். 1996 மே மாதம் வரை, இந்த ஆட்சி வருவதற்கு முன்பு வரை ஒரு நிகழ்வில் 17 பேர் இறந்தார்கள். 1996 மே மாதத்திற்குப் பிறகு 1996 இறுதி பகுதியில் 3 நிகழ்வுகளில் 29 பேர். 1997லே 7 பேர். 1998இல் 69 பேர். 1999 பிப்ரவரி இப்போது நடைபெற்ற நிகழ்ச்சியில் 12 பேர் இறந்திருக்கிறார்கள்.'

இதற்கிடையே சாராயச் சாவுகளைக் கண்டித்து ஆங்காங்கே நடந்து கொண்டிருந்த சாலைமறியல் போராட்டங்கள் தமிழகச் சட்ட மன்றத்திலும் எதிரொலித்தன. இதற்கு முதல்வர் கருணாநிதி கீழ்க்கண்டவாறு பதிலளித்தார்:

'நம்முடைய சந்தானம் அவர்கள் இங்கே அழகாகச் சொன்னார்கள், 'கள்ளச்சாராயம் அருந்தி இறந்துபோன பிறகு சாலை மறியல் செய்வதை விட, அதற்கு முன்பே கள்ளச் சாராயம் காய்ச்சுகின்ற இடத்தில் சாலை மறியல் செய்கின்ற துணிவு நம்முடைய சமுதாயத்திலே மக்களுக்கு ஏற்படுமேயானால் இந்தக் கள்ளச்சாராயத்தை அறவே ஒழிக்க முடியும்' என்று. அதற்கான ஏற்பாடுகளை இனியாவது இந்த மாமன்றம் கலைந்து சென்ற பிறகு, முடிந்து நிறைவுற்றுச் சென்ற பிறகு, இந்தக் கூட்டத் தொடர் நிறைவுற்ற பிறகு, ஊருக்குச் செல்லும் நம்முடைய சட்டப் பேரவை உறுப்பினர்கள் எல்லாம் சாலை மறியலுக்கு எது உகந்த காரணம் என்பதைக் கண்டறிந்து, இதுதான் உகந்த காரணம் என்பதைப் புரிந்துகொண்டு, எங்கெங்கே கள்ளச்சாராயம் காய்ச்சுகின்றவர்கள் இருக்கிறார்களோ அவர்களைத் தடுக்க, எங்கெங்கே இந்த வியாபாரத்திற்கான முஸ்தீபுகள் இருக்கின்றனவோ, அவற்றையெல்லாம் தடுத்து நிறுத்த, தவிர்த்திட, அத்தகைய சாலை மறியலில் ஈடுபட்டால் அவர்களை யாரும் சிறைக்கு அழைத்துச் செல்ல மாட்டார்கள். நானேகூட வந்து மாலை அணிவித்து அவர்களைப் பாராட்டுவேன்.'

ஆனால் இப்படியான மறியல்களும் எங்கும் நடைபெறவில்லை. இந்தக் காரணத்தினால் முதல்வரும் மாலை அணிவித்து யாரையும் பாராட்டவுமில்லை!

20
21ஆம் நூற்றாண்டில்

டாஸ்மாக்: வரவும் - வளர்ச்சியும்

டாஸ்மாக்கின் வரவு என்பது, கடந்த நூற்றாண்டின் இறுதியில்தான். அதனால் வரலாற்றுப் பக்கங்களில் மீண்டும் சற்று பின்னோக்கிப் போகலாம்.

அப்போது எம்ஜிஆர் தமிழக முதல்வராக இருந்தார். எதிர்க்கட்சித் தலைவர் மு.கருணாநிதி. மாநிலத்தில் சாராய விற்பனையில் குறிப்பிட்ட சிலரே பயனடைந்து வருவதாகப் பரவலான குற்றச்சாட்டு. இது தொடர்பாக ராமமூர்த்தி கமிஷனை அமைத்தது அ.தி.மு.க. அரசு.

இந்நிலையில் 1983ஆம் ஆண்டு மார்ச் மாதம் 14ஆம் தேதி சட்டமன்றத்தில் பேசிய கருணாநிதி கீழ்க்காணும் கோரிக்கையினை முன் வைக்கிறார்:

'கழக ஆட்சிக் காலத்திலே மதுவிலக்கு ஒத்திவைக்கப்பட்டது. இப்போது இருப்பதைப் போல ஓரளவு ரத்து செய்யப்பட்ட நிலை அப்போது அல்ல. ஒத்தி வைக்கப்பட்டது. பிறகு 2,3 ஆண்டு களுக்குப் பிறகு மீண்டும் முழுமையாக மதுவிலக்குச் சட்டம் கொண்டு வரப்பட்டது.

அப்போதுகூட யோசித்தோம். அரசின் சார்பாக நடத்தலாமா? என்று. 2, 3 வருடத்திற்குள்ளாக அரசு இப்படிப்பட்ட பெரிய தொழிலை எடுத்து நடத்துவது என்பது அரசுக்குப் பெரிய அளவில் நட்டத்தை ஏற்படுத்தும் என்ற காரணத்தால் அந்த முயற்சியைக் கைவிட்டுவிட்டோம்.

இப்போது அரசே ஏற்று நடத்துவதற்கு எந்த ஆட்சேபனையும் இல்லை. அரசைப் பற்றி கூறப்படுகிற அந்தக் குற்றச்சாட்டுக்கள் எல்லாம்கூட-கமிஷன்கள் எல்லாம்கூட வேண்டாம்-இப்போதே ஒரு அறிவிப்பு-அத்தனை பிளன்டிங் பாட்டில் தொழிற்சாலைகளையும், சாராய மது வியாபாரங்களையும், அந்த ஐ.எம்.எஃப்.எஸ். தொழிற்சாலைகளையும் அரசே ஏற்று நடத்தலாம். அல்லது கூட்டுறவுத் துறையின் மூலம் நடத்தலாம் என்று வருமேயானால், உங்கள்மீது தூவப்படுகிற மாசுகூட மறைந்துவிடும். அதற்கு நீங்கள் தயாராக இருக்கிறீர்களா என்பதைத்தான் நிதியமைச்சர் அவர்களின் இறுதி உரையிலிருந்து தெரிந்துகொள்ள விரும்புகிறேன்.'

தி.மு.க.வில் இருந்து வெளியேறி தனிக்கட்சித் தொடங்கி ஆட்சியைப் பிடித்துவிட்ட எம்.ஜி.ஆ.ரும் அவரது கட்சியினரும் கருணாநிதியைக் கடுமையாக விமர்சனம் செய்துவந்தனர். ஆனாலும் மேற்காணும் கருணாநிதியின் கோரிக்கையை முதல்வர் எம்.ஜி.ஆர். உடனடியாக ஏற்றுக்கொண்டார், அதுவும் ஒரு மாதத்திற்குள்ளாக சட்டமாகவும் ஆக்கப்பட்டுவிட்டது.

1983 மே 27ஆம் தேதியன்று தமிழ்நாடு மதுவிலக்கு (இரண்டாவது திருத்த) அவசர சட்டம் 1983 எனும் பெயரில் அவரச சட்டம் ஒன்று கொண்டு வரப்பட்டது. இதனடிப்படையில் சாராயத்தின் மொத்த விற்பனையை தமிழ்நாடு அரசே கையாளும் வகையில், தமிழ்நாடு மாநில வாணிபக் கழகமான டாஸ்மாக் தொடங்கப்பட்டது.

தன்னுடைய யோசனையை ஏற்று சாராய மொத்த வியாபாரத்தை அரசாங்கமே எடுத்துக் கொண்டதற்கு 11.4.1985 அன்று சட்டமன்ற மேலவையில் பேசிய கருணாநிதி நன்றியும் தெரிவித்துக் கொண்டார் என்பதும் குறிப்பிடத்தகுந்ததாகும்.

இப்போது நிகழ்காலத்திற்குத் திரும்பலாம். 2001இல் அ.தி.மு.க. ஆட்சி பொறுப்பேற்றது. முந்தைய ஆட்சியின் மதுக் கொள்கையில் இப்போது ஒன்றும் பெரிய மாற்றமில்லை. அதே நிலையே தொடர்ந்தது. மதுக்கடைகளின் ஏல விவகாரங்கள், சிண்டிகேட் அமைத்து ஒருவருக்கொருவர் 'விட்டுக் கொடுத்தல்' போன்றவையும் அரசாங்கத்தையும் சிந்திக்க வைத்தது. மது விற்பனையில் தனிநபர்களின் ஆதிக்கத்தையும், செல்வாக்கையும் தடுப்பது, அரசாங்கத்துக்கு வருவாயைத் திருப்பி விடுவது பற்றியெல்லாம் அரசாங்கம் யோசனையில் ஆழ்ந்தது.

இதன் விளைவாக 2003இல் தமிழக அரசு மதுவிலக்குச் சட்டத்தில் ஒரு திருத்தத்தைக் கொண்டுவந்தது. 'அந்நிய மதுபானங்களின் சில்லறை விற்பனையையும் அரசு நிறுவனமான டாஸ்மாக் மேற்கொள்ளும்' என்பதுதான் அந்தத் திருத்தம். இதன்படி 2003 நவம்பர் 29ஆம் தேதி

முதல் தமிழ்நாட்டின் அனைத்து மொத்தம் மற்றும் சில்லறை மதுபான விற்பனையும் அரசின் டாஸ்மாக் நிறுவனத்தின் கீழ் வந்தது. இதன் மூலம் அரசாங்கத்தின் கஜானாவை நிரப்பும் நிரந்தர ஏற்பாடாகத் தமிழ் மண்ணில் காலூன்றியது டாஸ்மாக் நிறுவனம்.

இதன் வருமானம் ஆண்டுக்கு ஆண்டு அதிகரித்தது. அதேநேரம் கடைகளின் எண்ணிக்கையும் கணிசமாக அதிகரிக்கப்பட்டதால் குடிமக்களின் எண்ணிக்கையையும் அதிகரிக்கவே செய்தது. இந்த நிலை அனைவரையும் கவலை கொள்ளச் செய்தது. குறிப்பாக, பாட்டாளி மக்கள் கட்சி இதில் தீவிர கவனம் செலுத்தியது என்று சொல்லலாம். கடந்த கால் நூற்றாண்டுக்கும் மேலாக மதுக்கடை களுக்கு எதிராக அக்கட்சி பல்வேறு போராட்டங்களில் ஈடுபட்டு வருகிறது.

இந்நிலையில் 2006இல் நடந்த தமிழகச் சட்டமன்ற தேர்தலில் வெற்றி பெற்று ஆட்சிக் கட்டிலில் அமர்ந்தது தி.மு.க. மதுக் கொள்கையில் இப்போதும் எந்தவித மாற்றமும் இல்லை. அதே நேரம் மதுபானத் தயாரிப்புகளின் பட்டியல் விரிவாக்கம் செய்யப்பட்டது.

2008 டிசம்பர் 22ஆம் தேதி 143 அமைப்புகளைச் சேர்ந்த நிர்வாகிகளை அழைத்துக் கொண்டு கோட்டைக்குப் போனார் பா.ம.க. நிறுவனர் டாக்டர் ராமதாஸ். முதல்வர் கருணாநிதியைச் சந்தித்த அவர்கள், ‘மதுக் கடைகளை மூடுங்கள்’ எனும் ஒற்றைக் கோரிக்கையை முன்வைத்தனர்.

இதனைத் தொடர்ந்து ‘புதிய கடைகள் திறக்கப்பட மாட்டாது. விற்பனை நேரத்தில் ஒரு மணி நேரம் குறைப்பது. பார்களை படிப்படி யாக மூடுவது எனும் அறிவிப்புகள் அரசின் சார்பில் வெளியிடப் பட்டன. மதுவிலக்குக் குறித்து எந்த முடிவையும் அரசு எடுக்காத நிலையில் இந்த அறிவிப்புகளாவது நடைமுறைப்படுத்தப்பட்டனவா?

‘முதல்வர் தரப்பில் உறுதிமொழிகள் அளிக்கப்பட்டபோது (கடப்பாரை யால் முட்டையை உடைத்த) சாதனையாகப் பேசப்பட்டன. வாக்குறுதி களைக் குடிகாரர்கள் தான் நிறைவேற்ற மாட்டார்கள் எனும் கருத்தை முதல்வர் இப்போது தகர்த்து விட்டார். மது விற்பனையை ஒழிப்பது தொடர்பாக அரசின் முயற்சியாக ஒன்றுமே நடக்கவில்லை. எப்படி நடக்கும் அதை நம்பித்தானே ஆட்சி நடக்கிறது. ஆட்சியாளர்களும் நடக்கிறார்கள்’ என டாக்டர் ராமதாஸ் குறைபட்டுக் கொண்டார். (அமுதசுரபி தீபாவளி சிறப்பிதழ், 2009).

2011இல் ஆட்சிக்கு வந்த அ.தி.மு.க. டாஸ்மாக் சாம்ராஜ்யத்தை மேலும் விரிவுபடுத்தியது. ‘மதுக்கடைகளின் எண்ணிக்கை உயர்வு, மதுபானக் கூடங்களின் எண்ணிக்கை உயர்வு, நவீன வசதிகளுடன்கூடிய

எலைட் பார்களின் உருவாக்கம் என மதுவிற்பனையில் குறிப்பிடத்தக்க முன்னேற்றத்தை டாஸ்மாக் கண்டுள்ளது' எனக் கவலையுடன் பதிவு செய்கிறார் ஆய்வாளர் எஸ்.முத்துக்குமார்.

இதற்கிடையே தமிழகத்தில் தேசிய மற்றும் மாநில நெடுஞ்சாலை களில் உள்ள மதுக்கடைகளை மூட உத்தரவிடக்கோரி பா.ம.க. சமூகநீதிப் பேரவை சார்பில் சென்னை உயர்நீதிமன்றத்தில் 2012ஆம் ஆண்டு வழக்குத் தொடரப்பட்டது. இதனை விசாரித்த உயர்நீதிமன்றம், தேசிய மற்றும் மாநில நெடுஞ்சாலைகளில் உள்ள மதுக்கடைகளை மூடுமாறு 2013ஆம் ஆண்டு உத்தரவிட்டது. இதை எதிர்த்து உச்ச நீதிமன்றத்தில் தமிழக அரசு மேல்முறையீடு செய்தது. இம்மனுவை விசாரித்த உச்ச நீதிமன்றம், முதற்கட்டமாக தேசிய நெடுஞ்சாலைகளில் உள்ள மதுக்கடைகளை மட்டும் மூட தமிழக அரசுக்கு உத்தரவிட்டது. இதனைத் தொடர்ந்து, தேசிய நெடுஞ்சாலைகளில் இருந்த 504 மதுக் கடைகள் மூடப்பட்டன.

தமிழ்நாட்டில் உள்ள டாஸ்மாக் கடைகளின் எண்ணிக்கை 6,700. (2016 மே-யில் இக்கடைகளில் 500 குறைக்கப்பட்டன) இதில் மேற்பார்வை யாளர்கள், உதவி மேற்பார்வையாளர்கள், விற்பனையாளர்கள் என 36,000 பேர் பணியாற்றுகின்றனர். டாஸ்மாக் அமைப்பானது சென்னை, கோவை, மதுரை, திருச்சி, சேலம் என 5 மண்டலங்களாகப் பிரிக்கப்பட்டு, அந்தந்த மண்டல மற்றும் ஒவ்வொரு மாவட்ட மேலாளர்களின் மூலமாக நிர்வகிக்கப்பட்டு வருகிறது.

'டாஸ்மாக்' மூலமான ஆண்டுவாரியான வருமானம் குறித்த பதிவு பின்வருமாறு:

2002-2003 - 2,828.09 கோடி
2003-2004 - 3,639.93 கோடி
2004-2005 - 4,872.03 கோடி
2005-2006 - 6,086.95 கோடி
2006-2007 - 7,300 கோடி
2007-2008 - 8,822 கோடி
2008-2009 - 10,601.16 கோடி
2009-2010 - 12,491 கோடி
2010-2011 - 14,965.42 கோடி
2011-2012 - 18,081.16 கோடி
2012-2013 - 21,680.67 கோடி
2013-2014 - 23,401 கோடி
2014-2015 - 26,188 கோடி

இந்த நேரத்தில், 2006 அக்டோபரில் நடந்த முக்கியமான ஒரு விவாதத்தைப் பார்ப்போம்.

அப்போது நடைபெற்ற உள்ளாட்சித் தேர்தலில் பிரதான எதிர்க்கட்சி யான அதிமுகவுக்கும், தேமுதிகவுக்கும் கடுமையான போட்டி. தேர்தல் முடிவுகள் வெளிவந்து கொண்டிருந்த நேரத்தில் அதிமுகவுக்குச் சமமாக தேமுதிகவுக்கு வாக்குகள் கிடைத்திருப்பதாக அக்கட்சியின் தலைவர் விஜயகாந்த் தெரிவித்திருந்தார்.

இதற்குப் பதிலளிக்கும் வகையில் அக்டோபர் 23இல் அதிமுக பொதுச் செயலாளர் ஜெயலலிதா அறிக்கையொன்றை வெளியிட்டார். அதில், 'இரவு பகல் வித்தியாசம் இல்லாமல் எப்போதும் குடிபோதையில் மிதப்பவர். சட்டமன்றத்துக்குள் மது அருந்திவிட்டு வெட்கமில்லாமல் வருகின்ற குடிகாரர்களுக்கு எம்.ஜிஆரின் பெயரை உச்சரிக்கத் தகுதியில்லை. நான் யாரைப்பற்றிச் சொல்கிறேன் என்று சம்பந்தப் பட்டவர்களுக்குத் தெரியும்' எனக்குறிப்பிட்டிருந்தார்.

இக்குற்றச்சாட்டு விஜயகாந்த் மீதுதான் என்பது அனைவருக்கும் தெரிந்த அப்பட்டமான உண்மை. இதனால் கொந்தளித்த தேமுதிகவினர் ஜெயலலிதாவுக்கு எதிராகப் பல இடங்களில் போராட்டங்களில் ஈடுபட்டனர்.

இதனைத் தொடர்ந்து 24ஆம் தேதி தேமுதிக தலைவர் விஜயகாந்த் வெளியிட்ட பதிலறிக்கையில், 'குடித்துவிட்டு குளுகுளு அறையில் கிடப்பவன் நான் அல்ல. அப்படிப்பட்ட என்மீது ஏதோ அருகில் இருந்து ஊற்றிக் கொடுத்தவரைப் போல ஜெயலலிதா சொல்லி யுள்ளார். இரண்டு முறை முதல்வராக இருந்த இன்றைய எதிர்க்கட்சித் தலைவருக்கு இது அழகல்ல' எனத் தெரிவித்திருந்தார். இந்த அறிக்கையைத் தாங்கிய 25.10.2006 தேதியிட்ட தினகரன் நாளிதழின் முதல்பக்கத் தலைப்புச் செய்தி 'குளுகுளு அறையில் குடித்துவிட்டு கிடப்பது யார்? ஜெயலலிதாவுக்கு விஜயகாந்த் காட்டமான கேள்வி.'

மது குறித்த இன்றைய அரசியலாளர்களின் நடவடிக்கை மற்றும் மனோபாவத்துக்கு மேற்காணும் இரண்டு அறிக்கைகளை உதாரண மாகக் கொள்ளலாம்.

•

டாஸ்மாக்குக்கு எதிரான போராட்டங்கள்

'குழந்தைக்குத் தாய் மாமனே மது கொடுத்த வீடியோ, குடித்துவிட்டு வகுப்பறைக்கு வந்த மாணவிகள் மற்றும் போதையில் நடுரோட்டில் ரகளையில் ஈடுபட்ட பெண்' போன்ற செய்திகள் தொடர்ந்து

வெளிவந்த வண்ணம் இருந்தன. குடியின் பாதிப்பை நடைமுறையில் மிகவும் உணர்ந்த தமிழ்நாடு 2015 மத்தியில் தன்னெழுச்சியான போராட்டத்தை முன்னெடுத்தது. பள்ளிக் கல்லூரி மாணவர்கள், வழக்கறிஞர்கள், வணிகர்கள், பொதுமக்கள் என அனைத்துத் தரப்பினரும் மதுவுக்கு எதிராகக் களத்தில் குதித்தனர்.

மதுக்கடைகளுக்குப் பூட்டுப்போடும் போராட்டங்களை நடத்தியது பா.ம.க. நடைபயணம், மராத்தான் ஓட்டம் எனத் தனது பிரசாரத்தினைச் செய்தது மதிமுக. விடுதலைச் சிறுத்தைகள் கட்சி உள்ளிட்ட இன்னபிற கட்சிகளும் களத்தில் தங்களை இணைத்துக் கொண்டன.

2016க்கான சட்டமன்றத் தேர்தல் நெருங்கிக் கொண்டிருந்தது. இந்நேரத்தில் நிகழ்ந்த மூன்று முக்கிய நிகழ்வுகளை- தி.மு.க. தலைவரின் திடீர் அறிக்கை, காந்தியவாதி சசிபெருமாள் மரணம், ம.க.இ.க. பாடகர் கோவன் கைது- இனி பார்ப்போம்.

1. கருணாநிதி அறிக்கை

மதுவிலக்கு கோரி போராட்டங்கள் தீவிரமாகியிருந்தன. இந்நிலையில் 21.7.2015 அன்று தி.மு.க. தலைவர் கருணாநிதி வெளியிட்ட அறிக்கை வருமாறு:

'தமிழ்நாட்டில் தற்போது மதுவிலக்கு இல்லாத காரணத்தால் ஏழை எளிய விவசாயப் பெருங்குடி மக்கள், தொழிலாளத் தோழர்கள் ஏன் மாணவர்கள்கூடத் தொடர்ந்து மனம் போன போக்கில் மதுவை அருந்தி நூற்றுக்கணக்கில் உயிர்ப்பலி ஆகிறார்கள். இந்தக் கொடுமைக்கும், கொடூரப் பழக்கத்திற்கும் ஆண்கள் மட்டுமின்றி, தாய்மார்களும் பச்சிளங் குழந்தைகளும் பலியாகிறார்கள் என்ற செய்திகளும் தொடர்ந்து வந்து கொண்டிருக்கின்றன. மீண்டும் மதுவிலக்குச் சட்டத்தை நடைமுறைப்படுத்தினால் என்ன என்ற கேள்வி எழத்தான் செய்கிறது. எனவே, தி.மு.கழகம் மீண்டும் ஆட்சிக்கு வந்தால், சமுதாய மாற்றத்திற்கும் ஏற்றத்திற்கும் வழிவகுக்கும் வகையில், மதுவிலக்கை அமல்படுத்த தீவிர நடவடிக்கைகள் எடுக்கப்படும்.'

மதுவிலக்கு விவகாரத்தில் இதுவரை அமைதியாக இருந்த தி.மு.க. இப்போது வாய் திறந்துள்ளது. கருணாநிதியின் மேற்கண்ட அறிக்கை தமிழக அரசியலில் சலசலப்பை ஏற்படுத்தியது. அறிக்கை விட்டதோடு நிற்காமல் மதுவிலக்கை அமல்படுத்த கோரி, மாவட்டத் தலை நகரங்களில் ஆர்ப்பாட்டங்கள் நடத்தவும் உத்தரவிட்டார் கருணாநிதி. இதன்படி 10.8.2015இல் அனைத்து மாவட்டத் தலைநகரங்களிலும் ஆர்ப்பாட்டத்தில் ஈடுபட்டனர் தி.மு.க.வினர்.

2. சசி பெருமாள் மரணம்

சசிபெருமாளின் சொந்த ஊர் சேலம் அருகே உள்ள மேட்டுக்காடு கிராமமாகும். காந்தியக் கொள்கைகளில் குறிப்பாக மதுவிலக்கில் தீவிர ஈடுபாடு கொண்டிருந்த இவர், அதனை வலியுறுத்தும் வகையிலான தனி நபர் போராட்டங்களில் ஈடுபட்டு வந்தார். நடைப்பயணம், உண்ணாவிரதம் என இவரது பிரசாரங்கள் தொடர்ந்தன.

இந்நிலையில் கன்னியாகுமரி மாவட்டம் குழித்துறைக்கு அருகில் உள்ள உண்ணாமலைக்கடை எனும் கிராமத்தில் டாஸ்மாக் கடையை மூட வலியுறுத்தி மக்கள் நடத்தி வந்த போராட்டத்தில் 2015 ஜூலை 31ஆம் தேதி, சசிபெருமாளும் பங்கேற்றார்.

அந்தப் போராட்டம் தமிழகத்துக்குப் புதிய வடிவமாக இருந்தது. ஆம், அங்குள்ள செல்போன் டவர் மீது ஏறி நின்று சசிபெருமாளும் மற்றவர்களும் போராட்டத்தில் ஈடுபட்டனர். சசிபெருமாள் செல்போன் டவரின் உச்சிக்குச் சென்றார். மதிய வெய்யில் உக்கிரத்தைக் காட்டிக் கொண்டிருந்தது. பேச்சுவார்த்தைக்கு அதிகாரிகள் யாரும் வரவில்லை.

ஒருகட்டத்தில் செல்போன் டவரிலேயே சரிந்தார் சசிபெருமாள். அதன்பிறகு அங்கு வந்த தீயணைப்புத் துறையினர் அவரைச் சடலமாகத் தான் மீட்டனர். சசிபெருமாளின் மரணம் தமிழகம் முழுவதும் அதிர்ச்சியை ஏற்படுத்தியது.

இதனைத் தொடர்ந்து டாஸ்மாக் கடைகளுக்குத் தீவைப்பு, சூறையாடல் என மாணவர்கள் பொதுமக்களின் போராட்டங்கள் தீவிரமடைந்தன. சசிபெருமாளின் போராட்ட வடிவத்தைக் குறை சொன்னவர்களும்கூட, அரசாங்கத்தைக் கடுமையாக விமர்சித்தனர்.

3. பாடகர் கோவன் கைது

2015 அக்டோபர் மாதம். வீதி நாடக பாணியில் பாடல்களைப் பாடி தனது பிரசாரத்தை மேற்கொண்டிருந்தார், மக்கள் கலை இலக்கியக் கழகத்தைச் சேர்ந்த பாடகர் கோவன். அவரது பாடல்களில் முக்கிய இடம்பிடித்தது டாஸ்மாக் விவகாரம். மதுக்கடைகளுக்கு எதிராகப் போராட்டங்கள் நடந்துவந்த நிலையில் கோவனின் பாடல்கள் மக்கள் மத்தியில் வரவேற்பைப் பெற்றன.

குறிப்பாக, 'மூடு டாஸ்மாக்கை மூடு'. 'ஊத்திக் கொடுத்த உத்தமி' போன்ற பாடல்கள் அரசாங்கத்தை அசைத்துப் பார்த்தன. இதனால் அரசாங்கத்தால் சும்மாயிருக்க முடியவில்லை. 2015 அக்டோபர் 30ஆம் தேதி, பாடகர் கோவன் கைது செய்யப்பட்டார். அவர்மீது தேசத்துரோக நடவடிக்கையின் கீழ் வழக்கு பதிவு செய்யப்பட்டது.

இந்தக் கைது நடவடிக்கைக்கு தமிழ்நாடு முழுவதும் கண்டனக் குரல்கள் எழுந்தன. காலச்சுவடு இதழானது 'மதுவிலக்குக்கு எதிரான மனநிலையை இன்றைய அரசு எவ்வாறு கையாள விரும்புகிறது, எவ்வாறு தனக்கு எதிரான தனிப்பட்ட தாக்குதலாக அதை ஜெயலலிதா அரசு கருதிக்கொள்கிறது என்பதற்கு கோவன் கைது உதாரணமாக இருக்கிறது' எனத் தலையங்கம் தீட்டியது.

அதேநேரம், கோவனின் பாடல்கள் ஆயிரக்கணக்கான செல்போன்களின் ரிங் டோனாக மாறிக்கொண்டிருந்தது. இணையதளங்களில் வைரலாகப் பரவிக் கொண்டிருந்தது.

இதற்கிடையே நவம்பர், டிசம்பர் மாதங்களில் மதுவிலக்குக் கோரிக்கையை வலியுறுத்தி போராட்டங்கள் நடைபெற்றுக் கொண்டிருந்தபோது, வடகிழக்குப் பருவ மழையும் தமிழ்நாட்டைத் தாக்கியது.

சென்னை, திருவள்ளூர், காஞ்சிபுரம், விழுப்புரம், கடலூர் மற்றும் தூத்துக்குடி மாவட்டங்கள் இம்மழையினால் கடுமையாகப் பாதிக்கப் பட்டன. குறிப்பாக சென்னை மாநகரம் தண்ணீரில் தத்தளித்தது. சிலநாட்கள் மாநிலத்தின் பிற பகுதிகளில் இருந்து துண்டிக்கப்படும் நிலையும் ஏற்பட்டது. ஆனாலும் டாஸ்மாக் கடைகளின் முன்பு மட்டும் நீண்ட வரிசைகள் காணப்பட்டன.

அப்போதுதான் அரசியல் கட்சியினரும் மற்றவர்களும் அரசாங்கத்தைக் கேட்டனர், 'மழையால் பாதிக்கப்பட்ட பகுதிகளிலாவது அடுத்த சில நாட்கள் டாஸ்மாக் கடைகளை மூடுங்கள்.' வழக்கம்போல் இந்தக் கோரிக்கையை அ.தி.மு.க. அரசாங்கம் புறக்கணித்தது.

இந்நேரத்தில் தமிழின் முன்னணி நாள் மற்றும் வார இதழ்கள் குடியின் தீமைகள் அல்லது டாஸ்மாக்கின் கொடுமைகள் குறித்தான கட்டுரை களைத் தொடர்ந்து வெளியிட்டு வந்தன.

●

மதுவிலக்கு வருமா? வராதா?

2015ஆம் ஆண்டு என்பது மதுவிலக்குப் போராட்ட ஆண்டு என்றே சொல்லலாம். முன்பு குறிப்பிட்ட நிகழ்வுகளுடன் சட்டக்கல்லூரி மாணவி நந்தினியின் தனி நபர் போராட்டங்கள் தொடங்கி திமுக போன்ற பெரிய அரசியல் கட்சிகளும் இக்கோரிக்கைக்காகக் களத்தில் குதித்திருந்தன. அதிமுக தவிர்த்து அனைத்துக் கட்சிகளாலும் முன்வைக்கப்பட்ட ஒரேயொரு கோரிக்கை 'மதுவிலக்கு வேண்டும்' என்பதே.

அடுத்த சில மாதங்களில் சட்டமன்றத் தேர்தலைச் சந்திக்க வேண்டிய நிலையில் இருக்கும் அதிமுகவுக்கு இது தர்மசங்கடத்தைக் கொடுக்கும் என்றும், இந்த விவகாரத்தில் ஒருமுடிவு எடுத்தாக வேண்டிய கட்டாயத்துக்கு அக்கட்சி தள்ளப்பட்டிருப்பதாகவும் எல்லோரும் பேசிக்கொண்டனர்.

ஒருவேளை, தேர்தலுக்கு முன்பாகவே, பூரண மதுவிலக்கு என்பதை அரசாங்கம் அமல்படுத்திவிடுமோ? அனைவரது புருவங்களும் அரசாங்கத்தை நோக்கி உயர்ந்தன.

ஆனால் இப்படியான எந்த ஆச்சரியத்துக்கும், அதிர்ச்சிக்கும் இடமளிக்கவில்லை அதிமுக தலைமை. டாஸ்மாக் கடைகளை மூடுவதில்லை எனும் தமது கொள்கையில் உறுதியாக இருந்தது அரசாங்கம்.

இதற்கு 21.1.2016 அன்று தமிழகச் சட்டமன்றத்தில் நடந்த கீழ்க்காணும் விவாதமே சான்றாக அமைந்தது:

'தே.மு.தி.க. பார்த்தசாரதி: பூரண மதுவிலக்கை அமல்படுத்த வேண்டும் என அனைத்து கட்சிகளும் கோரிக்கை விடுத்துள்ளன. ஆனால், எந்த நடவடிக்கையும் இல்லை. மதுக்கடைகளை மூடி, மற்ற மாநிலங்களுக்கு முன் மாதிரியாக தமிழகம் ஏன் இருக்கக்கூடாது?

அமைச்சர் நத்தம் விஸ்வநாதன்: யார்தான் இந்தக் கோரிக்கையை வைப்பது என்ற விவஸ்தை இல்லையா? இது தொடர்பாக சட்டசபையில் பலமுறை பேசியுள்ளேன். நடைமுறை சூழ்நிலையில் தமிழகத்தில் மது விலக்கு சாத்தியமல்ல. மது விற்பதில் எங்களுக்கும் உடன்பாடு இல்லை. ஆனாலும், வருத்தத்தோடுதான் இதைச் செய்கிறோம்.

இந்தப் பிரச்னைக்கு பதிலளிக்க கருணாநிதி கூறிய கருத்தை இரவல் வாங்குகிறேன். எரிகிற நெருப்பு ஜுவாலைக்கு மத்தியில் கற்பூரம் பாதுகாப்பாக இருக்க முடியாது என அவர் ஏற்கனவே கூறியிருக்கிறார்.

தி.மு.க. துரைமுருகன்: மதுவிலக்கை அமல்படுத்த முடியுமா, முடியாதா? அதைக் கூறுங்கள்.

நத்தம் விஸ்வநாதன்: மத்திய அரசு அனைத்து மாநிலங்களிலும் மதுவிலக்கை அமல்படுத்தினால் அதை ஆதரிக்கும் முதல் ஆளாக முதல்வர் ஜெயலலிதா இருப்பார்.

மார்க்சிஸ்ட் கம்யூ. சவுந்திரராஜன்: மதுவிலக்கை அமல்படுத்தினால் வருவாய் இழப்பு ஏற்படும் என பயப்படுகிறீர்கள்.

விஸ்வநாதன்: அது ஒரு காரணம். மதுக்கடைகளை மூடினால் தமிழகத்திற்கு வர வேண்டிய வருவாய் பக்கத்து மாநிலங்களுக்கு

சென்றுவிடும். நம் வீட்டு கோழி பக்கத்து வீட்டில் முட்டையிட எப்படி அனுமதிக்க முடியும் என கருணாநிதியே கேட்டிருக்கிறார்.

துரைமுருகன்: இந்த அரசு மதுவிலக்கைக் கொண்டு வராது.

விஸ்வநாதன்: மத்திய அரசு அமல்படுத்தினால் மாநில அரசும் அமல்படுத்தும்.

தி. மு. க. ஸ்டாலின்: உடனடியாக அனைத்துக் கடைகளையும் மூட முடியாவிட்டால் படிப்படியாகக் குறைக்கலாம். அதை அரசு செய்யுமா?

விஸ்வநாதன்: மக்கள் எதிர்ப்பு தெரிவிக்கும் பகுதியில் கடை மூடப்படுகிறது.

சவுந்திரராஜன்: சேலம் பகுதியில் கடையை மூடும்படி உயர் நீதிமன்றம் உத்தரவிட்டும் மூடப்படவில்லை.

விஸ்வநாதன்: அரசிடம் சொன்னால் நடவடிக்கை எடுக்கப்படும். மேற்கு வங்கம், திரிபுரா, கேரளா போன்ற மாநிலங்களில் மார்க்சிஸ்ட் ஆட்சியில் இருந்தபோது மதுவிலக்கை அமல்படுத்தவில்லை. அங்கு ஒரு கொள்கை, இங்கு ஒரு கொள்கையா?

மார்க்சிஸ்ட் கம்யூ. - பாலபாரதி: அங்கு அரசு மதுபானங்களை விற்கவில்லை.

விஸ்வநாதன்: தனியார் கொள்ளை அடிக்கக் கூடாது என்பதற்காக பொதுவுடைமை கொள்கைப்படி அரசே கடைகளை நடத்துகிறது.

பார்த்தசாரதி: மதுவிலக்கை அமல்படுத்த முடியுமா முடியாதா என்ற கேள்விக்கு மட்டும் பதிலளியுங்கள். அதைவிடுத்து விவஸ்தை இல்லை என்று சொல்லாதீர்கள். நீங்கள் எல்லாம் உத்தமர்களா?.'

மேற்காணும் விவாதத்துக்கு அடுத்த நாள் (22.1.2016) 'அமைச்சர் நத்தம் விஸ்வநாதன் அறிவிப்பால் குடிமக்கள் குஷி' எனும் தலைப்பிட்டு செய்தி வெளியிட்டிருந்தது தினமலர் நாளிதழ்.

●

படிப்படியாக மதுவிலக்கு

சட்டமன்றத் தேர்தலுக்கு ஓராண்டுக்கு முன்பாகவே தனது பரப்புரையைத் தொடங்கிவிட்டிருந்தது பாமக. 'முதல்நாள் முதல் கையெழுத்து பூரண மதுவிலக்கு' என்பதாக அக்கட்சியின் சார்பில்

அச்சடிக்கப்பட்ட போஸ்டர்கள் சுவர்களை ஆக்கிரமிக்கத் தொடங்கி விட்டன.

தேர்தலுக்குச் சில மாதங்களுக்கு முன்பாகவே தேமுதிகவும் இதுபற்றி பேசத் தொடங்கிவிட்டது. இந்திய கம்யூனிஸ்ட், மார்க்சிஸ்ட் கம்யூனிஸ்ட், விடுதலைச் சிறுத்தைகள் உள்ளடக்கிய மக்கள் நலக்கூட்டணியும் இக்கோரிக்கையை மக்களிடம் எடுத்துச் சென்றது.

இந்நிலையில்தான் அதிமுக பொதுச்செயலாளரும் முதலமைச்சருமான ஜெயலலிதா தனது தேர்தல் பிரசாரத்தை 2016 ஏப்ரல் 9ஆம் தேதி சென்னையில் தொடங்கினார்.

தீவுத்திடலில் நடைபெற்ற பிரசாரக் கூட்டத்தில் அதிமுக வேட்பாளர்களை அறிமுகப்படுத்திய அவர், 'பூரண மதுவிலக்கு வேண்டும் என்பதே எனது கொள்கை. ஆனால் ஒரே கையெழுத்தில் பூரண மதுவிலக்கைக் கொண்டுவருவது இயலாது. இதைப் படிப்படியாகத்தான் கொண்டுவர முடியும். வரும் சட்டப்பேரவை தேர்தலில் அதிமுக வெற்றி பெற்று மீண்டும் ஆட்சி அமைத்தவுடன் மதுவிலக்கு படிப்படியாக அமல் படுத்தப்பட்டு, பூரண மதுவிலக்கு என்ற நிலை எட்டப்படும்.

முதலில் மதுபானக் கடைகள் திறந்திருக்கும் நேரம் குறைக்கப்படும். கடைகளின் எண்ணிக்கை குறைக்கப்படும். பின்னர் மதுபானக் கடைகளுடன் இணைந்திருக்கும் பார்கள் மூடப்படும். குடிப்பழக் கத்துக்கு ஆட்பட்டவர்களை மீட்கும் நிலையங்கள் ஏற்படுத்தப்படும். இவை அனைத்தும் செயல்படுத்தப்பட்டு படிப்படியாக பூரண மதுவிலக்கு லட்சியத்தை நாம் அடைவோம்' என அறிவித்தார்.

மதுவிலக்கு விவகாரத்தில் அதிமுக விடாப்பிடியாக இருந்து வந்தது ஊரறிந்த விஷயம். அப்படிப்பட்ட கட்சி, அதன் தலைமை இப்போது படிப்படியான மதுவிலக்கு என அறிவித்திருப்பது நல்ல மாற்றம்தான். பலரும் வரவேற்றனர். அதேநேரம், ஆட்சியில் இருந்த 5 ஆண்டுகாலம் இது பற்றிப் பேச மறுத்த அதிமுக இப்போது பேசுகிறது. இது அரசியல் ஸ்டண்டாக இருக்குமோ?' அனைவரது சந்தேகப் பார்வையும் அக்கட்சியின் மீது விழுந்தது.

இதனைத் தொடர்ந்து அடுத்த நாள்-ஏப்ரல் 10ஆம் தேதி, திமுகவின் தேர்தல் அறிக்கையை அதன் தலைவர் கருணாநிதி வெளியிட்டார். அதில், 'தமிழகத்தில் மதுவிலக்கை அமல்படுத்த சட்டம் இயற்றப்படும். இதனால் அரசுக்கு ஏற்படும் வருவாய் இழப்பை ஈடுசெய்ய உரிய திட்டங்கள் செயல்படுத்தப்படும். தமிழ்நாடு மாநில விற்பனைக் கழகம் (டாஸ்மாக்) கலைக்கப்பட்டு, அதன்மூலம் செயல் பட்டு வரும் மதுபான விற்பனை முற்றிலும் நிறுத்தப்படும். தமிழ்நாடு

மாநில ஒருங்கிணைந்த ஒழுங்குமுறை விற்பனை வாரியம் புதிதாக உருவாக்கப்படும். டாஸ்மாக் பணியாளர்கள் அனைவருக்கும் இந்தப் புதிய வாரியத்தில் பணி வழங்கப்படும். மாவட்டந்தோறும் மறுவாழ்வு மையங்கள் அமைக்கப்படும்' எனத் தெரிவிக்கப்பட்டிருந்தது.

'படிப்படியாக மதுவிலக்கு, பூரண மதுவிலக்கு, முதல்நாள் முதல் கையெழுத்து' இப்படியாகத் தமிழகத் தேர்தல் களத்தை மதுவிலக்கு விவகாரம் சுற்றிச்சுழன்று கொண்டிருந்தது. ஏற்கெனவே மக்கள் மத்தியில் பேசப்பட்டு வரும் விஷயம்தான், இப்போது அரசியல் வாதிகள் உரத்தக் குரலில் பேசிவருகின்றனர். மக்கள் மத்தியில் இதற்கான தாக்கம் எப்படியிருக்கும்?

அப்போது, தி இந்து (தமிழ்) நாளிதழில், 'மதுவிலக்கும் வாக்குப் பெட்டியும்' எனும் தலைப்பில் ஓ.பி.ஜிண்டால் பல்கலைக்கழகப் பேராசிரியர் ஷிவ் விஸ்வநாதன் எழுதிய கட்டுரையொன்று பிரசுரமாகி யிருந்தது. அதில் 'தமிழ்நாட்டில் மதுவிலக்கை முதலில் பேசிய கட்சிக்கு வாக்குகள் அதிகம் கிடைக்கக் கூடும்' எனத் தெரிவிக்கப் பட்டிருந்தது. உண்மையில் திமுக, பாமக ஆகிய கட்சிகளின் பிரசாரங்களும் அப்படித்தான் இருந்தன.

தேர்தல் நடப்பதற்குச் சில தினங்களுக்கு முன்பும்கூட மக்கள் அதிகாரம் அமைப்பினர் சென்னை, விழுப்புரம் உள்ளிட்ட இடங்களில் மதுக்கடை களை அகற்றக்கோரி போராட்டங்களில் ஈடுபட்டனர். அப்போது போலீஸ் நடத்திய தடியடியும், அதில் காயமடைந்தவர்களின் ரத்தம் சொட்டும் புகைப்படங்களும்கூட பரபரப்புச் செய்திகளாகப் பதிவாயின. இது 'ஜெயலலிதாவின் மதுவிலக்கு அறிவிப்பு கபட நாடகம்' என்பதைக் காட்டுவதாக அறிக்கை வெளியிட்டார் திமுக தலைவர் கருணாநிதி.

மக்கள் அளிக்கும் வாக்குகளால் தமிழ்நாட்டில் அரசியல் மாற்றம் நடந்துவிடுமா? பலரும் மனக் கணக்குகளில் மூழ்கியிருந்தனர். மக்கள் மனநிலையை யாரால்தான் துல்லியமாகக் கணிக்கமுடியும்?

தேர்தல் முடிவுகள் இந்தக் கணக்குகளையெல்லாம் பொய்யாக்கின. ஆம், 134 இடங்களில் வெற்றிபெற்று ஆட்சியைத் தக்க வைத்துக் கொண்டது அதிமுக.

2016 மே 23ஆம் தேதி தமிழகத்தின் முதல்வராக மீண்டும் பதவியேற்றுக் கொண்டார் ஜெயலலிதா. அப்போது 5 முக்கிய உத்தரவுகளில் அவர் கையெழுத்திட்டார். அதில் ஒன்று, 'இனி டாஸ்மாக் சில்லறை விற்பனைக் கடைகள் அவற்றுடன் இணைந்த பார்கள் காலை 10 மணிக்குப் பதிலாக பகல் 12 மணிக்குத் திறக்கப்பட்டு இரவு 10 மணி

வரை இயங்கும். அத்துடன் 500 டாஸ்மாக் சில்லறை விற்பனைக் கடைகள் மூடப்படும்' என்பதாகும்.

டாஸ்மாக் கடைகள் நேரக்குறைவு உத்தரவானது அடுத்த நாளே (24ஆம் தேதி) அமலுக்கு வந்தது.

இதற்கிடையே அறிக்கை வெளியிட்ட பாமக நிறுவனர் டாக்டர் ராமதாஸ், 'மது விற்பனை நேரத்தைக் காலையில் 2 மணி நேரம் குறைத்ததற்குப் பதிலாக மாலையில் 2 மணி நேரம் குறைத்திருந்தால் அது ஓரளவாவது பயனுள்ளதாக இருந்திருக்கும். தமிழகத்தில் முழு மதுவிலக்கு எப்போது அமல்படுத்தப்படும், எந்தெந்த கால இடைவெளியில் எவ்வளவு கடைகள் மூடப்படும் என்பன உள்ளிட்ட விவரங்கள் அடங்கிய மதுவிலக்கு செயல்திட்டத்துக்கான கால அட்டவணையை தமிழக அரசு உடனடியாக வெளியிட வேண்டும்' என வலியுறுத்தியிருந்தார்.

விடுதலைச் சிறுத்தைகள் கட்சித் தலைவர் தொல்.திருமாவளவன், 'டாஸ்மாக் கடைகளை காலை 10 முதல் 12 மணி வரை மூடுவதற்கு பதிலாக மாலை 5 மணிக்கு மேல் முழுமையாக மூட தமிழக அரசு நடவடிக்கை எடுக்க வேண்டும்' எனக் கேட்டுக்கொண்டார்.

இவர்கள் கேட்டுக்கொண்டபடி இப்படியெல்லாம் எதுவும் நடக்கவில்லை. ஆனால் நேரக்குறைப்பினால் மிகவும் பாதிக்கப்பட்ட குடிமகன்கள், எப்போது திறப்பார்கள் எனக் கவலையுடன் டாஸ்மாக் கடைகளின் முன்பு காலை முதலே தவம் கிடக்கத் தொடங்கினார்கள். பல இடங்களில் அதிகாரப்பூர்வமாக கடை திறப்பதற்கு முன்பே, கள்ளத்தனமாக மது விற்பனை நடப்பதாகவும் பரவலான குற்றச்சாட்டுகள் எழுந்தன.

●

500 கடைகள் மூடப்பட்டன

டாஸ்மாக் கடைகளின் நேரக் குறைப்பு நடவடிக்கையைத் தொடர்ந்து அடுத்தக் கட்ட நடவடிக்கையிலும் இறங்கியது தமிழக அரசு. 500 டாஸ்மாக் சில்லறை விற்பனைக் கடைகள் மூடப்படும் என்று சொன்னார்களே அதுதான் அந்த நடவடிக்கை.

2016 ஜூன் 19ஆம் தேதி இதற்கான நடவடிக்கையை எடுத்தனர் டாஸ்மாக் அதிகாரிகள். இதன்படி, சென்னை மண்டலத்தில் 58, கோவை மண்டலத்தில் 60, மதுரை மண்டலத்தில் 201, திருச்சி மண்டலத்தில் 133, சேலம் மண்டலத்தில் 48 என 500 டாஸ்மாக் கடைகள்

அதிரடியாக மூடப்பட்டன. இதன் மூலம் தமிழ்நாட்டில் 6,700 ஆக இருந்த டாஸ்மாக் கடைகளின் எண்ணிக்கை 6,200 ஆகக் குறைந்தது.

இதிலும்கூட, விற்பனை குறைந்த கடைகள் மட்டுமே மூடப்பட்டுள்ளதாக விமர்சனம் எழுந்தது. திமுக எம்.பி. கனிமொழி, 'மக்கள் விருப்பப்பட்டு மூடச் சொன்ன பள்ளி, கல்லூரிகள், வழிபாட்டுத் தலங்கள் அருகில் உள்ள கடைகள் கண்டுகொள்ளப்படவில்லை. மதுவிலக்கில் ஆர்வமாக இருப்பதுபோல் அரசு மக்களை ஏமாற்றிக் கொண்டிருப்பதாக'க் குற்றம்சாட்டினார்.

இதற்கிடையே இந்த விவகாரம் தமிழகச் சட்டமன்றத்திலும் எதிரொலித்தது. ஆகஸ்ட் 4ஆம் தேதி மின்சாரம் மதுவிலக்கு மற்றும் ஆயத்தீர்வை துறை மானியக் கோரிக்கை மீதான விவாதத்தின்போது குறுக்கிட்டுப் பேசிய முதல்வர் ஜெயலலிதா, 'கடந்த 1971 ஆகஸ்ட் மாதத்தில் அன்றைய முதல்வர் கருணாநிதியால் மதுவிலக்கு ரத்து செய்யப்பட்டது. இந்தியாவில் தயாரிக்கப்படும் அயல்நாட்டு மது வகைகள், சாராயம் மற்றும் கள் விற்பனை கடைகள் தமிழகம் முழுவதும் திறக்கப்பட்டன. 2007ஆம் ஆண்டு சட்டப் பேரவையில் கள்ளச் சாராயத்தை ஒழிக்க வேண்டும் எனப் பல்வேறு கட்சிகளின் உறுப்பினர்கள் கோரிக்கை விடுத்தனர்.

அவர்களுக்குப் பதிலளித்த அன்றைய முதல்வர் கருணாநிதி, 'கள்ளச் சாராயம் என்பது ஒழிக்க முடியாத ஒன்று. கள்ளச்சாராயத்தை ஒழிக்க வேண்டுமானால் மற்ற நாடுகளைவிட நாம் நல்ல சரக்குகளைத் தயாரிக்க வேண்டும். வேறு வழியில் கள்ளச் சாராயத்தை ஒழிக்க முடியாது. இதற்கு இன்றைய உலக நிலை, உலகப் பண்பாடு, உலகக் கலாச்சாரமே சாட்சியாக உள்ளது' என்றார்.

மதுவிலக்கு குறித்து கருணாநிதியின் உண்மையான கருத்தும் இதுதான். என்னைப் பொறுத்தவரை தமிழகத்தில் படிப்படியாக மதுவிலக்கு கொண்டு வருவதில் உறுதியாக இருக்கிறேன். அதன் அடிப்படையில் தான் மீண்டும் ஆட்சிப் பொறுப்பேற்றதும் சில்லறை விற்பனை மதுபானக் கடைகள் திறந்திருக்கும் நேரத்தில் 2 மணி நேரம் குறைக்கப் பட்டது. 500 மதுபானக் கடைகள் மூடப்பட்டன. மதுவிலக்கு விஷயத்தில் அ.தி.மு.க. அரசு உண்மையான அக்கறை கொண்டுள்ளது என்பதையே இது காட்டுகிறது' என விளக்கமளித்தார்.

மேலும், 'மதுப்பழக்கத்துக்கு எதிரான விழிப்புணர்வை ஏற்படுத்த மாவட்டந்தோறும் விழிப்புணர்வுப் பிரசாரம், முகாம்கள் நடத்த ரூ. 3 கோடி ஒதுக்கப்படும்' எனும் அறிவிப்பினையும் அமைச்சர் தங்கமணி அன்றைய தினம் வெளியிட்டார்.

21
பட்டைச் சாராயமும் எரி சாராயமும்

பட்டைச் சாராயம்

பண்டையத் தமிழர்கள் பழச்சாறு, அரிசிக் கஞ்சி, தேன் ஆகியவற்றைப் புளிக்க வைத்து, வளைந்த மூங்கில் குழாய்களில் அடைத்து காற்று புகாதவாறு களிமண் வைத்துப் பூசி நிலத்தில் புதைத்து வைத்தனர். பின்னர் குறிப்பிட்ட கால இடைவெளியில் அந்த மதுவை வெளியே எடுத்து அருந்தியிருக்கின்றனர். இதைத்தான் கபிலரும் 'நிலம் புதைப் பழுனிய மட்டின் தேறல்' என்கிறார். ரோமானியர்களால் கொண்டுவரப்பட்ட ஆம்போரா மதுச்சாடிகளும் தமிழ் மண்ணில் புதைக்கப்பட்ட நிலையில் கண்டெடுக்கப் பட்டுள்ளன என்பதையும் முன்னரே பார்த்தோம்.

ஏறக்குறைய அதே பார்முலாதான் இப்போதும் சாராயத்துக்குப் பயன்படுத்தப்படுகிறது. கருப்பட்டி வெல்லம், பேரிச்சம் பழம், வாழைப் பழம், தேங்காய், பனை அல்லது தென்னையில் இருந்து வடிக்கப்படும் கள், அரிசி ஊறல் மற்றும் கரும்புச் சாறு ஆகியவற்றைக் கொண்டு தயாரிக்கப்படுவது நாட்டுச் சாராயம் எனப்பட்டது.

பழவகை, இனிப்புகளைக் கலந்து ஊறல் போடு வார்கள். பின்னர் அவை நொதித்தவுடன் கருவேலம் பட்டை, வேம்பம்பட்டை ஆகியவற்றையும் சேர்த்து வடித்தெடுப்பது பட்டை சாராயம் எனப்பட்டது.

இப்போதெல்லாம் நாட்டு சர்க்கரை அல்லது வெல்லப்பாகு, வெள்ளை வேலம்பட்டை, நவச்சாரம் ஆகியவற்றின் கலவை, ஈரமான மண்ணில் புதைத்து வைக்கப்படுகிறது. அதாவது ஊறல் போடப்படும். கல்வராயன் மலைப் பகுதியில் இந்த ஊறலுடன் கடுக்காய்த் தூளும் சேர்க்கப்படுகிறது. பின்னர் சில நாட்களில் இக்கலவை நொதித்தவுடன் பானைகளில் சூடேற்றப்பட்டு அதிலிருந்து சாராயம் வடித்தெடுக்கப் படுகிறது. போதை அதிகம் இருக்கவேண்டும் என்பதற்காக இலுப்பைப் பூ, நொச்சித் தழை ஆகியவற்றையும் சேர்க்கின்றனர்.

இன்னும் சிலர் டார்ச் லைட், ரேடியோவுக்கு எல்லாம் பயன்படுத்து கிறோமே அந்த பாட்டரி துகள்கள் மற்றும் யூரியா போன்றவற்றையும் சேர்க்கிறார்களாம். இதுதான் உடலுக்கும் உயிருக்கும் உலை வைப்பது.

பட்டைச் சாராயம் மலையும் மலை சார்ந்த பகுதிகளில் மட்டுமே கிடைக்கக் கூடியதாகும்.

விழுப்புரம், சேலம் மற்றும் தர்மபுரி மாவட்டங்களை இணைக்கும் மையப் புள்ளியான கல்வராயன் மலையில் இன்றும் ஊறல் போடப் படுகிறது. நூற்றுக்கணக்கான சாராய பேரல்கள் மலையில் இருந்து கீழே இறங்கிக் கொண்டும் இருக்கின்றன.

●

எரிசாராயம்

2015ஆம் ஆண்டு டிசம்பர் இறுதியில் ஒருநாள் செஞ்சிப் பகுதியில் சுற்றுப்பயணம். விழுப்புரம் மாவட்டத் தொல்லியல் தடங்களைப் பார்வையிடுவதற்காக ஜெர்மனியில் இருந்து தமிழ் மரபு அறக்கட்டளை நிறுவனர் டி.சுபாஷினி வந்திருந்தார். காலையில் தொடங்கிய பயணம், வரலாற்றில் மிகவும் முக்கியத்துவம் பெற்ற ஊரான எண்ணாயிரம் திருநந்தகிரி மலைப் பகுதியில், மாலையில் முடிந்தது. வந்திருந்தவர் களை வழியனுப்பி விட்டு விழுப்புரம் நோக்கிப் பயணித்தோம்.

எண்ணாயிரம்-திருநந்திபுரம் கிராமத்தார் சாலையில் எங்களுக்கு முன்பாக இரண்டு பேர் ஓட்டமும் நடையுமாகச் சென்று கொண்டிருந்தனர். அதில் ஒருவரின் தோளிலும், இன்னொருவர் கையிலும் பெரிய பிளாஸ்டிக் பைகள். அதில் இருந்து சிந்தாமல் சிதறாமல் இருக்க நன்றாக முடிச்சுப் போட்டிருந்தனர்.

கொஞ்ச தூரத்தில் ஏரிக்கரையில் ஏதோ சந்தைக்கு வந்திருப்பதுபோல் பயங்கர கூட்டம். அவ்வளவுபேரும் ஆண்கள். மூட்டை வருகிறதே,

அந்த வழியின் மீதே அவர்களின் ஒட்டுமொத்தப் பார்வையும் குவிந்துள்ளன.அவர்கள் சுமந்து வருபவை சாராய மூட்டைகளை. அவற்றை வாங்கிக் குடிக்கத்தான் இவ்வளவு கூட்டமும் காத்திருக்கின்றது.

எண்ணாயிரம் பகுதியில் மட்டுமல்ல, தமிழகம் முழுவதுமே இதுதான் நிலவரம். இந்த எரி சாராய, கள்ளச் சாராய விற்பனை இன்னமும் கன ஜோராகத்தான் நடந்து வருகிறது.

கரும்பு ஆலைகளில் இருந்து பெறப்படும் ஒருவித மூலப்பொருளான ஆர்.எஸ் எனப்படும் ரெக்டிஃபைய்ட் ஸ்பிரிட்டை மதுபான ஆலைகள் வாங்குகின்றன. இவைதாம் பல்வேறு நிலைகளுக்கு உட்படுத்தப் பட்டு, வண்ணக் கலவையெல்லாம் கலந்து பின்னர் பாட்டில்களில் அடைக்கப்பட்டு மது பானமாக வெளியே வருகின்றன.

இப்படி கரும்பு ஆலைகளில் இருந்து பெறப்படும் ஆர்.எஸ் பல நேரங்களில் மதுபான ஆலைகளுக்குள் செல்வதில்லை. வழியிலேயே கேன்களில் அடைக்கப்பட்டு, சாராய வியாபாரிகளை அடைகின்றன. அல்லது சில பிராந்தி நிறுவனங்களில் இருந்தே ஸ்பிரிட் கள்ளத்தனமாக விற்கப்படுவதும் நடக்கிறது.

இதில் ஒரு லிட்டர் ஆர்.எஸ்.சில் 2 அல்லது 3 லிட்டர் தண்ணீர் கலக்கப்பட்டு, கள்ளச் சாராயமாக எளிய முறையில் மக்களைச் சென்றடைகின்றது. 200 மி.லி. கொண்ட ஒரு பாக்கெட்டின் விலை ரூ.20 ஆகும். மூன்று பாக்கெட்டுகளாக வாங்கினால் 10 ரூபாய் சலுகை கிடைக்கும். இதுவே 2016 ஆகஸ்ட் மாதம் வரை பாக்கெட் ரூ.15க்கு விற்றிருக்கிறார்கள். பிறகுதான் விலையேற்றியிருக்கின்றனர். மூட்டை, மூலைக் கடிச்சான் எனும் பெயர்களில் இந்தச் சாராயப் பாக்கெட்டுகள் அழைக்கப்படுகின்றன.

ஒவ்வொரு மாவட்டத்திலும் மொத்த சாராய வியாபாரிகள் பலர் இருப்பார்கள். இவர்களுக்கு வாரத்திற்கு குறைந்தது 50 ஆயிரம் லிட்டர் சாராயமாவது வரும். அப்படி வருவது சுத்தமான சரக்குதானா என்று இறக்கும் இடத்திலேயே ‘டிகிரி’ பார்ப்பார்கள்.

தேர்ந்த வியாபாரிகள், சிறிதளவு சாராயத்தை உள்ளங்கையில் ஊற்றி கைகளை உரசி, முகர்ந்து பார்ப்பார்களாம். வித்தியாசமான வாடை வீசினால் ஆர்.எஸ்சில் கலப்படம் இருக்கிறது என்பதைக் கண்டுபிடித்து விடுவார்கள். மேலும் சிலர் விரல் நுனியில் ஸ்பிரிட்டை ஊற்றி தீக்குச்சியால் பற்ற வைப்பார்கள். உடனே பற்றிக்கொண்டால் நல்ல சரக்கு!

இப்படியாக சோதிக்கப்பட்டு இறக்கப்படும் அத்தனை கேன்களும் சிலமணி நேரங்களிலேயே விநியோகம் செய்யப்பட்டுவிடும். இவை சிறு வியாபாரிகள் மூலமாக சுமார் 50 கிராமங்களையாவது போய்ச்சேரும்.

இந்தச் சாராயத்துக்கு சைட் டிஷ் அதிகம் தேவைப்படாது. ஊறுகாயே போதும். இன்னும் கொஞ்சம் கையில் காசு இருந்தால் மாட்டுக்கறி, கோழி முட்டை போன்றவையும் கிடைக்கும். சரக்கு வருகிறதா என விடிய விடிய புளியமரத்தின் மீது காத்திருக்கும் சிலர், அந்த மரத்தில் இருக்கும் புளியங்கொழுந்து, புளியங்காய் அல்லது புளியம் பூ ஆகியவற்றையே சைட் டிஷ்ஷாகப் பயன்படுத்திக் கொள்கின்றனர்.

1990களின் இறுதியிலும், 2000ஆம் ஆண்டின் தொடக்கத்திலும் தமிழகத்தின் பல்வேறு பகுதிகளில் விஷச் சாராயச் சாவுகள் நிகழ்ந்தன. இதற்கு இந்த ஆர்.எஸ். காரணமாகச் சொல்லப்பட்டது. ஆனால் இந்தக் கூற்றை மொத்த சாராய வியாபாரத்தில் ஈடுபட்டுள்ளவர்கள் மறுக்கிறார்கள்.

எடுத்துவரப்படும் சரக்கு முன்பு குறிப்பிட்டதுபோல் பல வகைகளில் சோதிக்கப்பட்டு, வெவ்வேறு இடங்களுக்கு அனுப்பப்படுவதாகச் சொல்லும் இவர்கள், இப்படியான சாராயத்தைக் குடித்து இறக்கிறார்கள் என்றால், அந்த மொத்த வியாபாரி எங்கெல்லாம் அனுப்பினாரோ, அங்கெல்லாம் அதைக் குடித்தவர்கள் இறந்திருக்க வேண்டும். ஆனால் இதுவரை நிகழ்ந்துள்ள விஷச் சாராயச் சாவுகள் பெரும்பாலும் ஒரே பகுதியில்தான் நடந்திருக்கின்றன என்கின்றனர்.

ஸ்பிரிட் மூலம் இந்தச் சாராயச் சாவுகள் இல்லையென்றால் பின் எப்படி? மெத்தனால் எனப்படும் வேதிப்பொருள் தொழிற்சாலைகளில் இருந்து தெரிந்தோ, தெரியாமலோ வெளியே எடுத்து வரப்படுகின்றன. மேலும் சாலைகளில் பயணிக்கும் நூற்றுக்கணக்கான டேங்கர் லாரிகளில் கொண்டு செல்லப்படும் வேறுசில வேதிப் பொருட்களும் கள்ளத்தனமாக வழியில் விற்கப்படுகின்றன.

சாராயத்துடன் கலந்தால் அதிக போதையென வியாபாரிகளுக்குப் போதை ஏற்றப்படுகின்றது. குறைந்த விலையில் கிடைக்கிறதே என்று இந்த மாதிரியான வேதிப்பொருட்களையும் வாங்கும் சிறு வியாபாரிகள், சாராயத்துடன் கலக்கின்றனர்.

இதனால்தான் விஷச் சாராயச் சாவுகள் நிகழ்கின்றன. திருவள்ளூர் மாவட்டம் புட்லூர் கிராமத்தில் நடந்த சாராயச் சாவுகளுக்கு இந்த மெத்தனால் தான் காரணம் என்பது பின்னர் கண்டறியப்பட்டது.

தமிழ்நாட்டில் மட்டுமல்ல இந்தியாவின் பல்வேறு பகுதிகளிலும்கூட விஷச் சாராயச் சாவுகள் நிகழ்ந்திருக்கின்றன. குறிப்பாக 2015இல் மும்பையில் நடந்த சாராயச் சாவுகளுக்கு மெத்தனாலே காரணம் எனக் கண்டறியப்பட்டது.

●

சில பழமொழிகளும், பாடல் வரிகளும்

சாராயம் குடிப்பது எனும் பழக்கம் தமிழர்களிடையே நிரந்தரமாகத் தங்கிவிட்ட சூழலில், இது தொடர்பான பழமொழிகளும் மக்கள் வழக்கில் ஏற்பட்டன.

'கள் உண்ட நாய் போல, கள்ளுக் குடித்தவன் கொள்ளுப் பொறுக்கான், கள்ளுக் கொள்ளா வயிறும் இல்லை முள்ளுக்கொள்ளா வேலியும் இல்லை, கள்ளைக் குடித்தவன் உள்ளதைக் கக்குவான், குடிக்கிற வீடு விடியுமா? குடிகாரன் பேச்சு விடிஞ்சா போச்சு, குடிகாரன் வீட்டில் விடிய விடிய சண்டை, குடியனும் வெறியனும் அடிபடாமல் குணப்பட மாட்டார்கள், குடியும் சூதும் குடியைக் கெடுக்கும். சாராயத்தைத் தினம் குடித்தால் காராளனும் கடைமகன் ஆவான். சாராயத்தை வார்த்துப் பூராயத்தைக் கேள்.'

சாராயம் குறித்த சென்னை கானா பாடல்களின் சில வரிகள்,

'சாராயண்ணா சாராயம்-இது
நாட்டுச் சரக்கு சாராயம்.
வேலம்பட்ட வெல்லக்கட்டி
போட்டு காய்ச்சிய சாராயம்.
குடிக்கும்போது பச்சத்தண்ணிப் போலிருக்கும் சாராயம்
தொட்டுக்கொள்ள ஊறுகாயும் மிளகா பஜ்ஜியும் தாராளம்
கொஞ்ச நேரம் ஆனவுடன் பூமி உலகம் சுழலுமே
நீ நடக்கும்போது மனசெல்லாம் ஆசையில தவிக்குமே!

22

கள்: உணவுப் பொருளா? போதைப் பொருளா?

இப்படியொரு தலைப்பில் 2011 நவம்பர் மாதத்தில் சென்னையில் விவாத நிகழ்ச்சியொன்று நடந்தது. கள் உணவுப்பொருள் என கள் இயக்க ஒருங்கிணைப்பாளர் நல்லசாமியும், கள் போதைப் பொருள் என முன்னாள் காங்கிரஸ் தலைவர் குமரி அனந்தனும் பேசினர். அனல் பறக்க நடந்த இந்த விவாதம் குறித்தும் நடுவரின் தீர்ப்பு குறித்தும் பிறகு பார்ப்போம்.

உண்மையிலேயே இதுபோன்ற விவாதம் சென்னையில் மட்டுமல்ல நாடுமுழுவதுமே நடத்தப் பட்டது. நடத்தப்பட்டும் வருகிறது.

தமிழ்ச் சூழலில் சங்க இலக்கியங்கள் கள்ளினை உச்சி முகர்ந்து கொண்டாடிய வேளையில், திருக்குறள் கள்ளுண்ணாமையை வற்புறுத்துகிறது. பின்னர் வந்த அற இலக்கியங்களும் பஞ்சமா பாதகங்களில் ஒன்றாகக் கட்குடியை வருணிக்கின்றன.

20ஆம் நூற்றாண்டில் இக்கள்ளுண்ணாமை அரசியல் முக்கியத்துவம் பெறுகிறது. 1924 ஏப்ரலில் குளித்தலையில் நடந்த அரசியல் மாநாட்டில் பேசிய திரு.வி.க., 'கள் மனிதன் உடல் வளத்தையும் உயிர் நலத்தையும் கெடுப்பது. தென்னை, பனை முதலியன கள்ளுக்காக ஏற்பட்டனவல்ல. மனிதன் தன் முயற்சியால் கள்ளை அவற்றினின்றும் உண்டு பண்ணுகிறான்' என்றார்.

ஈரோட்டில் பெரியார் ஈ.வெ.ரா. பெரியார் தன் தோட்டத்தில் இருந்த தென்னை மரங்களை வெட்டி சாய்த்ததையும், தொடர்ச்சியாக கள்ளுக் கடை போராட்டங்களை காங்கிரஸ் முன்னெடுத்துச் சென்றதையும் நாம் அறிவோம்.

தமிழ்நாட்டில் மதுவிலக்கின் பரீட்சார்த்த முயற்சியிலும், அமலாக் கத்தின் போதும் சாராயக் கடைகளுடன் கள்ளுக் கடைகளும் சேர்த்து மூடப்பட்டன. ஆனாலும் கள் இறக்குதல், விற்பனை என்பன கள்ளத் தனமாக நடந்துதான் வந்தன.

1963 பிப்ரவரியில் கும்பகோணத்தில் நடந்த மது ஆதரவாளர் மாநாட்டில் பங்கேற்ற பெரியார், 'பழையபடி கள்ளுக்கடையைத் திறக்கவேண்டும் என்று நான் சொல்லவில்லை. தோப்பில் கள் விற்க அனுமதிக்க வேண்டும். கள்ளை விஷமாக்கிவிடும் முறையைத் தடுத்துவிட வேண்டும்' என கோரிக்கை விடுத்தார்.

இதற்கிடையே இந்தியா முழுவதும் மதுவிலக்கினை அமல்படுத்துவது தொடர்பாக பஞ்சாப் மாநிலத்தைச் சேர்ந்த ஓய்வுபெற்ற உயர் நீதிமன்ற நீதிபதி தேக்சந்த் என்பவரது தலைமையில் கமிட்டி ஒன்றை 1963 ஏப்ரலில் மத்திய அரசு அமைத்தது. இக்கமிட்டி 1964 ஏப்ரலில் தனது அறிக்கையைத் தாக்கல் செய்தது.

'கள்ளச் சாராயத்தைவிட கள் ஆபத்து குறைந்தது' என்று சொன்ன அந்தக் கமிட்டி, '5 சதவீதம் ஆல்கஹால் உள்ள கள்ளை அனுமதிக் கலாம். கள் புளித்துவிடாமல் இருக்க குளிர்ப்பதன சாதனைங்களைப் பயன்படுத்தலாம். விற்பனையாகும் இடங்களில் மட்டுமே குடிக்க வேண்டும். வீட்டிற்கு எடுத்துச் சென்று குடிக்கத் தடை விதிக்க வேண்டும். கள் மீதான தீர்வை குறைவாக இருக்கவேண்டும். அப்போது தான் மக்கள் கள்ளச் சாராயத்தை நாடிப் போக மாட்டார்கள்' என அரசுக்கு சிபாரிசுகளைச் செய்தது.

தமிழ்நாட்டில் 1940 ஜனவரியில் அதிகாரப்பூர்வமாக மதுவிலக்கு விலக்கிக் கொள்ளப்பட்டபோது கள், சாராயக் கடைகளும் திறக்கப் பட்டன. தொடர்ந்து 1974 மற்றும் 1987 ஆகிய காலக்கட்டங்களில் மதுவிலக்கு தள்ளிவைக்கப்பட்டு அல்லது தளர்த்தப்பட்டபோதும் அந்நிய மதுபானக் கடைகளுக்கு அனுமதி அளிக்கப்பட்டன. ஆனால் சாராயக் கடைகளுடன் கள்ளுக்கடைகளுக்கான அனுமதியும் மறுக்கப் பட்டது குறிப்பிடத்தக்கது. அன்றிலிருந்து தமிழ்நாட்டில் கள் தடை செய்யப்பட்ட போதை பொருளாகவே இருந்து வருகிறது.

இந்நிலையில் 2000ஆம் ஆண்டின் இறுதியில் கள் விற்பனைக்கு அனுமதிக்க வேண்டும் எனும் கோரிக்கை தமிழகத்தில், குறிப்பாக தென்

மாவட்டங்களில் மிகவும் வலுவாகவே எழுந்தது. இதனைத் தொடர்ந்து அப்போதைய திமுக அரசு 03.06.2009இல் நீதிபதி கு.ப.சிவசுப்பிரமணியம் தலைமையில் குழு ஒன்றை அமைத்தது. இக்குழுவின் முக்கிய நோக்கம் கள் இறக்குவது, விற்பது பற்றியதாகும்.

தமிழ் நாட்டின் பல்வேறு பகுதிகளுக்கும் சென்று மக்களைச் சந்தித்து கருத்து கேட்ட இக்குழுவினர் கேரளாவுக்கும் சென்று, அங்கு கள் விற்பனையை எப்படி முறைப்படுத்தினார்கள் என்பது பற்றி அரசு அதிகாரிகளுடன் ஆலோசனை நடத்தினர்.

தொடர்ந்து 21.5.2010 அன்று குழுவின் அறிக்கை தமிழக அரசிடம் சமர்ப்பிக்கப்பட்டது. 'கேடு விளைவிக்கக்கூடிய ரசாயனப் பொருள் களை மூலப்பொருள்களாக வைத்து தயாரிக்கப்படும் வெளிநாட்டு வகை மதுபானங்களை அனுமதிக்கும்போது குறைந்த பாதிப்பு கொண்ட கள்ளைத் தடை செய்வது என்பதை நியாயப்படுத்த முடியாது' என அதில் குறிப்பிட்டிருந்த நீதிபதி சிவசுப்ரமணியம், 'நீண்ட நாட்களுக்கு கள் மீதான தடையைத் தொடர்ந்து நீட்டிப்பது நியாயமல்ல' என்றும் தெரிவித்திருந்தார். ஆனால் இந்த அறிக்கை அரசால் ஏற்றுக் கொள்ளப்படவில்லை.

ஆனாலும் கள் விற்பனையை அனுமதிக்கவேண்டும் எனும் குரல்கள் தொடர்ந்து ஒலித்துக்கொண்டுதான் இருக்கின்றன.

அதேபோல் கள் குறித்தான பட்டிமன்றங்களும் தொடர்ந்தும் வருகின்றன. ஆம், முன்னர் குறிப்பிட்டோமே சென்னை பட்டிமன்றம். அதில் காரசார விவாதம் நடந்தது. கள் உணவுப்பொருள் என வாதிட்ட நல்லசாமி, 'புதுச்சேரி, கேரளா, ஆந்திரா, கர்நாடக மாநிலங்களில் கள் விற்கப்படுகின்றது. அரசியலமைப்புச் சட்டமும் கள் ஒரு உணவு என்று கூறுகிறது. இந்திய மருத்துவ ஆராய்ச்சிக் கழகம் புளித்த கள், புளிக்காத கள் என உணவுப்பட்டியலில் வைத்துள்ளது. மது நல்ல பாம்பு. கள் சார பாம்பு. நல்ல பாம்புதான் விஷம். சார பாம்பு விவசாயிகளின் நண்பன்' என்றார்.

கள் போதைப் பொருளே என வாதிட்ட குமரிஅனந்தன், 'கள் போதை தரும் பானம் என கிண்டி கிங் இன்ஸ்டிட்யூட்டும், பீரும் கள்ளும் போதைப் பொருள் என டி.டி.கே. மருத்துவமனையும், கள் தீயவிளைவு களை ஏற்படுத்தும் போதைப் பொருள் என எம்.எஸ்.சுவாமிநாதன் ஆராய்ச்சி நிலையமும் தெரிவித்துள்ளன. நீதிபதி வி.ஆர்.கிருஷ்ணய்யர் கள் உணவுப்பொருள் அல்ல தேசியக் கொடுமை எனக் கூறியிருக்கிறார். நல்ல பாம்பை அடிக்க கம்பு தடியோடு செல்லும்போது, சாரைப்

பாம்பும் வந்துவிட்டால் விட்டுவிடமுடியுமா? இரண்டும் பாம்புதானே?' என வாதிட்டார்.

இருதரப்பு வாதங்களையும் கேட்ட பட்டிமன்ற நடுவர், ஓய்வுபெற்ற மாவட்ட நீதிபதி ஆறுமுகம், 'கள் உணவுப்பொருள் என்று சொல்வதை ஏற்றுக்கொள்ள முடியாது. மதுவும் கள்ளும் போதைப்பொருள்தான்' என தீர்ப்புக் கூறினார்.

இந்நிலையில் வாதங்களால் மோதிக் கொண்டவர்களிடையே நேரடி மோதல் ஏற்பட்டு கை கலப்பும் ஏற்பட்டதாம். சம்பவ இடத்திற்கு விரைந்து வந்த போலீசார் இரு தரப்பினரையும் சமாதானப்படுத்தி அனுப்பி வைத்திருக்கிறார்கள்!

23

திரைப்படங்களும் மதுவும்

வி. எஸ்.ஓ.பி. இது பிரபலமான பிராந்தியின் பெயர் என்று நினைத்துவிட வேண்டாம். ஆகஸ்ட் 2015இல் வெளியான திரைப்படம். 'வாசுவும் சரவணனும் ஒண்ணா படிச்சவங்க' என்பதன் சுருக்கம்தான், வி.எஸ்.ஓ.பி..

'வாசுவும் சரவணனும் ஒண்ணா படிச்சவங்க மட்டும் இல்ல. ஊரில் இருக்கும் பார்களிலெல்லாம் ஒண்ணா குடிச்சவங்க' என வசனம் பேசி லூட்டி அடிக்கிறது ஆர்யா - சந்தானம் கூட்டணி. பெயரைப் போலவே படம் முழுக்க சாராய நெடி. தமிழ்நாட்டில் மதுவிலக்கு கோரி போராட்டங்கள் உச்சக்கட்டத்தில் நடந்து கொண்டிருந்த நேரத்தில் வெளிவந்து, மதுவிலக்கு ஆர்வலர்களிடம் வாங்கிக் கட்டிக்கொண்டது இந்தத் திரைப்படம்.

இதே ஆண்டு வெளியான 'ரசிகர்கள் நற்பணி மன்றம்' திரைப்படமும் குறிப்பிடத்தக்கது 'இன்னிக்கு செத்தா நாளைக்குப் பால்' எனும் வசனம் தமிழ் சினிமாவில் கால் நூற்றாண்டாகச் சுற்றிவரும் வேளையில், இப்படத்தின் 'சங்கி மங்கி'ப் பாடலுக்கு இடையில், 'டிவிங்கில் டிவிங்கில் லிட்டில் ஸ்டாரு, நீ இன்னிக்கு செத்தா நாளைக்கு பீரு' என வரிகள் இடம்பெற்றிருந்தது.

இந்தப் படங்களில் மட்டுமல்ல 2010ஆம் ஆண்டுக்குப் பிறகு வெளியான பெரும்பாலான தமிழ்த் திரைப்படங்களில் டாஸ்மாக் முக்கிய இடத்தைப் பிடித்துள்ளது. கதாநாயகனும் அவர்தம் கூட்டாளிகளும் தண்ணியடிப்பது என்பது இன்றியமையாத காட்சிகளில் ஒன்றாகி விட்டது.

குறிப்பாக, 'ஒய் திஸ் கொல வெறி' (3), 'வேணா மச்சி வேணா இந்தப் பொண்ணுக காதலு, அது மூடி திறக்கும் போதே உன்னைக் கவுக்கும் குவார்ட்டரு' (ஒரு கல் ஒரு கண்ணாடி), 'மச்சி ஓபன் தி பாட்டில், ஏய் தோழா மீன் வாழ நீர் வேணும், நான் வாழ பீர் வேணும்' (மங்காத்தா), 'நாட்டுல நம்ம வீட்டுல நாம பாட்டிலுக்குள் மாட்டிக் கிட்டோம் மாப்பிள' (முகமூடி), 'சத்தியமா நீ எனக்குத் தேவையே இல்ல, பத்து நாளா சரக்கடிக்கிறேன் போதையே இல்ல' (எதிர் நீச்சல்), 'ஒரு பொறம்போக்கு முதன் முதலா எனக்கு சரக்கடிக்கக் கத்துக்குடுத்தான்' (கேடிபில்லா கில்லாடி ரங்கா), மேலும் மதுபானக் கடை, சகுனி, கலகலப்பு என பார் பாடல்கள் இடம்பெற்ற திரைப் படங்களின் பட்டியல் நீள்கிறது. இதன் தொடக்கம்தான் என்ன?

'மதுவே சுகமிதுவே
தெய்வமிதுவே!
மாறாத பேரின்பம்
ஆறாகப் பெருகச் செய்யும்
இதுவே நல்ல சொர்க்கம்!
வைகுண்டம்!
எந்த நாளும் எனக்குச் சொந்தம்!
இகத்திலும் பரத்திலும் சுகத்தையே கொடுத்திடும்
மதுவே சுகமிதுவே!

1937இல் வெளியான தமிழ்த் திரைப்படமான தேவதாஸில் கதாநாயகன் பாடும் இப்பாடல்தான் இது. இதே காலகட்டத்தில் வெளியான 'பக்கா ரவுடி' படத்திலும்கூட, 'பீரே இனி தெய்வம்! பிராந்தியிலே குளிப்போம்! நேரே சொர்க்க போகம்!' எனும் சொற்பிரயோகம் அடங்கிய பாடல் இடம்பெற்றிருந்தது.

இவற்றைத் தொடர்ந்து அடுத்த இரண்டாண்டுகளில் வெளியான 'மதுரை வீரன்' படத்திலும்,

'அபினு கஞ்சா
சாராயம் கள்ளு
ஆனந்தம் பரமானந்தம்!
ஆடு கோழி கருவாடு
தனக்கிணையீடு இல்லை!
ஏத்து! இன்னும் கொஞ்சம் ஊத்து!'

எனும் பாடல் இடம்பெற்றது. 1940இல் வெளியான சத்தியவாணி திரைப்படத்தில் இடம்பெற்ற ஒருபாடலின் வரிகள், 'போதை உள்ளேறினால் பூமி கைலாஸந்தானே, புலியும் முன்னே நில்லாது.

புவியில் சமானமேது? ஜல்தி போதை தருமிது. தானாக பலம் வருதே' என்று குடியின் மகிமை குறித்து சிலாகித்தது.

1940களில் மது தொடர்பாக தமிழ் சினிமாவில் தொடங்கிய இப்பாட்டுப் பயணம், சிவாஜியின் 'ஒரு கிண்ணத்தை ஏந்துகின்றேன்' (வசந்த மாளிகை 1972), கமலஹாசனின் 'சொர்க்கம் மதுவிலே' (சட்டம் என் கையில் 1978), அதே ஆண்டு வெளியான ரஜினியின் 'ராமன் ஆண்டாலென்ன' (முள்ளும் மலரும்), சிவகுமாரின் 'தண்ணித் தொட்டி தேடிவந்த' (சிந்து பைரவி 1985) எனத் தொடர்ந்து, அண்மைக் காலம் வரை தொடர்கிறது.

மதுவைப் புகழ்ந்தேத்தும் பாடல்களுக்கு மத்தியில் மதுவுக்கு எதிரான சிந்தனைகளுடன் கூடிய திரைப்படங்களோ அல்லது பாடல்களோ இல்லையா? இருந்தன. பதிபக்தி, சதிலீலாவதி, சந்திர மோகனா அல்லது சமூகத் தொண்டு, பாக்ய லீலா (1936), விமோசனம் (1937), அனாதைப் பெண், தியாக பூமி, (1938), நல்லதம்பி (1948) ஆகிய திரைப்படங்களைச் சொல்லலாம். இதில் குறிப்பிடத்தகுந்தது 'சதிலீலாவதி' திரைப்படமாகும். இத்திரைப்படத்தில் எம்.கே.ராதாவின் நடிப்பைப் பார்த்துவிட்டு, 'இன்று முதல் நான் குடிப்பதில்லை' என்று பல ரசிகர்கள் அவருக்குக் கடிதங்களை எழுதினார்களாம். இந்தப் படத்தை தியேட்டருக்கு வந்துப் பார்த்த ராஜாஜி, 'மதுவிலக்குப் பிரசாரத்தைச் சிறப்பாக செய்திருக்கிறீர்கள்' எனப் பாராட்டினாராம்.

மேற்கண்ட திரைப்படங்கள் தமிழ்நாட்டில் மதுவிலக்குத் தீவிரமாக அமல்படுத்தப்பட்ட காலகட்டங்களில் வெளியானவையாகும். இதில், என்.எஸ்.கிருஷ்ணன்-டி.ஏ.மதுரம் ஜோடி நடித்த 'நல்லதம்பி' திரைப்படமும் அதில் இடம்பெற்ற கீழ்வரும் பாடல்களும் குறிப்பிடத் தகுந்தவையாகும்.

'குடி கெடுத்த குடியொழிஞ்சது
அடிதடி சண்டையதும் கொறஞ்சது
ஆணும் பெண்ணும் புத்தி
அறிஞ்சது எங்க நாட்டிலே
அக்டோபர் ரெண்டுக்கு மேலே!'

'மனுசனாகிப் போனேன் - இப்ப
மனுசனாகிப் போனேன்!
பனைமரப்பாலு பட்டை பிராந்தி
பக்கம் வந்தா எடுக்கிற வாந்தி'

'விடுதலை! விடுதலை! விடுதலை!
உடலை வாட்டும் நோய்களுக்கும்
தலைவலிக்கும் இன்று முதல்
விடுதலை!

இரவும் பகலும் தொங்கிக் கிடந்த
பல்லாக் களுக்கும் விடுதலை!
பயந்து பயந்து ஏறி இறங்கும்
பாட்டாளிக்கும் விடுதலை!

ஜெகத்தை வெறுக்கச் செய்த
கஞ்சா சிலும்பிகளுக்கும் விடுதலை!
முகத்தை மூடும் துணிக்கும்
கள்ளு மொந்தைகளுக்கும் விடுதலை!

பனைமரத்துக்கும் விடுதலை
தென்னை மரத்துக்கும் விடுதலை!
பனை மரத்துக்கும் தென்னை மரத்துக்கும்
ஈச்ச மரத்துக்கும் விடுதலை!'

இதற்கிடையே 1947இல் நாடு விடுதலையானது. சென்னை மாகாணத்தில் பூரண மதுவிலக்கும் மதுவிலக்குச் சட்டமும் அமலில் இருந்த நேரம். இதனால் திரைப்படத் தணிக்கைக்கான புதிய விதிமுறைகளை வகுக்கவேண்டிய அவசியம் சென்னை சென்சார் போர்டுக்கு ஏற்பட்டது.

1948 ஜூன் மாதத்தில் போலீஸ் கமிஷனரும் சென்னை சென்சார் போர்டின் தலைவருமான ஏ.வி.பாத்ரோ புதிய கொள்கையைப் பிரகடனப்படுத்தினார். இதில் மதுக்காட்சிகள் தொடர்பான விதிகளும் இடம்பெற்றன. அவ்விதிகள் வருமாறு:

'ஆ.(5) சாராயம் முதலான மதுபானங்களைக் கள்ளத்தனமாய்த் தயாரிப்பதைப் பற்றிய பேச்சே கூடாது.

இ.(1) லாகிரி பானங்களை அருந்துவது சம்பந்தமான ஆட்சேபகரமான காட்சிகள் அனுமதிக்கப்படமாட்டாது. (2) இதற்குமுன் தணிக்கை செய்யப்பட்டவை உட்பட எல்லாப் படங்களிலிருந்தும் இக்காட்சிகள் நீக்கப்படும். (3) இம்மாகாணத்திற்கு வெளிநாட்டுப் படங்களை வரவழைப்பவர்கள் இந்த போர்டாரின் பார்வைக்கு அனுப்பும் படங்களில் மேற்சொன்ன காட்சிகளை நீக்கிவிடுவது நலம் என்பதைத் தத்தம் படமுதலாளிகளுக்குத் தெரிவிக்க வேண்டும். (4) மதுவிலக்குப் பிரச்சாரப் படங்களில் மதுவின் தீமைகளை விளக்குவதற்காகக் காட்டப்படும் மதுபானக் காட்சிகளும், மது அருந்துவதை பரிகசிப்பதற்கோ, வெறுக்கச் செய்வதற்கோ, அதை விஷம் என்றோ, அநாகரிகம் என்றோ, சுகாதாரக் கேடு என்றோ, சமூக விரோதம் என்றோ விளக்குவதற்காக காட்டப்படும் மதுபானக் காட்சிகளும் அனுமதிக்கப்படும்.

இதற்கு மாறாக, மதுவிலக்கையோ, அதை அமுலுக்குக் கொண்டு வந்த சர்க்காரையோ பரிகசிக்கும் காட்சிகளும், மதுவிலக்குச் சட்டத்தை மீறும்படித் தூண்டும் காட்சிகளும், மதுவிலக்கிற்கு எதிர்ப்பிரச்சாரக் காட்சிகளும், மது அருந்துவது தவறல்ல - நல்லது என்று எந்த விதமாகவோ காட்டப்படுவதும் ஆட்சேபகரமான காட்சிகள் எனப்படும். வெளி மாகாணத்தில் தணிக்கை செய்யப்பட்டு இம்மாகாணத்திற்கு வரும் படங்களும் இவ்விதிப்படியே புனர் பரிசீலனை செய்யப்படும்.'

சென்சார் போர்டின் இந்த விதிமுறைகளில், திரைப்படங்களில் காட்டக் கூடாத இடங்களின் பட்டியலும் இடம்பெற்றிருந்தது. அந்த இடங்கள், 'விபசார விடுதி, தாஸி வீடு, கஞ்சாக் கடை, சாராயக் கடை முதலிய வற்றைக் கதைக்கு அவசியத் தேவை இருந்தாலொழிய காட்டக் கூடாது. அவற்றை விரும்பக்கூடிய முறையில் காட்டக் கூடாது.'

இதனைத் தொடர்ந்து நீண்ட இடைவெளிக்குப் பின்பு திக்கற்ற பார்வதி (1974) படம் வெளியானது. இது, ராஜாஜியால் முன்பு எழுதப்பட்ட கதை. இப்போது திரைப்படமாக ஆகியிருந்தது. பின்னர், உன்னால் முடியும் தம்பி (1987), நீங்க நல்லாயிருக்கணும் (1992) ஆகிய திரைப்படங்களும் வந்திருக்கின்றன.

'நம்ம சிங்காரி சரக்கு நல்ல சரக்கு சும்மா கும்முனு ஏறுது கிக்கு எனக்கு' என குத்துப்பாட்டு (காக்கி சட்டை) வெளியான அதே ஆண்டுதான் (1985), 'புட்டி தொட்டதால புத்தி கெட்டுப் போனேன்', 'கையில் கிண்ணம் பிடித்துவிட்டான் இனிக்கிற விஷத்துக்குள் விழுந்து விட்டான்' (சிந்து பைரவி) எனும் பாடல் வரிகளும் பதிவேறின என்பதையும் நாம் கவனத்தில் கொள்ளவேண்டும்.

தமிழ் சினிமாவில் 'தேவதாஸ்' பி.வி.ராவ் தொடங்கி மதுக்கிண்ணத்தை அல்லது சாராய பாட்டிலை ஏந்தாத கதாநாயகர்களை (இதில் சில கதாநாயகிகளும் அடக்கம்) காண்பதரிது. ஆனாலும்கூட, நடிகர் ராமராஜன் இதற்கு விதிவிலக்கு என்பார் புதுவைப் பொறியாளர் மு.மேகநாதன்.

பழைய திரைப்படங்களில் கதையோட்டத்திற்குத் தகுந்தவாறுதான் நாயகன் அல்லது நாயகி மதுக்கிண்ணத்தையேந்தும் காட்சிகள் இடம் பெற்றிருக்கின்றன. ஆனால் அண்மைக் காலங்களில் வெளியாகும் திரைப்படங்களில் சோகமோ மகிழ்ச்சியோ எதுவுமில்லாமலும்கூட, குடிப்பது என்பதைச் சாதாரண நிகழ்வாக இடம்பெற வைத்து விட்டனர் என்பதையும், இளைஞர்களிடம் பெருகிவரும் குடிக்கலாசாரத்துக்கு இத்திரைப்படக் காட்சிகளும் காரணமாக அமைந்துவிட்டன எனும் குற்றச்சாட்டுகளையும் மறுப்பதற்கில்லை.

இதனை ஏற்றுக் கொள்ளும் 'நிழல்' ப.திருநாவுக்கரசு, 'சமூகத்தின் நிகழ்வுகள்தான் திரைப்படங்களில் பிரதிபலிக்கின்றன' என பதில்

அளிக்கிறார். அப்படியானால் சமூகத்தில் நிகழும் அனைத்தையும் திரைப்படங்கள் பதிவு செய்கின்றனவா எனும் கேள்வியெழுகிறது. 'தங்களுக்கும் சமூக அக்கறை இருக்கிறது' என்பதைத் திரைத் துறை பார்க்க மறுக்கிறது என்பதுதான் தொடர்கதையாகும்.

மதுவில் மூழ்கிக் கிடந்தவை, கிடப்பவை திரைப்படங்கள் மட்டும் தானா? அந்தத் துறையைச் சார்ந்தவர்கள் எப்படி? 'ஒருகோப்பையிலே என் குடியிருப்பு' என ஒப்புதல் வாக்குமூலம் அளித்த கவியரசு கண்ணதாசனை நமக்குத் தெரியும். மற்றவர்கள்?

இதற்குத் தெளிவான விடையளிக்கிறது அறந்தை நாராயணனின் 'குடியினால் குடை சாய்ந்த கலைக்கோபுரங்கள்' எனும் நூல். தேவதாஸ் பி.வி.ராவ் தொடங்கி, பி.யு.சின்னப்பா, நாதஸ்வர சக்ரவர்த்தி ராஜரத்தினம் பிள்ளை, கலைவாணர் என்.எஸ்கே., டி.ஏ.மதுரம், நடிப்பிசைப் புலவர் கே.ஆர்.ராமசாமி, கவிஞர் கம்பதாசன், நடிகர் சந்திரபாபு, நடிகை சாவித்திரி எனப் பலரையும் பட்டியலிடுகிறது இந்நூல்.

இவர்களில் ராஜரத்தினம் பிள்ளை, பி.யு.சின்னப்பா, என்.எஸ்.கே. ஆகியோர் தமிழ்நாட்டில் கடுமையான மதுவிலக்கு அமலில் இருந்த போதுதான் மரணமடைந்திருக்கிறார்கள் எனும் அதிர்ச்சித் தகவலையும் பதிவு செய்திருக்கிறார் அறந்தை நாராயணன்.

குடித்த நிலையில் இருந்த கே.ஆர்.ராமசாமியை பளார் என அறைந்த என்.எஸ்.கே, மதுவிலக்குக்காகவே படம் எடுத்த என்.எஸ்.கே., தென்னை மரத்துக்கும் பனை மரத்துக்கும் விடுதலை என துள்ளிக் குதித்த என்.எஸ்.கே., தன் வாழ்நாளின் இறுதியில் அந்தக் குடிக்கே தன்னை இரையாக்கிக் கொண்டது, மாபெரும் கலையுலகச் சோகம்தான்!

பெரும்பாலான வீடுகளின் வரவேற்பறையை ஆக்கிரமித்துக் கொண்டிருக்கும் சின்னத் திரை சீரியல்களில்கூட இப்போது மது அருந்தும் காட்சிகள் முக்கிய இடத்தைப் பெற்றுள்ளன.

இவ்வளவு பேசிய நாம், 'மதுபானக் கடை'யைப் பற்றிப் பேசாமல் இருக்கக் கூடாது. இயக்குநர் கமலக்கண்ணன் இயக்கத்தில் வெளிவந்த (2012) திரைப்படம் இது. தமிழ்நாட்டு டாஸ்மாக் கடைகளின் உண்மை முகத்தை மட்டுமல்ல, நாள், வார, மாதக் குடிகாரர்கள் குறித்த யதார்த்தத்தை உள்ளபடியே எடுத்துக்காட்டியது.

'எங்களுடைய தள்ளாட்டத்தில்தான், அரசாங்கம் ஸ்டெடியா போய்ட்டிருக்கு'-இப்படத்தில் இடம்பெற்ற வசனங்களில் ஒன்று. நடுநிலையாளர்களின் வரவேற்பை இத்திரைப்படம் பெற்றது குறிப்பிடத்தக்கது.

24

படைப்பாளிகளும் மதுவும்

சிறிய கள்ளாக இருந்தாலும் பெரிய கள்ளாக இருந்தாலும் எமக்கும் கொடுத்துத் தானும் உண்பான் என அதியமானைப் போற்றுவதில் இருந்தே, ஔவையார் போன்ற புலவர் பெரு மக்களின் 'குடி'ப்பற்று நமக்குப் புரிகிறது.

பாரதியின் எழுத்தில் 'மது' குறித்து போகி இப்படி பாடுகின்றான்.

'பச்சை முந்திரித் தேம்பழங் கொன்று
பாட்டுப் பாடிநற் சாறு பிழிந்தே
இச்சை தீர மதுவடித் துண்போம்
இஃது தீதென் றிடையர்கள் சொல்லுவர்
கொச்சைப் பேச்சிற்கை கொட்டி கைப்போம்.
கொஞ்சு மாதருங் கூட்டுணுங் கள்ளும்
இச்ச கத்தினில் இன்பங்க ளன்றோ?
இவற்றி னல்லின்பம் வேறொன்று முண்டோ?'

பின்னர் போகி, யோகி, ஞானி மூவரும் சேர்ந்து 'மதுநமக்கு, மதுநமக்கு, மதுநமக்கு விண்ணெலாம். மதுரமிக்க ஹரிநமக்கு, மதுவெனக் கதித்தலால்' எனப் பாடுகின்றனர்.

பாரதி அபின் எனப்படும் போதைப் பொருளைப் பயன்படுத்தினார் என்பது அனைவரும் அறிந்த விஷயம். அவரது 'மோகத்தைக் கொன்றுவிடு' என்பது தன்னால் போதை பொருளை விட முடியாத நிலையில் கதறி அழுத கவிதையாகக் கூட இருக்கலாம் என்பார், சிங்கப்பூர் கிருஷ்ணன்.

1930களில் கள்ளுக்கடை மறியல் போராட்டங்கள் நடந்து கொண்டிருந்த நேரம் அது. ராஜாஜியின் திக்கற்ற பார்வதி, 'கல்கி' ரா.கிருஷ்ண மூர்த்தியின் கோவிந்தனும் வீரப்பனும், சின்னத்தம்பியும் திருடர்களும், சுயநலம், தண்டனை யாருக்கு? திருவழுந்தூர் சிவக்கொழுந்து, தெய்வ யானை, பரிசல்துறை போன்ற கதைகளும் நாமக்கல் கவிஞர் வெ.ராமலிங்கம் பிள்ளையின் கவிதைகளும் இப்போராட்டங் களுக்கான ஆயுதங்களாக அமைந்தன.

இதற்கிடையே 'மதுவிலக்கு' எனும் மொழிபெயர்ப்பு நூலை ஸ்ரீவத்ஸன் என்பவர் வெளியிட்டார். இந்நூலுக்கு 25.6.1938 தேதியிட்ட தினமணி நாளிதழில் எழுத்தாளர் புதுமைப்பித்தன் எழுதியிருந்த மதிப்புரை வருமாறு:

> 'ஸ்ரீ ஆத்ரேயன் என்பவர் ஆங்கிலத்தில் எழுதியதைத் தழுவி இப்புத்தகம் தமிழில் எழுதப்பட்டிருக்கிறதாம். மதுவிலக்கு ஒரு ஸ்வாரயமான பிரச்னை. இந்தியர்களுக்கு, முக்கியமாகத் தமிழர் களுக்கு, அது புதிதல்ல. ஆசிரியர் உலகம் பூராவும் சுற்றி மதுவிலக்கு விவரங்களைத் திரட்டி குமித்திருக்கிறார். அவருக்கு தமிழிலும் மதுவிலக்கு பற்றி ஆணித்தரமான பிரசாரங்கள் ஒரு காலத்திலாவது நடந்து ஓரளவாவது வெற்றி பெற்றிருக்கிறது என்பது தெரியாது போலும். அடுத்த பதிப்பில் இக்கும்பலோடு கும்பலாக தமிழ்ப் பிரசாரகர்களையும் நிறுத்தி வைப்பார் என்று நம்புகிறேன். இப்புத்தகத்தில் மதுவிலக்குச் சட்டம் சேர்க்கப் பட்டிருக்கிறது. பொதுவாக புத்தகம் பிரசாரகர்களுக்குப் பயன் படக்கூடிய நூல். ஆசிரியர் முதல் அத்தியாயத்தில் குறளுக்கு கூறும் பொருள் விபரீதமான மூடநம்பிக்கையூட்டுவதாக இருக்கிறது. வள்ளுவர் அக்குற்றம் செய்யத்தக்கவர் அல்ல. ஆசிரியர் இதற்கு எழுதும் விளக்க உரையில் உள்ள இரண்டாவது வாக்கியத்தை அகற்றிவிடுவதால் குறளாசிரியரின் நோக்கம் கெட்டுவிட வில்லை.'

பாவேந்தர் பாரதிதாசன் அசைவப் பிரியர். சிகரெட் அல்லது சுருட்டினைத் தொடர்ந்துப் புகைப்பார். தாம்பூலம் தரிப்பார். இவற்றினூடாக மதுவும் அருந்துவாராம். இதுபற்றி கவிஞர் முருகுசுந்தரத்திடம் 1962 ஜனவரி 26இல் பாவேந்தரே பகிர்ந்து கொண்ட தகவல் வருமாறு:

> 'நான் வாரத்திலே இரண்டு மூன்று நாள் மட்டும் அளவோடு குடிப்பது வழக்கம். அளவோடு குடிப்பது உடம்புக்கும் நல்லது. எங்க பக்கத்திலே இது உணவு மாதிரி. வீட்டில் பெண்களே கொஞ்சம்

ஊற்றி உணவுக்கு முன்னால் அளவோடு கொடுப்பாங்க. எப்போதுமே 'குடிப்பது குடிப்பதற்காக' என்பது தவறான கொள்கை. குடிப்பது உணவைச் சுவைத்துச் சாப்பிடுவதற்குத் துணை செய்யவேண்டும். அந்த அளவுதான் குடிக்கணும். நீ, புதுச்சேரி வந்தா பார்க்கலாம். புதுச்சேரிக்கார எவனும் அளவுக்கு மீறிக் குடிச்சுப்புட்டு வீதியோரத்திலே உருண்டு கிடந்தான்னா அவ புதுச்சேரிக்கார அல்ல சேலத்துக்கார.' என்று சொல்லிவிட்டு உரக்கச் சிரிக்கிறார்.

பாவேந்தரின் இப்பழக்கமானது, பன்மொழிப் புலவர் கா.அப்பாத்துரையாருடனான நட்பில் விரிசலை ஏற்படுத்தியது. இதுபற்றி அப்பாத்துரையார் சொல்கிறார், 'திருவல்லிக்கேணியில் நாங்கள் இருந்த வீட்டில்தான் பாரதிதாசனும் தங்கியிருந்தார். நான் வீட்டில் இல்லாத நேரங்களில் பாரதிதாசன் தம் நண்பர்களுடன் கூடிக்குடித்துவிட்டு கும்மாளவிடுவதை என்னால் சகித்துக் கொள்ள முடியவில்லை. கொஞ்சம் கொஞ்சமாகப் பாவேந்தருக்கும் எங்களுக்கும் இருந்த குடும்ப நட்புத் தேய்புரிப் பழங் கயிராகி இறுதியில் இற்று விழுந்தது. அவரோடு ஒன்றாகத் தங்கும் நிலை மாறியது.' (நூல்: பாவேந்தர் ஒரு பல்கலைக் கழகம்)

ஒரு கோப்பையிலே என் குடியிருப்பு என்று பாடிய கண்ணதாசன் ஒருமுறை இப்படி சொன்னாராம்: உலகிலுள்ள மதுவை முழுவதும் ஒழிக்கவேண்டும் என்பதுதான் என் விருப்பம். கூடியிருந்தவர்களுக்கு அதிர்ச்சி. கவிஞரா இப்படி சொல்கிறார்? பின்னர் கண்ணதாசனே தொடர்கிறார், உலகிலுள்ள மதுவையெல்லாம் குடித்தே ஒழித்துவிட வேண்டும் என்றுதான் ஆசைப்படுகிறேன். முடியவில்லையே!

எழுத்தாளர் ஜெயகாந்தன் மதுப்பிரியர் என்பது அனைவரும் அறிந்த விஷயம். 1973இன் தொடக்கம். தி.மு.க. தலைமையிலான மாநிலஅரசு எப்போது வேண்டுமானாலும் மதுவிலக்கை ஒத்திவைக்கக்கூடும் எனும் நிலை. எப்போது இந்த அறிவிப்பு வரும்? அனைவரது மத்தியிலும் எதிர்பார்ப்பு நிலவியபோது, ஜெயகாந்தன் பின்வருமாறு எழுதுகிறார்:

'ஒருவேளை தமிழ்நாட்டில் மதுவிலக்கு ரத்தானால் அதன் பிறகும் அது சரியா? தவறா? என்ற விவாதங்களில் காலங் கடத்துவது, காலம் கடந்ததும், காலத்துக்கு ஒவ்வாததும் நடைமுறைக்கு உதவாததுமான காரியமாகிவிடும்.

அதன் பிறகு நடைமுறை வாழ்க்கைக்கு உகந்த முறையிலும் உதவுகின்ற முறையிலும் அதைப்பற்றிச் சிந்திக்க வேண்டும். குடியினாலும் அதிகக் குடியினாலும் ஏற்படுகிற தீமைகளைப் பற்றிப் பிரசாரம் செய்ய வேண்டும். குடியின் தீமைகளைப் பற்றிச் சொல்லிக்

கொண்டே இருப்பதைவிடவும் குடிக்கிறவர்கள் மத்தியில் அந்தத் 'தீமைகளை'க் களைவதற்கான யோசனைகளைச் சொல்ல வேண்டும். குடிக்கிறவர் களை 'நல்ல' குடிகாரர்களாக மாற்ற வேண்டும். ஆரோக்கியமாகக் குடிப்பதற்குக் கற்றுத்தர வேண்டும்.

எந்தக் காலத்திலுமே எதுவுமே பிரச்சாரத்தால்தான் நடக்கிறது. பிரச்சாரத்தின் மூலம் அமிர்தம் நஞ்சாகிறது. நஞ்சும் அமிர்தமாகிறது. பிரச்சாரத்தினால்தான் மது 'அரக்க'னாகவும் மாறிற்று. பிரச்சாரத்தின் மூலம் அதை ஓர் 'அழகிய நங்கை'யாகவும் மாற்றலாம்.

'என்னைக் கௌரவியுங்கள். என்னிடம் மென்மையாக நடந்து கொண்டு நீங்கள் மேலானவர்கள் என்று நிரூபியுங்கள்' என்று மதுமங்கை குடிக்கிறவர்களிடம் வேண்டுவதாகச் சித்திரங்கள் தீட்டிவைக்கலாம்.

கீழ்க்கண்ட வாசகங்களை ஆங்கிலத்திலும் தமிழிலும் கண்ணையும் மனத்தையும் கவர்கிற விதமாக எழுதி வைக்கலாம்:

> நீங்கள் விரும்பினால் குடிக்கலாம். உங்களைத் தடுப்பது நாகரிகமல்ல. நாகரிகத்தை நீங்களும் காப்பாற்றுங்கள். நீங்கள் குடிப்பது உங்கள் மகிழ்ச்சிக்காகத்தான். பிறருடைய மகிழ்ச்சியைக் கெடுப்பதற்காக அல்ல. நீங்கள் குடிப்பது உங்கள் சொந்த விஷயம். அது நடுத்தெரு விவகாரமானால் அதற்கு நீங்களே பொறுப்பு.
>
> உங்களுக்கு மகிழ்ச்சியூட்டுகிற மதுவை நீங்கள் அவமானப் படுத்தாதீர்கள். வெளியில் குடிப்பதைவிட உங்கள் வீட்டுச் சூழ்நிலையில் நீங்கள் குடிப்பது நல்லது. இது தவறு என்று கருதினால் தயவு செய்து செய்யாதீர்கள். உங்கள் துன்பங்களை நீங்கள் மறக்கலாம். பொறுப்புகளை மறந்துவிடாதீர்கள்.
>
> அவர்கள் சொல்லுகிறார்கள், 'நீ ஒரு குடிகாரன்' என்று. நான் சொல்லுகிறேன், 'நீ ஒரு பொறுப்புள்ள குடிமகனும்கூட.' வேலை நாட்களில் குடிப்பதைத் தவிர்க்கவும்.
>
> எச்சரிக்கை. மதுவினால் குற்றங்களும் குணக் கேடுகளும் பெருகு மானால் மறுபடியும் மதுவிலக்கு வந்துவிடும்.
>
> குடிக்கிறவர்களுக்கும் குடிக்காதவர்களுக்கும்கூட இது ரசனை தருகிற விஷயமாக இருக்கும். என்னைப் பொறுத்தவரை ஒன்று சொல்லுவேன். மது, இந்த மனிதர்களை விட நல்லது.'

1980களில் கள், சாராயக் கடைகள் மூடப்பட்டுவிட்டன. என்றாலும், அந்நிய மதுபானக் கடைகள் நிரந்தரமாகத் தங்கிவிட்டன. இப்போது குடியின் தீமையைச் சொல்ல வேண்டுமே? அது எப்படியெல்லாம் மனிதனை அழிக்கிறது? இந்நேரத்தில் தான்(1986)எழுத்தாளர்

சிவசங்கரியின் ஒரு மனிதனின் கதை நாவல் வெளியானது. பின்னர் இது தொலைக்காட்சித் தொடராகவும் எடுக்கப்பட்டு, பெண்கள் மத்தியில் நல்ல வரவேற்பினைப் பெற்றது.

பிற்பாடு 'டாஸ்மாக்' கடைகளின் மூலம் மது நம்மிடையே நிரந்தரமாகத் தங்கிவிட்டது. படைப்பாளிகளும் அவர்தம் அனுபவங் களை, கருத்துகளைப் பதிவேற்றி வருகின்றனர்.

'எட்டாம் வகுப்பு வரும்போது கள் பற்றிய ஞானத்தை நான் எய்திவிட்டேன். ஒன்பதிலிருந்து பத்தாம் வகுப்புக்கு வருகிற கோடைக் கால விடுமுறை ஒன்றின் போதுதான் முதன்முதலாக சாராயம் என்கிற மதுவைத் தான் அறிந்ததாகச்' சொல்லும் எழுத்தாளர் பிரபஞ்சன், 'எனக்கு எப்போதும் குடித்தே ஆக வேண்டும் என்ற கட்டாயமோ, பெருவிருப்போ இருந்ததில்லை. நான் குடிப்பது பெரும்பாலும் என்னுடன் அமரும் நண்பர்களைப் பொறுத்தது. என் அளவு ர-ழ ஆகும் வரை. அதாவது ராயப்பேட்டையை ழாயப்பேட்டை என்று எந்தக் கணம் உச்சரிக்கிறேனோ, அந்தக் கணமே நான் எழுந்து விடுவேன்' என்கிறார்.

'எனது கணிப்பில் பெரும்பாலான தமிழர்கள் என்ன குடிக்க வேண்டும்? எப்போது குடிக்க வேண்டும்? எவ்வளவு குடிக்க வேண்டும்? எப்படி குடிக்க வேண்டும்? யாருடன் குடிக்க வேண்டும் என்பதை அறிய மாட்டார்கள். பள்ளிகளில் பாலியல் கல்வி வேண்டும் என்று முழங்குகிற நாம் மதுப்பழக்கம் பற்றிய அத்தியாவசியமான புரிதலையும் வழங்க வேண்டும்' என்று சொல்லும் எழுத்தாளர் நாஞ்சில் நாடன், 'மகிழ்ச்சிக்கு என்று குடிப்பது அவரவர் சுதந்திரம். இதில் தர்மோபதேசம் செய்ய எனக்கு எந்த யோக்கியதையும் கிடையாது. தயவுசெய்து விருப்பமில்லாதவனைக் குடிக்கக் கட்டாயப் படுத்தாதீர்கள். மோர் குடிப்பவன் என்றும் மூத்திரம் குடிப்பவன் என்றும் அவனைக் கேலி பேசாதீர்கள்' எனும் வேண்டுகோளை வைக்கிறார்.

'தமிழர் பண்பாட்டில் மதுவிலக்குக்கு இடமில்லை' என்று சொல்லும் எழுத்தாளர் பெருமாள் முருகன், 'மதுவிலக்கு என்பதைப் பற்றிப் பேசாமல் இன்றைய சூழலுக்கு ஏற்ற வகையில் மதுவுண்ணல் குறித்த நெறிமுறைகள் வகுப்பதைப் பற்றி பேசலாம். அதுதான் நடைமுறைச் சாத்தியமாகவும் அமையும்' என்றும், 'மதுவிலக்கால் சமூகம் இறுகிப் போய்விடும் வாய்ப்பிருக்கிறது. மது மனிதனுக்கு வாய்த்த மிகச்சில இன்பங்களுள் ஒன்று. அதனையும் பிடுங்கிக் கொள்ளுதல் முறையல்ல.' என்றும் தெரிவிக்கிறார்.

எழுத்தாளர் விக்கிரமாதித்யனோ, 'எப்படிப் பார்த்தாலும் தமிழ்க் கவிஞன் குடிக்காமல் இருக்க முடியாது. குடிக்காமல் இருந்தாலும் தவறு

இல்லை. கவிஞனைப் புரிந்து கொள்ளுங்கள். அது விக்கிரமாதித்தனுக்கும் பொருந்தும். அவர் வேறு ஒரு சிக்கலில் அல்லது கஷ்டத்தில் இருக்கிறார் என்பதை மட்டும் தயவுசெய்து புரிந்து கொள்ளுங்கள். குடிப்பதில் உண்மையிலே விருப்பம் இருக்கலாம். குடிப்பது சந்தோஷத்திற்காகக் கூட இருக்கலாம். அல்லது மாய உலகத்திற்குச் செல்ல குடி ஒரு கம்பளமாக இருக்கலாம். எந்த சமூகக் காரணமும் இல்லாமல் முழுக்க முழுக்க அவனைச் சார்ந்தே அவன் குடிக்கலாம்' என பச்சைக் கொடி காட்டுகிறார்.

'குடி என்பது மனித குலத்திற்குக் கிடைத்த பேறுகளில் ஒன்று' என்பது ஆய்வாளர் அ.மார்க்சின் கருத்தாகும்.

இக்கருத்துகளை வைத்து படைப்பாளிகள் அனைவருமே குடிப்பழக்கம் உடையவர்கள் என்று சொல்லிவிட முடியாது. இதில் குளித்தெழுந்த வர்களும் இருக்கிறார்கள். இதன் வாசனையையே அறியாதவர்களும் இருக்கிறார்கள். தண்ணிப் போட்டால்தான் எழுதவரும் என எந்தப் படைப்பாளியும் தவமிருப்பதுபோல் தெரியவில்லை. சக மனிதர்களைப் போல் தங்களை ஆசுவாசப்படுத்திக்கொள்ள குடி உதவுகிறது என்று சொல்வோரும் இருக்கின்றனர்.

கடந்த காலத்திய ஜெயகாந்தனோ, நிகழ்காலத்திய நாஞ்சில் நாடனோ சொல்வதைப் போல் குடிக்கு அடிமையாகிவிட்ட ஒருவனை நல்ல குடிகாரனாக எப்படி மாற்றுவது? குடி குறித்த அத்தியாவசியப் புரிதலை எப்படி ஏற்படுத்துவது? இதெல்லாம் சற்று சிக்கலான விஷயம்தான்.

25

பக்கத்து வீடு

2016 புதுவை மாநிலச் சட்டமன்றத் தேர்தலின் போது, 'இங்கு மதுவிலக்கு அமல்படுத்தப்படுமா?' என்று செய்தியாளர்கள் கேள்வியெழுப்பினர். இதற்கு அம்மாநில முதல்வர் வேட்பாளர்களான என்.ரங்கசாமி (என்.ஆர்.காங்கிரஸ்), வி.நாராயணசாமி (காங்கிரஸ்) ஆகிய இருவருமே ஒருமித்த குரலில் சொன்னார்கள், 'மதுவிலக்கு எனும் பேச்சுக்கே புதுவையில் இடமில்லை. அதற்கு இங்கு சாத்தியமுமில்லை.'

ஏன் இடமில்லை? சாத்தியமில்லை? இதற்கான பதில் இப்படியாக இருந்தது, 'புதுவையின் கலாசாரம் வேறு'. இது குறித்து, அம்மண்ணைச் சார்ந்த எழுத்தாளர் பிரபஞ்சன் இப்படிச் சொல்வார்: 'பிரான்ஸ் தேசத்தோடு தொடர்பு கொண்டிருந்த, அழகிய பிரஞ்சுக் கலாச்சாரத்தோடு தம்மைப் பிணைத்துக் கொண்ட பல நூறு பிரஞ்சுக் குடும்பங்களைக் கொண்ட ஞானபூமி எங்கள் புதுவை. ஓரிரண்டு பத்து ஆண்டுகளுக்கு முன்னால், அக்குடும்ப நண்பர்கள் வீட்டுக்குச் சென்றால், அங்கே இருக்கும் முசியோவோ, மதாமோ நம்மிடம், எது உங்களுக்கு உவப்பு, தண்ணீரா, சோடாவா' என்று கேட்கிற இன்னோசையைக் கேட்டு வளர்ந்தவன் நான். பூத் தையல் போர்த்திய சௌகரியமான இருக்கைகளில் நாம் அமர்ந்த பிறகு, நம்மை நோக்கி, தட்டில் உட்கார்ந்து வரும் நீலகண்டப் பறவை மாதிரி, மதுரம் நம்மைத் தேடிவரும்.' (மது நமக்கு மது நமக்கு மது நமக்கு உலகெலாம், பிரபஞ்சன். உயிர்மை டாட் காம்).

புதுவை மாநிலத்துக்குள் நீங்கள் நுழைந்தவுடன் பிரெஞ்சு கலாசாரங்கள் நம்முன் விழத்தொடங்கும். அந்தப் பழைய கட்டடங்கள், சில வீதிகளின் பெயர்கள், வெள்ளைச் சட்டை பேன்ட்டுடன் சீட்டுக்கட்டில் இடம்பெற்றுள்ள ஜோக்கரை நினைவூட்டும் அந்த போலீஸ்காரர்கள். சற்று காது கொடுத்தால் ‘மிர்சே’ போன்ற பிரெஞ்சு சொற்களையும் கேட்கலாம்.

எப்படியும் இரண்டு, இரண்டரை நூற்றாண்டுகள் மட்டுமே பிரெஞ்சுக் காரர்கள் புதுவை மண்ணில் இருந்திருப்பார்கள். பின் எப்படி இவ்வளவு தூரம் இவர்களால் மக்களுடன் ஊடுருவ முடிந்தது?

‘தமிழ்நாட்டில் பிரிட்டிஷ்காரர்கள் மக்களை அடிமைப்படுத்தி யிருந்தனர். அதே நேரம் புதுச்சேரியில் ஆட்சி செய்த பிரெஞ்சுக் காரர்கள் சுதந்திரம், சமத்துவம், சகோதரத்துவம் எனும் தத்துவத்தை முழுமையாக இல்லாவிட்டாலும், ஏறக்குறைய 80 சதவீதம் புதுவை மக்களுக்கு வழங்கியிருந்தனர். அவர்களது வாழ்க்கை புதுவை மக்களுடன் ஒன்றியிருந்தது. ஏன் நீங்கள் விரும்பினால் பிரான்ஸ் தேசத்துக் குடிமகனாகவும் முடியும். புதுவை-பிரெஞ்சு என்பதன் உறவானது, சர்வதேச ஒப்பந்தத்தினாலும் இறுக்கமாகியுள்ளது’ என விளக்குகிறார் புதுவை தாகூர் கலைக் கல்லூரி பேராசிரியர் நா.இளங்கோ.

புதுச்சேரி மாநிலத்தில் பிராந்தி உள்ளிட்ட அந்நிய மதுபானங்களை மொத்தமாக வியாபாரம் செய்யும் கடைகள் 83, சில்லறை வியாபாரக் கடைகள் 376 ஆகியவை இருக்கின்றன. சாராயக் கடைகளின் எண்ணிக்கை 122. கள்ளுக்கடைகளின் எண்ணிக்கை 98.

மாஹே, ஏனாம் பகுதிகளில் மட்டும் மக்களின் வேண்டுகோளுக் கிணங்க, கள் சாராயக் கடைகள் கிடையாது என்பது குறிப்பிடத்தக்கது. புதுவை மாநிலத்தில் பிராந்தி கடைகள் காலை 8 மணி முதல் இரவு 11 வரை திறந்திருக்கின்றன. கள், சாராயக் கடைகள் 24 மணி நேரமும்கூடத் திறந்திருக்கின்றன.

இந்தக் கடைகள் குறித்து ‘எங்கள் ஊர் பிராந்திக் கடைகள் மிக அழகியவை. நாகரிக மானவை. பார்கள் மிக நவீனமானவை. உங்களை மதிப்பவை. புதுச்சேரிக்காரர்களாகிய நாங்கள் மது அருந்துபவர்கள். குடிகாரர்கள் அல்லர். குடிப்பது வேறு. அருந்துவது வேறு. தமிழ் நாட்டில் டாஸ்மாக் கடையைப் போல ஒரு ஆபாசக் கட்டிடம் எங்கள் ஊரில் இருக்கவே முடியாது. நாங்கள் அதைச் சகிக்க மாட்டோம். இது பிரஞ்சியரிடம் இருந்து நாங்கள் கற்ற பல அழகுகளில் ஒன்று’ என சிலாகிப்பார் எழுத்தாளர் பிரபஞ்சன். (காங்கிரஸ்காரரான இவரது

தந்தை மூன்று கள்ளுக் கடைகள், இரண்டு சாராயக் கடைகளுக்கு உரிமையாளராக இருந்தவர் என்பது குறிப்பிடத்தக்கது.)

சரி, புதுச்சேரியில் கள், சாராயம் மற்றும் பிராந்தி கடைகள் மூடப் பட்டதே இல்லையா? மூடியிருக்கிறார்கள். அதுவும் ஆறு மாதங்கள். 1741இன் தொடக்கம். படையெடுத்துவந்த மராட்டியர்கள் புதுவையை நெருங்கிவிட்டனர். அப்போது ஆளுநர் துய்மா போட்ட உத்தரவு வருமாறு:

'வெள்ளைக்காரர் தமிழர் மற்றும் உள்ள கருத்த சனங்களுக்கு அறிவிக் கிறதாவது, மார்ச் மாதம் தொடங்கி செப்டம்பர் மாதம் வரைக்கும் பிராந்தி, சாராயம், கோவா சாராயம், லிக்கர் சாராயம், படேவியா சாராயம், கொழும்பு சாராயம், பட்டை சாராயம் போன்றவற்றை விற்றாலும் விற்பித்தாலும் ஆயிரம் வராகன் அபராதமும் கொடுத்து ஒரு வாரம் காவலில் கெடக்கறது.

அவற்றை வாங்கிப் போகிறவர்களை சாவடியிலே கட்டி அடிச்சு வலது தோளிலே சுணக்கி (நாய்) முத்திரை போட்டு குண்டுக்கு வெளியே துரத்தி விடுகிறது. தோட்டத்திலும் வீட்டிலும் தென்னை மரம் வைத்திருக்கிறவர்கள் எவருக்காவது கள்ளு ஒரு காசளவிலே வித்தாலும் விற்கச் செய்தாலும் அவர்களுக்கும் முன்னே எழுதின அபராதம் நடக்கும். கள்ளு இறக்குகிறவர்கள் காடியாக்கி விற்றுக் கொள்ளலாம்.

அவரவர் வீட்டில் வைத்துக் கொண்டிருக்கிற முன்னே எழுதப் பட்டிருக்கிற பலவித சாராயங்களை மூன்று நாளைக்குள்ளாக வந்து முசே தெமேரே கையில் இவ்வளவு இருக்கிறது என்று வெளிப்படை யாக சொல்லி எழுதுவித்து கையெழுத்து போட்டுக் கொடுக்கிறது. தவறினால் இருநூறு வராகன் வாங்குகிறது.'

இதன்படி கள்ளு, சாராயம் மற்றும் பிராந்தி கடைகள் மூடப்பட்டன. மராட்டியர் திரும்பிச் சென்றபின், 1741 ஆகஸ்டு 5இல் இந்த ஆணை விலக்கிக் கொள்ளப்பட்டது.

சரி, அதற்கப்புறம் எப்போதாவது புதுவையில் மதுக்கடைகள் மூடப்பட்ட வரலாறு இருக்கிறதா? இருக்கிறதே! 1977. மொரார்ஜி தேசாய் இந்தியப் பிரதமராக இருக்கிறார். புதுவையை தமிழ் நாட்டுடன் இணைத்தால் என்ன? பிரதமரின் இந்த யோசனைக்கு இங்குள்ள எம்.ஜி.ஆரும் ஆதரவுத் தந்தார். அதேநேரம் புதுவையில் மதுவிலக்கை அமல்படுத்தி ஆளுநர் பட்வாரி உத்தரவிட்டார். கள், சாராயம் மற்றும் மதுக்கடைகள் மூடப்பட்டுவிட்டன.

இதற்கிடையே புதுவையை தமிழ் நாட்டுடன் இணைக்கும் யோசனைக்கு அம்மண்ணில் பயங்கர எதிர்ப்பு. கலவரம் வெடித்தது. பின்னர் இதிலிருந்து பின்வாங்கியது மத்திய அரசு. அந்தக் கையோடு, புதுவையில் அமல்படுத்தியிருந்த மதுவிலக்கும் 1978 இறுதியில் கைவிடப்பட்டது.

அதிலிருந்து, புதுவையின் தனித்தன்மைகளான கள், சாராயம் மற்றும் மதுக்கடைகள் மீண்டும் தொடர்ந்து கொண்டு இருக்கின்றன.

புதுவையில் ஆண்களில் 13.6% பேரும், பெண்களில் 1.8% பேரும் மது அருந்துவதாக ஆய்வு ஒன்று தெரிவிக்கிறது. ஆனால் புதுவையில் மொத்த வருமானத்தில் 17 % பேர் மதுவின் மூலமாக வருகிறது. இது எப்படிச் சாத்தியம்?

புதுவைக்கு வரும் வெளிநாட்டவர், வெளி மாநிலத்தவர் மற்றும் சுற்றுலா பயணிகள்தாம் இந்த வருமானத்தை ஈட்டித்தரும் காமதேனுக்கள். வெளிமாவட்டங்களில் இருந்து வரும் குடிமக்கள் தாம், மொடாக் குடி குடித்து, இங்கு மட்டையாவதாகவும், இங்கிருப்பவர்கள் யாரும் குடித்துவிட்டு, தெருவில் விழுந்து கிடக்க மாட்டார்கள் என்றும் புதுவைவாசிகள் சொல்வது வழக்கம்.

வார இறுதி நாட்களில் புதுவை-கடலூர் எல்லையில் அமைந்துள்ள கன்னியக் கோயில், விழுப்புரம் மாவட்ட எல்லைப் புறங்களான மதகடிப்பட்டு, திருக்கனூர் போன்ற இடங்களில் குவியும் கும்பல்கள் உதாரணமாகக் காட்டப்படுகின்றன.

'தெருவில், துணியில்லாமல், குறியை வானத்துக்குக் காட்டியபடி மயங்கிக் கிடப்பவர்கள் சர்வ நிச்சயமாகத் தமிழ்நாட்டுக்காரர்களாகவே இருப்பார்கள். நாங்கள் காட்டுவதில்லை' என்று சொல்லும் பிரபஞ்சனும்கூட, 'அண்மைக் காலமாக புதுச்சேரியும் சீரழியத் தொடங்கி இருக்கிறது' என வருத்தப்பட்டிருக்கிறார்.

உண்மைதான். குடியினால் ஏற்படும் அத்தனை பாதிப்புகளும் புதுவையையும் தாக்கத் தொடங்கியுள்ளன. தமிழகத்தோடு ஒப்பிடும் போது அதன் அளவு குறைவாக இருந்தாலும் பாதிப்பு பாதிப்புதானே!

ஆனாலும்கூட எங்களுக்கு மதுவிலக்குத் தேவை என எந்தக் கட்சியும் (பாமக தவிர) மறந்தும்கூடச் சொல்வது கிடையாது. இந்நேரத்தில் 19ஆம் நூற்றாண்டின் மத்தியில் புதுச்சேரியில் வாழ்ந்த சவராயலு நாயகர் நம் கவனத்துக்கு வருகிறார். 'நல்ல நகரம் எனப் பெயரெடுத்த பாகூர் இன்று குடியர்கள் நிறைந்த பாழூர் ஆகிவிட்டதே' என வருத்தப் பட்ட இம்மனிதர், மதுவிலக்கைத் தீவிரமாக வலியுறுத்தியிருக்கிறார்.

‘சாராயம் நல்லதையா செய்யும்? தீய காரியங்களைத்தான் செய்யும். பிறன்மனை நோக்காப் பேராண்மையை மறந்து அயல் பெண்டிர்களை இழுக்கச் செய்யும். சாராயம் இந்தக் கொடுமை மட்டுமா செய்யத் தூண்டுகிறது? தன் தாயையும் உடன்பிறந்தாளையும் சேரச்செய்யும். சிறிதும் சங்கையின்றி நாய் என்றும் கழுதையென்றும் நரியென்றும் கத்தி மிக நடிக்கச்செய்யும். பகைவர் கைக்குள்ளோக்கியே நொய்யச் செய்யும்’ என குடியின் தீமைகளைப் பட்டியலிட்ட சவராயலு நாயகர், ‘ஐயோ! இத்தனைக் கேடுண்டாக்கும் இச்சரக்கை ஆட்சியாளர்கள் ஏன் விற்க முற்பட்டார்களோ?’ என்று கேட்கிறார். இப்படியாக பன்னிரண்டு பாடல்களை இவர் பாடியிருக்கிறாராம். (நூல்: கவிஞர் சவராயலு வாழ்க்கை வரலாறு, சிவ.கண்ணப்பா, புதுவை அரசு வெளியீடு).

குடிப்பதுதான் புதுவையின் தனித்தன்மையா? இதனை ஏற்றுக்கொள்ள முடியாது என்கிறார் பேராசிரியர் நா.இளங்கோ, ‘மாநிலத்தின் பெரும் வருமானம் குடியினால் வரும்போது அதனை இழக்க அரசு தயாராக இல்லை. அதனை வெளிப்படையாகச் சொல்ல மறுக்கும் அரசியலாளர் களின் சொல்லாடல்தான் இந்த பிரெஞ்சு கலாசாரம்’ என்கிறார்.

மதுவிற்பனை குறித்து அரசாங்கம், அரசியல் கட்சியினர், அறிவுஜீவிகள் இப்படிச் சொல்லிக் கொண்டிருக்க மக்களின் எண்ண ஓட்டம் எப்படி இருக்கிறது? மதுவிலக்கு என்பதை புதுச்சேரி மக்கள் ஏற்றுக்கொள்கிறார்களா? புறக்கணிக்கிறார்களா? ‘உண்மையில் இதுபோன்ற ஆய்வுகள் எதுவும் புதுவை மக்களிடையே இதுவரை நடத்தப்பட்டதில்லை’ எனும் தகவலைப் பதிவுசெய்கிறார் இங்கு பத்திரிகையாளராகப் பணியாற்றிய ந.குப்பன்.

எங்களது கலாசாரம் தனித்தன்மை வாய்ந்தது எனச் சொல்லிக் கொண்டிருப்பதை விடுத்து, புதுவை மண்ணில் மதுவின் தாக்கம் குறித்த விரிவான களஆய்வு மேற்கொள்ளப்பட வேண்டியது காலத்தின் அவசியமாகும். இதை அங்குள்ள அரசு மேற்கொள்ளும் என்பது சந்தேகமே. மக்கள் நலனில் அக்கறை கொண்டுள்ள சமூக அமைப்புகள் தாம் இதில் தங்களை ஈடுபடுத்திக்கொள்ள வேண்டும்.

மூடுவதற்கு முன்...

மது.

வேத காலத்தில் தேவர்களுக்கான அமுதமாகப் பார்க்கப்பட்டது. சுரர்களுக்கும் அசுரர்களுக்கும் சோம, சுரா பானங்கள் எனப் பிரிக்கப்பட்டன. தேவர்களை விண்ணில் இருந்து மண்ணுக்கு வரவழைக்கும் அற்புத பானங்கள் இவை. இதனால் தேவர்கள் மகிழ்ந்தார்களோ இல்லையோ மனிதன் மிகவும் மகிழ்ந்தான்.

தமிழ்ச்சூழலில். சங்க காலத்தில் மக்களின் முக்கிய உணவுப்பொருள் மது. மதுவை, மன்னன் அருந்தினான். படைவீரன் அருந்தினான். பாட வந்த புலவர்கள் அருந்தினார்கள். சிலவேளை மன்னனும் வீரனும், மன்னனும் புலவனும் ஒன்றாக மது அருந்தியிருக்கின்றனர். மதுக்குடங்கள் இருந்தன. நடமாடும் மதுக்கடைகள் இருந்தன. பண்ட மாற்றுப் பொருளாக மது பயன்பட்டது. வெளிநாடு களில் இருந்தும் வரவழைக்கப்பட்ட மதுபானங் களும் விருந்துகளில் அழகிய பெண்களின் கைகளால் பரிமாறப்பட்டன.

தமிழர்கள் மதுவிலே மூழ்கியிருந்ததாகச் சொல்லப் படுகிறது. ஆனால் அவன் சுய நினைவை, அறிவை இழக்கவில்லை. போர்களுக்குப் பஞ்சமில்லை. அதே நேரம் அற்புதமான காவியங்களும், அழகிய ஓவியங்களும் படைக்கப்பட்டன. ஆடல், பாடல் கலைகளிலும் கட்டடக் கலைகளிலும், வாணிபத்திலும் அவன் புகழ் உலகம் முழுவதும் பரவியிருந்தது.

ஆனால் என்ன நிகழ்ந்தது? குடிப்பது சமூக இழிவாக உரைக்கப்பட்டது. பௌத்தர்களும் குடித்தார்கள். பஞ்சமா பாதகங்களில் ஒன்றாகப் போதிக்கப்பட்டது. ஆனாலும் எல்லோரும் குடித்துக் கொண்டிருந்தார்கள்.

குடிப்பதைத் தடுப்பது இயக்கமாகவே உருவெடுத்தது. மதுவிலக்கு எனும் சொல் பிறந்தது. அரசியல் அதிகாரத்தினால் இது அமலாக்கமும் செய்யப்பட்டது. ஆனால் சில விதிவிலக்குகளும் தோன்றின. பர்மிட் வைத்திருப்பவர்கள் குடிக்கலாம் என்று பணக்காரர்களுக்குப் பச்சைக் கொடி காட்டப்பட்டது. மத போதகர்களும் குடிக்கலாம் என்றானது.

வருமானத்துக்கு வழி என்ன? யோசித்த அரசாங்கம், விற்பனை வரியை அறிமுகப்படுத்தியது. கள், சாராயக் கடைகள் மூடப்பட்டதற்குக்கூட, சூத்திரர் கல்வி நாசமாகப் போக வேண்டும் என்பதாகக் காரணங்கள் கண்டுபிடிக்கப்பட்டன. இதன் காரணமாகவே இந்த விஷயம் முற்று முழுவதுமாக எதிர்க்கப்பட்டது.

மதுவைப் போலவே மதுவிலக்கும்கூட பல நேரங்களில் தள்ளாடியது. இதற்கு உலக நாடுகள் உதாரணங்களாகக் காட்டப்பட்டன. அதைச் சாக்காக வைத்து அவ்வப்போது தலைக்காட்டுவதும் பின் தலையை இழுப்பதுமான ஆடு புலி ஆட்டங்கள் அரசியல் அரங்கில் தொடர்ந்து கொண்டிருக்கின்றன.

ஒரு கட்டத்தில் மிகக்குடியர்கள் என்றும், மிதக்குடியர்கள் என்றும் குடி மக்களிடையே வர்க்கப் பிரிவினை ஏற்பட்டது. மிகக் குடியர்கள் முற்றிய நிலையில் குடி நோயாளிகள் என்பதாக பின்னர் புதிய வர்க்கம் ஒன்றும் உண்டானது.

இதற்கிடையே மது மக்களின் பிரியமான ஒன்றாகவோ அல்லது உடலையும் குடும்பத்தையும் சீரழிக்கும் ஒன்றாகவோ பார்க்கப்பட்ட நிலை மாறியது. கொழுத்த வருமானத்துக்கான மூலமாக மாறியது. புதிய பணக்கார வர்க்கமும் தோன்றியது. தமிழ்நாட்டின் தலையெழுத்தை நிர்ணயிக்கும் சக்தியாக சாராய சாம்ராஜ்யம் உருவெடுத்தது.

ஐயையோ இப்படியே போனால்? பதறினார்கள். இந்த விற்பனையில் அரசாங்கமே ஈடுபடலாம் என்று யோசனையும் சொன்னார்கள். எதிரியாக இருந்தாலும் இதுமட்டும் உடனடியாக ஏற்றுக் கொள்ளப் பட்டது. மொத்த விற்பனையை அரசே ஏற்றது. டாஸ்மாக் உருவானது. இப்போதும் பின்னணியில் அதே சாம்ராஜ்யம் வேறு வடிவத்தில். இது போதாது அப்புறம், சில்லறை விற்பனையையும் அரசே எடுத்துக் கொண்டது.

அரசாங்கத்திடம் இருக்கவேண்டிய கல்வியும் சுகாதாரமும் தனியாரிடம் இருக்க, தனியாரிடம் இருக்க வேண்டிய மது அரசாங்கத்திடம் இருப்பதா? சாராய விற்பனையை அரசாங்கம் மேற்கொள்வதா? விமரிசனங்கள் எழுத்தான் செய்தன.

ஆனால் நிலவரம் கையை மீறிச்சென்றுவிட்டது. இலவச கலர் டிவிக்கும், விலையில்லா மிக்சி கிரைண்டர்களுக்கான பணத்துக்கு எங்கே போவது? குடி மகனின் பாக்கெட்டில் அவன் அனுமதியுடனே கையைவிடுவது, அரசாங்கக் கடமைகளுள் முக்கியமானது. வருமானத்தைப் பெருக்க வேண்டுமானால் வியாபாரத்தை விரிவாக்க வேண்டும் என்பதால் கடைகளின் எண்ணிக்கை அதிகரிக்கப்பட்டன.

இந்த விரிவாக்கத்தின் விளைவு, ஊரின் ஒதுக்குப்புறங்களில், ஏரிக்கரைகளில் மறைமுகமாக விற்கப்பட்ட சாராயம், அந்நிய மதுபானம் எனும் வடிவத்தில் ஊரின் ஒவ்வொரு முச்சந்தியிலும் முளைக்கத் தொடங்கியது.

குடிக்க வேண்டுமானால் அவ்வளவு தொலைவு போகவேண்டும் எனும் நிலையும் மாறியது. இதோ வீட்டுக்கு அருகிலேயே கிடைக்கிறது. தலையில் முக்காடு போட்டு மறைவாகக் குடித்த காலம் மறைந்தது. தெரு ஓரங்களில் அமர்ந்து குடிக்க ஆரம்பித்துவிட்டனர்.

பெண்களை முகம் சுளிக்க வைக்கும் இப்படியான நிகழ்வுகளின்மீது போலீசார் முன்பு கடுமையான நடவடிக்கைகளை எடுத்தனர். இப்போது கண்டும் காணாமல் நகர்ந்தனர். காரணம், குடிப்பவர்களை விரட்டினால் 'டாஸ்மாக்' விற்பனையும் அதன் மூலமான வருமானமும் பாதிக்கப்படுமே!

தேர்தலின்போது முக்கிய விஷயமாக மதுவிலக்கு பேசப்பட்டது. ஆனாலும் படிப்படியாக மதுவிலக்கு என்று சொன்ன அதிமுக மீண்டும் ஆட்சியைப் பிடித்துவிட்டது.

500 கடைகள் மூடப்படும், கடைகளின் எண்ணிக்கை குறைக்கப்படும் எனும் அறிவிப்புகள் வந்ததுமே ஆடிப்போனார்கள் குடிமகன்கள். வழக்கமான நேரத்துக்கும் இரண்டு மணி நேரம் தாமதமாக கடைகள் திறக்கப்பட்டன. ஆனாலும் வழக்கமான நேரத்துக்கு கடையின் வாயிலுக்கு வந்துவிட்ட அவர்கள் நீண்ட வரிசையில் காத்திருந்து வாங்கத் தொடங்கினர். இவர்களின் தவிப்பைத் தணிக்க, இரவே எடுத்து வைத்துக் காலையில் பக்கத்துக் கடைகளில் விற்கும் காரியங்களில் சிரத்தையுடன் ஈடுபட்டு வருகின்றனர் கடமை தவறாத டாஸ்மாக் ஊழியர்கள் சிலர்.

‘குடி குடியைக் கெடுக்கும்’. ‘குடிப்பழக்கம் உடலுக்கும் நாட்டுக்கும் கேடு’ என்று பாட்டிலிலேயே எழுதிப் போட்டிருக்கிறார்கள். ஆனாலும் குடிப்பது தொடர்கிறது. குடியினால் உடலுக்கு ஏற்படும் தீங்குபற்றி டசன் கணக்கிலான மருத்துவர்கள் எழுதிக் குவித்துவிட்டனர். ஆலோசனைகள், அறிவுரை சொல்லும் புத்தகங்களும் பதிப்புகள் பல கண்டு விற்றுத் தீர்ந்துவிட்டன.

குடிமக்களின் பொருளாதாரச் சுரண்டல், குடும்பங்களின் சீரழிவு, இளம் விதவையர்களின் எண்ணிக்கை அதிகரிப்பு இப்படியான கவலைக்குரிய நிலவரங்களும் உருவாகி விட்டன. முன்னொரு காலத்தில் மக்களின் முக்கிய உணவுப்பொருளாக இருந்த ஒன்று, இப்போது சமூகச் சீரழிவின் அடையாளமாகி விட்டது. ஆனாலும் இப்போதும் குடித்துக் கொண்டுதான் இருக்கிறார்கள்.

டாஸ்மாக்கை எதிர்ப்பதில் மூர்க்கத்தனத்தைக் காட்டும் பலரும் இந்த ஜோரில், கள்ளச் சாராயத்தைக் கண்டுகொள்வதில்லை. இந்தச் சாராயத்தால் பாதிக்கப்படுபவர்கள் சமூகத்தில் மிகவும் அடித்தட்டில் உள்ள ஏழை எளியவர்கள்தான். குறைந்த விலைக்குக் கிடைக்கிறது என இந்தச் சாராயத்தை வாங்கி தங்கள் உயிரை இழக்கின்றனர்.

ஏசி பார்களில் குடிக்கிறார்கள். டாஸ்மாக் கடைகளில் குடிக்கிறார்கள். சாலையோரங்களில் குடிக்கிறார்கள். வயல் வெளிகளிலும் குடிக்கிறார்கள். மலைச்சரிவிலும் குடிக்கிறார்கள். சினிமாவிலும் குடிக்கிறார்கள். டிவி சீரியல்களிலும் குடிக்கிறார்கள்.

இனம்புரியாத ஆனந்தத்திலும் தணியாத சோகத்திலும் குடிக்கிறார்கள். ஏன்? வடியாத டிசம்பர் மாத வெள்ளத்தில்கூடக் குடித்தார்கள்.

கல்லூரி தேர்தல் முதல் நாடாளுமன்றத் தேர்தல் வரை மதுவிநியோகம் முக்கிய இடத்தைப் பிடித்துவிட்டது. குடிகாரன் பேச்சு விடிஞ்சா போச்சு என்பது பொதுவாக வழங்கப்படும் சொலவடை. குடித்துக் கொண்டும் இருக்கிறார்கள். இப்படியாகப் பேசிக்கொண்டும் இருக்கிறார்கள். நாமும் கேட்டுக்கொண்டு இருக்கிறோம்.

அரசன் அன்று கொல்வான், ஆல்கஹால் நின்று கொல்லும் என்றெல்லாம் சொல்லிப் பார்த்தாகிவிட்டது. ஆனாலும் குடித்து வருகிறார்கள்.

குடிநோயாளிகளைத் திருத்துவதற்கான மருத்துவமனைகளும் மாந்திரீக நிலையங்களும் புதிது புதிதாக ஏற்பட்டு வருகின்றன.

தொட்டில் பழக்கம் சுடுகாடு மட்டில் என்பார்கள். குடி, தமிழர்களின் ஏன் உலக மக்களின் ஆயிரமாயிரமாண்டு பழக்கம். சுடுகாட்டுக்குப்

போகும் வரை மட்டுமல்ல, அதற்குப் பின்பும் தொடர்கின்றது. அவனைப் புதைத்தபோது கள் குடங்கள் அவனுடன் புதைக்கப்பட்டன. புதைக்கப்பட்ட பின்பும் அவனுக்குப் படையலிடப்படுகிறது.

இவ்வளவுக்கும் மத்தியில் கள் உணவுப்பொருள். கள் இறக்கவும் கள் விற்கவும் அனுமதிக்கவேண்டும் என்றும் கோரிக்கைகளும் அவ்வப் போது தலைக்காட்டி வருகின்றன.

கள்ளோ மதுவோ இவர்கள் நேற்றும் குடித்தார்கள். இன்றும் குடிக்கிறார்கள். இவர்கள் நாளையும் குடிப்பார்கள். இதுதான் யதார்த்தம்.

இந்நூலை நிறைவு செய்யும் வேளையில், மலையாளத்தின் மகாகவி எனப் போற்றப்பட்ட வயலார் ராமவர்மா நினைவுக்கு வருகிறார். குடிக்குத் தன்னை இரையாக்கிக் கொண்ட இவரது கீழ்க்காணும் கவிதை வரிகளை எப்போதும் நாம் வாசிக்கலாம்.

'ஒரு கோப்பை நிறைய மது!
ஆர்வத்தோடு அருந்திக் கொண்டிருந்தேன்!
கோப்பைக்குள்ளே
என்னவோ ஒன்று தட்டுப்பட்டது
எடுத்துப் பார்த்தேன் ஓர் எறும்பு
செத்துக் கிடந்தது!
எடுத்தெறிந்துவிட்டு மீண்டும்
குடித்துக் கொண்டிருந்தேன்!
மீண்டும் ஏதோவொன்று
ஈ ஒன்று மாண்டு கிடந்தது.
எடுத்தெறிந்துவிட்டு மீண்டும்
குடித்துக் கொண்டிருந்தேன்!
அப்புறம் ஒன்று ஒரு வண்டு
செத்துக்கிடந்தது.
அப்புறம் கோப்பைக்குள் ஏதோ ஒன்று
என்ன அது? எடுத்துப் பார்த்தேன்
நான் செத்துக்கிடந்தேன்
தூக்கியெறிந்துவிட்டு மீண்டும்
குடித்துக் கொண்டிருக்கிறேன்!'

சைடு டிஷ்

தரமான 'குவார்ட்டர்' விற்பனை: கமிஷனில் 'குடி'மகன்கள் புகார்

சென்னை, செப்.30-

'தேர்தல் நேரத்தில் தரமான, 'குவார்ட்டர்' மது பாட்டில்கள் விற்கப்படுகிறதா என்பதை, கண்காணிக்க வேண்டும்' என, மாநில தேர்தல் கமிஷனரிடம், குடிமகன்கள் சங்கத்தினர் புகார் அளித்துள்ளார். சென்னை கோயம்பேட்டில் உள்ள, மாநில தேர்தல் கமிஷன் அலுவலகத்திற்கு, மதுகுடிப்போர் விழிப்புணர்வு சங்கத் தலைவர் செல்லபாண்டியன் மற்றும் நிர்வாகிகள் வந்தனர். மாநில தேர்தல் கமிஷனர் சீதாராமனை சந்தித்து, புகார் மனு அளித்தனர். இதுகுறித்து செல்ல பாண்டியன் கூறியதாவது:

இலவசமாக மது கிடைப்பதால், தேர்தல் நேரத்தில் புதிதுபுதிதாக குடிமகன்கள் உருவாகி வருகின்றனர். மது விற்பனையும் அதிகரிக்கிறது. இதைப் பயன் படுத்தி கலப்பட, காலாவதி மதுபானங்கள் விற்கப் படுவதால், தேவையற்ற உயிர் இழப்புகள் ஏற்படும். எனவே, தரமான குவார்ட்டர் பாட்டில்கள் விற்பதைக் கண்காணிக்க வேண்டும். வேட்பாளர் கள் செலவுக் கணக்கில், மதுபான செலவையும் சேர்க்க வேண்டும். இதனால் அரசின் வருவாய் கூடும் என, மாநில தேர்தல் கமிஷனரிடம் வலியுறுத்தினோம். சம்பந்தப்பட்ட அதிகாரி களுக்கு உத்தரவிடுவதாக கமிஷனர் உறுதியளித்து உள்ளார்.

(தினமலர் 30.9.2016)

மதுவிலக்கு: பிகார் அரசு உத்தரவை ரத்து செய்தது உயர்நீதிமன்றம்

பாட்னா, செப்.30

பிகாரில் பூரண மதுவிலக்கை அமல்படுத்துவதற்காக அந்த மாநில அரசு வெளியிட்ட அறிவிக்கையை பாட்னா உயர்நீதிமன்றம் வெள்ளிக்கிழமை ரத்து செய்தது. இது பிகார் அரசுக்குப் பின்னடைவாகக் கருதப்படுகிறது.

பிகாரில் நிதீஷ்குமார் தலைமையிலான மதச்சார்பற்ற மகாகூட்டணி அரசு, உள்நாட்டு வகை மதுபானங்களைத் தயாரிப்பது, விற்பது, அருந்துவது ஆகியவற்றுக்கு கடந்த ஏப்ரல் 1ஆம் தேதி முதல் தடை விதித்தது. அதைத் தொடர்ந்து, வெளிநாட்டு வகை மதுபானங்களுக்கும் தடை விதிக்கப்பட்டது. பின்னர், இது தொடர்பான சட்டத்தின் அமலாக்கத்தின்போது, மதுவிலக்கை மீறுவோருக்கு சிறைத் தண்டனையையும் அபராதத்தையும் அதிகரிப்பது, வீட்டில் மதுபானம் இருந்தால் குடும்பத்தில் உள்ள வயது வந்தோரைக் கைது செய்வது போன்ற அம்சங்களை சட்டத்திருத்தம் மூலம் மாநில அரசு சேர்த்தது.

திருத்தப்பட்ட மதுவிலக்கு சட்டமானது பிகார் சட்டப்பேரவையில் மழைக்காலக் கூட்டத்தொடரில் நிறைவேற்றப்பட்டது. இதற்கு மாநில அமைச்சரவை ஒப்புதல் அளித்தது. ஆளுநர் ராம்நாத் கோவிந்தும் ஒப்புதல் அளித்துவிட்டார். இந்தச் சட்டம் தொடர்பான அறிவிக்கை மகாத்மா காந்தி பிறந்த தினமான அக்டோபர் 2ஆம் தேதி வெளியாகும் என எதிர்பார்க்கப்படுகிறது.

இதனிடையே பிகாரில் மதுவிலக்கை அமல்படுத்துவதற்காக மாநில அரசு கடந்த ஏப்ரல் 5ஆம் தேதி வெளியிட்ட அறிவிக்கையை எதிர்த்து மதுபான வர்த்தக சங்கத்தினரும், பல்வேறு தனிநபர்களும் பாட்னா உயர்நீதிமன்றத்தில் மனு தாக்கல் செய்தனர். அந்த மனுக்கள் தலைமை நீதிபதி அக்பால் அகமது அன்சாரி தலைமையிலான அமர்வு முன்பு கடந்த மே மாதம் 20ஆம் தேதி விசாரணைக்கு வந்தன. அப்போது நீதிபதிகள் இவ்விவகாரத்தில் எவ்வித உத்தரவையும் பிறப்பிக் காமல் விசாரணையை ஒத்தி வைத்தனர்.

இந்நிலையில் மேற்கண்ட மனுக்கள் வெள்ளிக்கிழமை மீண்டும் விசாரணைக்கு வந்தன. அப்போது மதுவிலக்கு தொடர்பாக பிகார் அரசு வெளியிட்ட அறிவிக்கையை நீதிபதிகள் ரத்து செய்தனர். அது அரசியல் சாசனத்தை மீறி அமைந்துள்ளதால் அதை அமல்படுத்தக்கூடாது என்று நீதிபதிகள் தங்கள் உத்தரவில் தெரிவித்தனர்.

(தினமணி 1 அக்டோபர் 2016)

'கொஞ்சமா குடிச்சா உடம்புக்கு நல்லது'

புதுடெல்லி, அக்.1-

'அளவாக குடித்தால், உடம்புக்குக் கெடுதல் ஏற்படாது ரெட் ஒயின் போன்றவை உடல் நலத்துக்கு நல்லது என, மருத்துவ ஆய்வுகள் கூறுகின்றன' என, சுப்ரீம் கோர்ட் கூறியுள்ளது.

நாடு முழுவதும் பூரண மதுவிலக்கை அமல்படுத்த உத்தரவிடக்கோரி, டில்லி வழக்கறிஞரும், பா.ஜ., பிரமுகருமான, அஸ்வனி உபாத்யாயா என்பவர், சுப்ரீம் கோர்ட்டில் பொதுநல வழக்கு தொடர்ந்திருந்தார்.

'மக்களின் ஆரோக்கியத்தைப் பாதுகாப்பது, மாநிலங்களின் கடமை. மதுவால்தான் சாலை விபத்துகளும், பெண்களுக்கு எதிரான வன்முறை கள், கொலை உள்ளிட்ட சம்பவங்களும் நடக்கின்றன. அதனால், நாடு முழுவதும் பூரண மதுவிலக்கை அமல்படுத்த உத்தரவிட வேண்டும்' என, தன் மனுவில் அஸ்வனி உபாத்யாயா கூறியுள்ளார். இந்த மனுவைத் தள்ளுபடி செய்து, நீதிபதிகள் ஏ.கே.சிக்ரி, என்.வி.ரமணன் ஆகியோர் அடங்கிய அமர்வு கூறியதாவது:

மக்களின் ஆரோக்கியத்தைக் காப்பது, அரசின் கடமையே. அதே நேரத்தில் அளவாக குடிப்பது உடலுக்கு கேடு செய்யாது. ரெட் ஒயின் போன்றவை, உடலுக்கு நல்லது என மருத்துவ ஆய்வுகள் தெரிவிக்கின்றன.

இவ்வாறு நீதிபதிகள் கூறினர்.

(தினமலர் 1.10.2016)

பிஹாரில் அமலுக்கு வந்தது புதிய மதுவிலக்கு சட்டம்

பாட்னா

பிஹார் அரசின் பூரண மதுவிலக்கு சட்டத்தை பாட்னா உயர்நீதிமன்றம் ரத்து செய்த நிலையில், மதுபானத்துக்கு தடை விதிக்கும் புதிய சட்டத்தை திட்டமிட்டபடி மாநில அரசு நேற்று அமல்படுத்தி உள்ளது.

முதல்வர் நிதிஷ்குமார் தலைமையிலான பிஹார் அரசு, கடந்த ஏப்ரல் 1-ம் தேதி உள்நாட்டு மதுவகைகளுக்கு தடை விதித்தது. ஏப்ரல் 5-ம் தேதி உள்நாட்டில் தயாராகும் வெளிநாட்டு மதுவகைகளுக்கு தடை

விதித்து உத்தரவு பிறப்பித்தது. அன்று முதல் பிஹாரில் பூரண மதுவிலக்கு அமலுக்கு வந்தது.

இதையடுத்து, கலால் சட்டத்தில் பல்வேறு திருத்தங்கள் செய்யப்பட்டு, பிஹார் கலால் சட்ட திருத்த மசோதா (2016) சட்டப்பேரவையில் நிறைவேற்றப்பட்டது. இதற்கு ஆளுநர் ஒப்புதல் அளித்ததையடுத்து அக்டோபர் 2-ம் தேதி முதல் அமல்படுத்த திட்டமிடப்பட்டது.

இதனிடையே, பூரண மதுவிலக்கை எதிர்த்து தாக்கல் செய்யப்பட்ட மனுவை விசாரித்த பாட்னா உயர்நீதிமன்றம், ஏப்ரல் 5-ம் தேதி பிறப்பித்த உத்தரவை ரத்து செய்து கடந்த செப்டம்பர் 30-ம் தேதி உத்தரவிட்டது.

இந்நிலையில், மாநில முதல்வர் நிதிஷ்குமார் தலைமையில் அமைச்சரவையின் சிறப்புக் கூட்டம் நேற்று நடைபெற்றது. இதில், பூரண மதுவிலக்கை தொடர்ந்து அமல்படுத்துவது என முடிவு செய்யப் பட்டது.

இந்த புதிய சட்டத்தை திட்டமிட்டபடி அமல்படுத்த முடிவு செய்யப் பட்டது. இதன்படி, உள்நாட்டு அல்லது வெளிநாட்டு மது வகைகள் வைத்திருப்பது, உட்கொள்வது, விற்பனை அல்லது உற்பத்தி செய்வது ஆகியவை குற்றமாக கருதப்படும்.

ஒரு வீட்டில் இருந்து மது கைப்பற்றப்பட்டால் அக்குடும்பத்தினர் அனைவரையும் தண்டனைக்கு உள்ளாக்குவது, அபராதத் தொகை மற்றும் தண்டனை காலத்தை அதிகரிப்பது உட்பட கடுமையான ஷரத்துகள் புதிய சட்டத்தில் சேர்க்கப்பட்டுள்ளன.

இதுகுறித்து நேற்று முதல்வர் நிதிஷ்குமார் செய்தியாளர்களிடம் கூறும்போது, ''மகாத்மா காந்திக்கு மரியாதை செலுத்தும் வகையில், அவரது பிறந்த நாளில் இந்த புதிய சட்டத்தை அமல்படுத்தி உள்ளோம்'' என்றார்.

கடந்த 30-ம் தேதி பூரண மதுவிலக்குக்கு உயர்நீதிமன்றம் தடைவிதித்த சில மணி நேரங்களில் முதல்வர் தலைமையில் உயர்நிலை ஆலோசனை கூட்டம் நடைபெற்றது. அதில் கலந்து கொண்ட முதன்மை கூடுதல் அரசு வழக்கறிஞர் லலித் கிஷோர் கூறும்போது, ''மதுவிலக்குத் தொடர்பான ஏப்ரல் 5-ம் தேதியிட்ட உத்தரவை மட்டுமே நீதிபதிகள் ரத்து செய்துள்ளனர். கலால் சட்டம்பற்றி எதுவுமே கூறவில்லை'' என கூறியிருந்தார். இதன் அடிப்படையிலேயே இந்த சட்டத்தை திட்ட மிட்டபடி அமல்படுத்தி உள்ளதாக கூறப்படுகிறது.

(தி இந்து (தமிழ்) அக்டோபர் 3, 2016)

தமிழகத்தில் மதுவிலக்கை அமல்படுத்த வேண்டும் சமூக சேவகி மேதாபட்கர் வலியுறுத்தல்

சென்னை, அக். 6: மக்கள் அமைப்புகளின் ஒருங்கிணைப்பு குழு சார்பில், மது மற்றும் போதை பொருட்களுக்கு எதிரான தேசிய பயணத்தை சமூக சேவகி மேதா பட்கர் கடந்த 2ம் தேதி கன்னியாகுமரியில் உள்ள காந்தி மண்டபத்தில் தொடங்கினார்.

அங்கிருந்து திருவனந்தபுரம், திருச்சி, கோவை, சேலம், பெங்களூர் சென்ற அவர் நேற்று சென்னைக்கு வந்தார். சென்னை மெரினா கடற்கரையில் அமைந்துள்ள காந்தி சிலைக்கு பின்புறம் மதுவுக்கு எதிரான பிரசாரத்தை நேற்று தொடங்கினார். சென்னை நகரில் பல இடங்களில் பிரசாரம் மேற்கொண்டார்.

அப்போது நிருபர்களிடம் மேதா பட்கர் கூறியதாவது: கடந்த 2003ம் ஆண்டு முதல் தமிழக அரசு மதுவிற்பனையில் நேரடியாக ஈடுபட்டு வருகிறது. இதனால் தமிழகத்தில் மது குடிப்போர் எண்ணிக்கை அதிகரித்து, பல்லாயிரக்கணக்கான மக்கள் மதுவுக்கு அடிமையாகி இறக்கின்றனர். மது குடிப்பவர்கள் மரணமடைவதால் தமிழகத்தில் இளம் விதவைகள் எண்ணிக்கை அதிகரித்துள்ளது. மது குடிப்பவர்களின் வீடுகளில் அமைதிகெட்டு கணவன் மனைவி தற்கொலை செய்வதாலும், குடும்பங்கள் பிரிவதாலும் அவர்களின் குழந்தைகள் அனாதைகளாவதும் அதிகரித்து வருகிறது.

தமிழக அரசு மக்கள் நலனை கருத்தில் கொண்டு, நிதிஷ்குமார் தலைமையிலான பீகார் அரசு மதுவிலக்கை அமல்படுத்தியதைப் போல், தமிழகத்திலும் மதுவிலக்கை அமல்படுத்த வேண்டும்.

இவ்வாறு அவர் கூறினார்.

(தினகரன் 6.10.2016)

பீஹாரில் தொடரும் மதுவிலக்கு சுப்ரீம் கோர்ட் உத்தரவு

புதுடெல்லி, அக்.8-

பீஹாரில் பூரண மதுவிலக்கை அமல்படுத்தும் அரசாணைக்கு பாட்னா ஐகோர்ட் தடை விதித்திருந்தது. இந்த தடையை அமல்படுத்த சுப்ரீம் கோர்ட் தடை விதித்துள்ளது. இதனால் அங்கு பூரண மதுவிலக்கு தொடர்கிறது.

பீஹாரில் முதல்வர் நிதிஷ்குமார் தலைமையிலான ஐக்கிய ஜனதா தளம் கூட்டணி அரசு உள்ளது. இங்கு பூரண மதுவிலக்கை அமல்படுத்தி ஏப்ரல் 5இல் வெளியிடப்பட்ட அரசாணையை எதிர்த்து மது விற்பனையாளர்கள் உள்ளிட்டோர் பாட்னா ஐகோர்ட்டில் வழக்கு தொடர்ந்தனர்.

இந்த வழக்கில் அரசாணைக்கு இடைக்கால தடை விதித்து ஐகோர்ட் கடந்த வாரம் உத்தரவிட்டது. இதற்கிடையே கடுமையான சட்டப்பிரிவுகளுடன் கூடிய பூரண மதுவிலக்குக்கான புதிய சட்டத்தை பீஹார் அரசு காந்தி ஜெயந்தி நாளான அக்., 2 முதல் அமல்படுத்தியது. அத்துடன் ஐகோர்ட் உத்தரவை எதிர்த்து சுப்ரீம் கோர்ட்டில் பீஹார் அரசு மேல்முறையீடு செய்தது.

இந்த வழக்கு நீதிபதிகள் தீபக் மிஸ்ரா, யு.யு.லலித் அடங்கிய அமர்வு முன் நேற்று விசாரணைக்கு வந்தது. அப்போது நீதிபதிகள், பீஹாரில் பூரண மதுவிலக்குக்கு தடை விதிக்கும் ஐகோர்ட் தீர்ப்பை செயல்படுத்த தடைவிதிக்கப்படுகிறது. இந்த வழக்கின் விசாரணை எட்டு வாரங்களுக்கு ஒத்திவைக்கப்படுகிறது என உத்தரவிட்டனர்.

(தினமலர் 8.10.2016)

கல்வராயன் மலையில் சாராய ஊரல்கள் அழிப்பு

கச்சிராயபாளையம், அக்.12-

கல்வராயன் மலையில் பதுக்கி வைத்திருந்த ஆயிரத்து 500 லிட்டர் சாராய ஊரல்களை வனத்துறையினர் அழித்தனர்.

விழுப்புரம் மாவட்டம் கல்வராயன் மலைப்பகுதியில் கோமுகி வனச்சரகர் ஞானசேகர், வனவர் சரவணன், வனக்காப்பாளர்கள் தணிகாசலம், பெரியசாமி, வனகாவலர் ஆறுமுகம் ஆகியோர் நேற்று ரோந்து சென்றனர்.

கல்வராயன் மலையில் உள்ள கொடமாத்தி, சின்னதிருப்பதி ஆகிய மலை கிராமங்களில் சாராயம் காய்ச்சுவதற்காக ஊரல்கள் பதுக்கி வைக்கப்பட்டிருந்தது தெரியவந்தது. தரையில் பள்ளம் தோண்டி பேரல்களில் மறைத்து புதைத்து வைக்கப்பட்டிருந்த ஆயிரத்து 500 லிட்டர் சாராய ஊரல்களை கண்டுபிடித்து அழித்தனர்.

(தினமலர் 12.10.2016)

நாடு முழுவதும் தேசிய மற்றும் மாநில நெடுஞ்சாலைகளில் உள்ள மதுக்கடைகளை மூட வேண்டும் சுப்ரீம் கோர்ட்டு அதிரடி உத்தரவு

புதுடெல்லி, டிச.16-

நாடு முழுவதும் தேசிய மற்றும் மாநில நெடுஞ்சாலைகளில் உள்ள மதுக்கடைகளை மூட வேண்டும் என்று சுப்ரீம் கோர்ட்டு அதிரடியாக உத்தரவிட்டுள்ளது.

நாடு முழுவதும் நெடுஞ்சாலைகளில் இருக்கும் மதுக்கடைகளை மூட அரசுக்கு உத்தரவிட வலியுறுத்தி சுப்ரீம் கோர்ட்டில் பொதுநல வழக்கு தாக்கல் செய்யப்பட்டது. தன்னார்வ தொண்டு நிறுவனங்கள், தமிழகத்தைச் சேர்ந்த பாட்டாளி மக்கள் கட்சி மற்றும் பல்வேறு தரப்பினர் சார்பில் இந்த பொதுநல மனுக்கள் தாக்கல் செய்யப்பட்டு இருந்தன.

இந்த மதுக்கடைகளை மூட வழிசெய்யும் வகையில் கலால் சட்டத்தில் திருத்தம் கொண்டுவர அரசுக்கு வலியுறுத்துமாறும் அதில் கோரப் பட்டிருந்தது. குடித்துவிட்டு வாகனம் ஓட்டுவதால் அதிக அளவு விபத்துகள் ஏற்படுவதாக அந்த மனுக்களில் குற்றம்சாட்டப்பட்டு இருந்தது. இந்தியாவில் கடந்த ஆண்டு மட்டும் 5 லட்சத்துக்கும் மேற்பட்ட சாலை விபத்துகள் நடந்ததாகவும், அதில் 1 லட்சத்து 46 ஆயிரம் பேர் கொல்லப்பட்டதாகவும், இதைவிட 3மடங்கு அதிகமானோர் காயமடைந்திருப்பதாகவும் மத்திய சாலை போக்கு வரத்து அமைச்சகம் வெளியிட்ட புள்ளி விவரமும் சுட்டிக்காட்டப் பட்டு இருந்தது.

நெடுஞ்சாலைகளில் இருக்கும் மதுக்கடைகளை மூட வேண்டும் என பஞ்சாப் மற்றும் சென்னை ஐகோர்ட்டுகள் ஏற்கனவே உத்தரவிட்டு இருந்தன. இதை எதிர்த்து பஞ்சாப், அரியானா, புதுச்சேரி மற்றும் தமிழ்நாடு மாநில அரசுகள் சுப்ரீம் கோர்ட்டில் மேல்முறையீடு செய்து இருந்தன.

இந்த மனுக்கள் அனைத்தையும் தலைமை நீதிபதி டி.எஸ்.தாக்கூர், டி.ஒய்.சந்திரசூட், எல்.நாகேஸ்வரராவ் ஆகியோரை கொண்ட அமர்வு விசாரித்து கடந்த 7-ந்தேதி தீர்ப்பை நிறுத்தி வைத்திருந்தது. இந்த வழக்கின் தீர்ப்பு நேற்று (டிசம்பர் 15) வழங்கப்பட்டது. அதன் விவரம் வருமாறு;

நாடு முழுவதும் தேசிய மற்றும் மாநில நெடுஞ்சாலைகளில் உள்ள மதுக்கடைகளை வருகிற மார்ச் 31-ந் தேதிக்குள் மூடவேண்டும்.

அவற்றுக்கு ஏற்கனவே வழங்கப்பட்டு உள்ள உரிமத்தை மார்ச் 31-ந் தேதிக்குப் பின் நீட்டிக்கக்கூடாது. தற்போது இருக்கும் உரிம காலம் வரை மட்டுமே இந்த மதுக்கடைகள் செயல்பட வேண்டும். புதிய கடைகளுக்கு உரிமம் எதுவும் வழங்கக் கூடாது.

நெடுஞ்சாலைக்கு 500 மீட்டர் சுற்றளவில் உள்ள அனைத்து மதுக்கடைகளும் மூடப்பட வேண்டும். 500 மீட்டருக்கு அப்பால் உள்ள மதுக்கடைகளுக்கு செல்லவும் தேசிய நெடுஞ்சாலைகளில் இருந்து தனியாக வழி அமைக்கக்கூடாது.

நெடுஞ்சாலைகளில் செல்வோரின் கவனத்தை ஈர்க்கும் வகையில் உள்ள மதுக்கடைகள் தொடர்பாக வைக்கப்பட்டுள்ள விளம்பரங்கள் மற்றும் அறிவிப்புகளை அகற்ற வேண்டும்.

இந்த உத்தரவுகள் அனைத்தும் முறையாக பின்பற்றப்படுகிறதா என்று மாவட்ட கலெக்டர்கள் ஆய்வு செய்து 15 நாட்களுக்கு ஒருமுறை தலைமைச் செயலாளருக்கு அறிக்கை அனுப்ப வேண்டும். இந்த தீர்ப்பில் உள்ள அம்சங்கள் மீது எடுக்கப்பட்ட நடவடிக்கைகள் குறித்து மாநில மற்றும் யூனியன் பிரதேச அரசுகள் ஒரு மாதத்துக்குள் சுப்ரீம் கோர்ட்டுக்கு அறிக்கை தாக்கல் செய்ய வேண்டும்.

இவ்வாறு நீதிபதிகள் தங்கள் தீர்ப்பில் கூறினர்.

உச்சநீதிமன்றத்தின் தீர்ப்பினை வரவேற்றுள்ள பா.ம.க. நிறுவனர் டாக்டர் ராமதாஸ், இந்தத் தீர்ப்பு நாடு போற்றும் நல்ல நடவடிக்கையாகும். இது, பா.ம.க.வுக்குக் கிடைத்த வெற்றி. தேசிய அளவில் ஆண்டுக்கு 18 லட்சம் பேரின் உயிரையும் தமிழகத்தில் ஆண்டுக்கு 2லட்சம் பேரின் உயிரையும் பறிக்கும் மதுவை முழுமையாக ஒழித்து, மது இல்லாத தமிழகம் அமைப்பதுதான் பா.ம.க.வின் லட்சியம். இந்த லட்சியத்தை எட்டி, மக்களைக் காப்பாற்றுவதற்காக பா.ம.க. தொடர்ந்து பாடுபடும் எனத் தெரிவித்திருக்கிறார்.

(தினத்தந்தி 16-12-2016)

துணை நின்ற நூல்கள்

- புறநானூறு
- அகநானூறு
- பதிற்றுப் பத்து
- பட்டினப்பாலை
- பரிபாடல்
- மதுரைக் காஞ்சி
- புறநானூறு மூலமும் உரையும், டாக்டர் உ.வே.சாமிநாதையர், வெளியீடு: தமிழ்ப் பல்கலைக் கழகம், தஞ்சை.
- தமிழ் சினிமாவின் கதை, அறந்தை நாராயணன், என்சிபிஎச்.
- பாவேந்தர் ஒரு பல்கலைக் கழகம், கவிஞர் முருகுசுந்தரம்.
- ரிக் வேதம், செவ்விதாக்கம்: வீ.அரசு, அலைகள் வெளியீட்டகம்.
- மகேந்திரவர்மன், மயிலை சீனி.வேங்கடசாமி, நாம் தமிழர் பதிப்பகம்.
- நடுகற்கள், ச.கிருஷ்ணமூர்த்தி, மெய்யப்பன் பதிப்பகம்.
- பழந்தமிழர் நாகரிகச் சின்னம் அரிக்கமேடு, முனைவர் சு.தில்லைவனம், சிவசக்தி பதிப்பகம்.
- தொல்லியல் நோக்கில் காஞ்சிபுர மாவட்டம், ச.கிருஷ்ணமூர்த்தி, மெய்யப்பன் பதிப்பகம்.
- செஞ்சியின் வரலாறு. சி.எஸ்.சீனிவாசாச்சாரி. தமிழில்:ச.சரவணன், சந்தியா பதிப்பகம்.
- அயோத்திதாசர் சிந்தனைகள், தொகுப்பாசிரியர்: ஞான.அலாய்சியஸ், நாட்டார் வழக்காற்றியல் ஆய்வு மையம்.
- ராஜாஜி வாழ்க்கை வரலாறு. ராஜ்மோகன் காந்தி. தமிழில்: கல்கி ராஜேந்திரன், வானதி பதிப்பகம்.
- சட்டப் பேரவையில் ஜீவா, கே.ஜீவபாரதி. குமரன் பதிப்பகம்.
- கல்கி சிறுகதைகள், எல்.கே.எம். பப்ளிகேஷன்.
- கலைஞரின் சட்டமன்ற உரைகள். தமிழ்க்கனி பதிப்பகம்.
- நெஞ்சுக்கு நீதி, (இரண்டாம் பாகம்) கலைஞர் மு.கருணாநிதி. திருமகள் நிலையம்
- திருக்குறள் அதிகார விளக்கம், திருக்குறளார் வீ.முனிசாமி

- எனது போராட்டம், டாக்டர்.மபொ.சி.
- தமிழர் தலைவர் பெரியார், சாமி.சிதம்பரனார்
- பெரியார் ஈ.வெ.ரா. சிந்தனைகள், பதிப்பாசிரியர்: வே.ஆனைமுத்து
- க்ஷத்ரியன் இதழ் தொகுப்பு, தொகுப்பாசிரியர்: ஆறு.அண்ணல்.
- மதுவிலக்கு, சின்னக்குத்தூசி, நக்கீரன் வெளியீடு.
- ராஜாஜி வாழ்க்கை வரலாறு, பேராசிரியர் நாரண துரைக்கண்ணன். வள்ளி சுந்தர் பதிப்பகம்
- மதுவிலக்கு (கள் ஒழிக), ராஜாஜி. முல்லை பதிப்பகம்.
- ஆனந்தரங்கபிள்ளை கால தமிழகம், ஆலால சுந்தரம்,
- கவிஞர் சவராயலு வாழ்க்கை வரலாறு, சிவ.கண்ணப்பா, புதுவை அரசு வெளியீடு.
- நினைத்துப் பார்க்கிறேன், ஜெயகாந்தன்.
- குடியினால் குடைசாய்ந்த கலைக்கோபுரங்கள், அறந்தை நாராயணன். என்.சி.பி.எச்.
- நாட்டுப்புறத் தெய்வங்கள், டாக்டர் துளசி. இராமசாமி, விழிகள் வெளியீடு.
- குடியின்றி அமையா உலகு, தொகுப்பு: முத்தையா வெள்ளையன், புலம் வெளியீடு.
- மதுவிலக்கு அரசியலும் வரலாறும், ஆர்.முத்துக்குமார், சிக்ஸ்சென்ஸ் பப்ளிகேஷன்ஸ்.
- மதுவிலக்கு அதுவே நமது இலக்கு, இரா.ரவிக்குமார், கொங்கு மண்டல ஆய்வு மையம்.
- திரு.நீதிபதி கு.ப.சிவசுப்ரமணியம் குழுவின் அறிக்கை, வெளியீடு: பொ.இரத்தினம், 2015
- நிழல் ஜுன் 2006 (மாத இதழ். வெளியீடு: ப.திருநாவுக்கரசு)
- தமிழக ஓவியங்கள்: ஒரு வரலாறு, ஐ.ஜோப் தாமஸ், காலச்சுவடு பதிப்பகம்.

இணையதளங்கள்:

- உயிர்மை.காம்
- மின் தமிழ்.காம்
- புராஜக்ட் மதுரை.காம்
- நாஞ்சில் நாடன்.html